மறுகு சோளம்
(சிறுகதைகள்)

ராஜா செல்லமுத்து

டிஸ்கவரி புக் பேலஸ்
கே.கே.நகர் மேற்கு, சென்னை - 600 078.
(பாண்டிச்சேரி கெஸ்ட் ஹவுஸ் அருகில்)
Mobile: +91 87545 07070

மறுகு சோளம் (சிறுகதைகள்)
ஆசிரியர்: ராஜா செல்லமுத்து©

Marugu solam (Short stories)
Author: **Raja chellamuthu**©

First Edition: October - 2018

Pages: 296

Discovery Book Palace (P) Ltd,
6, Mahaveer Complex, Munusamy Salai,
K.K.Nagar West, Chennai-600 078.
Mobile: +91 87545 07070

E-mail: **discoverybookpalace@gmail.com,**
Website: www.discoverybookpalace.com

Rs. 280

| அன்பின் நன்றி |

திரைத்தமிழைத் தெரியவைத்த
'இயக்குநர் இமயம்' திரு. **பாரதிராஜா** அவர்களுக்கும்...

சிறுகதைத் தமிழை எழுத வைத்த
'மக்கள் குரல்' ஆசிரியர் திரு. **முத்துக்குமார்** அவர்களுக்கும்...

நன்றி

**மக்கள் குரல்,
தினமலர் (வாரமலர்)**

(டி.வி.ஆர். நினைவுச் சிறுகதைப் போட்டியில்
இரண்டாம் பரிசாக ரூ.15000/ வென்ற 'விவசாயம்' சிறுகதை)

கை கூப்பிய நன்றியுடன்

இயக்குநர் இமயம் பாரதிராஜா

இசைஞானி இளையராஜா

கவிப்பேரரசு வைரமுத்து

இயக்குநர் S.P.முத்துராமன்

கவிவேந்தர் மு.மேத்தா

கவிஞர் முத்துலிங்கம்

கலைமாமணி வீ.ராம்ஜீ

இயக்குநர் டி.ராஜேந்தர்

இயக்குநர் கே.பாக்யராஜ்

இயக்குநர் ஆர்.வி.உதயகுமார்

இயக்குநர் விக்ரமன்

நடிகர் நாசர்

நடிகர் ராஜேஷ்

இயக்குநர், நடிகர் ஆர்.பாண்டியராஜன்

இயக்குநர், எழுத்தாளர் எம்.ரத்னகுமார்

இயக்குநர் பேரரசு

பேராசிரியர் இரா.மோகன்

பேராசிரியர் கு.ஞானசம்பந்தன்

பேராசிரியர் தெய்வநாயகம்

முனைவர் விசயராகவன்
(இயக்குநர், தமிழ் வளர்ச்சித் துறை)

இயக்குநர் சமுத்திரக்கனி

முனைவர் கா.மு.சேகர்
(இயக்குநர், உலகத் தமிழ்ச்சங்கம், மதுரை)

இயக்குநர், நடிகர் 'யார்' கண்ணன்

கவிஞர் பழநிபாரதி

இயக்குநர் வ.கௌதமன்

நடிகை தேவயானி

நடிகர் ஹரிக்குமார்

நடிகை, இயக்குநர் லட்சுமி ராமகிருஷ்ணன்

கவிஞர் தியாரூ

எழுத்தாளர் சாந்தகுமாரி சிவகடாட்சம்

இயக்குநர், எழுத்தாளர் பாவலர் மைந்தன்.

ப. தங்கப்பன்
செயலர், இந்திய ரஷ்ய வர்த்தக சபை

கவிஞர் சொ.கலைச்செல்வி

பேராசிரியை சுடர்க்கொடி

எழுத்தாளர் கோவிந்தராம்

தன்னம்பிக்கை பயிற்சியாளர் சுபா ஜவஹர்

பேராசிரியர் பெரிய முருகன்

எழுத்தாளர் தேனி கண்ணன்

ஆசிரியர் நல்.வாஞ்சிநாதன்

தினமலர் (வாரமலர்)

மதுரை, தேனி மாவட்ட வட்டார மொழி சொற்களும் அவற்றின் பொருள்களும்

➲ மொணங்குதல்	-	அடிக்கடி பேசிக்கொண்டிருப்பது
➲ நெகா தெரியாம	-	அடையாளம் தெரியாம
➲ வெண்ணலையா	-	எதுவும் இல்லாமல்
➲ வம்படி	-	வேண்டுமென்று
➲ சால்போடுறது	-	எதிர்த்துப் பேசுவது
➲ படீரென	-	வேகமாக
➲ வேணாவெயில்	-	அதிகமான வெயில்
➲ நொட்டாங்கை	-	இடதுகை
➲ நாடியில்	-	தாடைப் பகுதி
➲ ஒரைக்கலயா	-	தெரியலையா
➲ மறுகுசோளம்	-	அறுவடை செய்த சோளக் காட்டில் தப்பிய சோளத்தைப் பொறுக்குவது
➲ தட்டுக்கட்டிட்டு	-	தடுமாறியபடியே
➲ தாய் புள்ளைகள்	-	உறவுகள்
➲ ஏடாசு	-	போட்டி, பொறாமை
➲ பவுசு	-	பெருமை
➲ வெட்டை	-	வறுமை
➲ கீவழி	-	கீழ்த்தரமான நிலை
➲ தடுமன்	-	ஜலதோஷம்
➲ திருகை	-	ஆட்டுக் கொழவி
➲ செங்கமங்கல்	-	அதிகாலை
➲ உருத்தானவன்	-	உரிமையானவன்
➲ கதிரறுப்பு	-	அறுவடை
➲ வக்கத்து	-	வழியில்லாமல்
➲ மழும்பட்டையா	-	வெட்கம் மானம் போன்றவற்றை இழந்துவிட்டு

வாழ்த்துரை

1000 சிறுகதைகளில் பயணித்த ஆற்றல் வாய்ந்த எழுத்தாளர்!

திரைப்பட இயக்குநர், கதாசிரியர், சிந்தனையாளர் என்ற பன்முகத்திறன் பெற்றவர் திரு. ராஜா செல்லமுத்து. அவர் மண்ணின் மணம் மாறாத அறம்சார்ந்த சிறுகதைகளை, கடந்த நான்கு ஆண்டுகளுக்குமுன்னர் எங்கள் பத்திரிகையில் எழுதத் தொடங்கினார். மக்கள் குரல் நாளிதழில் அறிவியல், உடல்நலம், பக்தி, கவிதை என பல்வேறு புதிய பகுதிகளை நாள்தோறும் வாசகர்களுக்கு வழங்கத்தொடங்கியிருந்த வேளையில், ராஜா செல்லமுத்து நாளும் ஒரு சிறுகதையை எழுதினார்.

1000 கதைகளில் பயணம்

அன்றாட நிகழ்வுகள், காரசார அரசியல் என்று, மன எழுச்சிக்கு வித்திடும் பல்வேறு செய்திகளை வாசித்துப்பழக்கப்பட்ட நமது வாசகர்களும், மனதைப் பக்குவப்படுத்தி மேம்படுத்தும் சிறுகதைகள் தொடர்ந்துவருவதற்கு பெரும் ஆதரவு தரத் தொடங்கினர். இதனால் கடந்த 4 ஆண்டுகளில் 1000 சிறுகதைகள் என்ற இலக்கை, ராஜா செல்லமுத்து நெருங்கிவிட்டார். அதற்காக மக்கள் குரல் பெருமைப்படுவதுடன், அவரின் வெற்றிப்பயணம் தொடர வாழ்த்துவதில் பெரும் மகிழ்ச்சிகொள்கிறோம்.

இதற்கிடையே, தொடர்ந்து வந்த சிறுகதைகளின் தாக்கத்தால், புதிய எழுத்தாளர்களும், மக்கள் குரலில் எழுத விரும்பியபோது, அதற்கும் வாய்ப்பு தரப்பட்டது. இதன்மூலம் 10க்கும் மேற்பட்ட புதிய எழுத்தாளர்களை மக்கள் குரல் நாளிதழ், எழுத்துலகுக்கு அறிமுகப்படுத்தியுள்ளது.

ஒருபக்கம், ராஜா செல்லமுத்துவின் சிறுகதைகள், ஊரக, நகர்ப்புற மாந்தர்களின் வாழ்வியலை மண்வாசனையோடு பேசிவந்தநிலையில் புதிய எழுத்தாளர்களும் அவர்கள் பார்த்து கடந்துவந்த மனிதர்களிலிருந்து பல்வேறு வாழ்க்கை விழுமியங்களையும் மக்களுக்கு எடுத்துச்சொல்லும் வாய்ப்பு அவர்களுக்குக் கிட்டியது. இதனால் மக்கள் குரல் சிறுகதைகளுக்கென வாசகர்களிடையே புதிய பரிமாணம் ஏற்பட்டுள்ளது. இந்த மாற்றங்களுக்கு ஒருவகையில் துணைபுரிந்துள்ள ராஜா செல்லமுத்துவின் எழுத்துப்பணிக்கு மக்கள் குரல் ஆசிரியர் என்றமுறையில் மனமார்ந்த வாழ்த்துகளைத்தெரி-விப்பதில் மகிழ்ச்சியடைகிறேன்.

அவருடைய சிறுகதைகளில், 'ஒரு பானை சோற்றுக்கு ஒரு சோறு பதம்' என்பதுபோல, இரு கதைகளை மட்டும் இங்கு பார்க்கலாம்.

அண்மையில், மக்கள் குரலில் ஒரு கதை எழுதியிருந்தார் 'உருவு கண்டு எள்ளாதே' என்ற இலக்கியத் தரத்திலான தலைப்பு, அதில் வரும் வரிகளில் உள்ள உவமை எழுத்துக்கு அழகு சேர்த்திருந்தது.

"கோவிந்த், நான் பகட்டுக்கும் பந்தாவுக்கும் எப்பவும் மயங்குறதே இல்ல. என்னோட எளிமை எப்படியோ அப்படித்தான் என்னோட வாழ்க்கை. செல்வம் இருக்கானே, அவன் ஒரு அப்பிராணி, பாவம்... சூதுவாது தெரியாத பய. "உண்மைக்கு உருவம் இருக்குன்னா, அத செல்வம்னு கண்டிப்பா சொல்லலாம்" அப்படியொரு நேர்மையான பய... என்ற சர்டிபிகேட்டை செல்வத்திற்குக் கொடுத்தார் ராஜேஷ்"

"உண்மைக்கு உருவம் இருக்குன்னா" என்ற வரிகளைப்போல், இயல்பும் அழகும் நிறைந்த எழுத்தோட்டத்தை, படிப்பவரிடம் கொண்டுசேர்ப்பதில் வல்லவர் ராஜா செல்லமுத்து.

அடுத்து "இப்படியும் சில மனிதர்கள்" என்ற கதை. அதன் தொடக்கத்திலேயே "மண்டையைப் பிளக்கும் மத்தியானவெயிலில், பாரதியும் முத்துவும் ஆற்காடு சாலையில் டூவீலரில் விரைந்துகொண்டிருந்தார்கள்."

"உச்சந்தலையில் விழுந்த வெயில் உள்ளங்கால் வரை உறைத்தது" என்ற வரிகள் காட்டும் வெப்பத்தின் ஆழமாகட்டும்,

"இருக்குற மரம், செடிகளை எல்லாம் வெட்டிட்டு நிழல் தேடி ஓடுறானுக, முட்டாப்பயக, எதையும் அழிக்கிறது சுலபம், ஆக்குவது சிரமம்... கொள்ளிக்கட்டையை எடுத்து தலையச்சொறிஞ்ச கதைமாதிரி" என்ற வரிகளில் சமூகத்தில் பொறுப்பற்றதன்மையை சாடுவதாகட்டும், "மூணு மணிக்கு வாங்கன்னு சொன்னாங்க, அதான் வந்தேன். இல்லன்னா இந்த வெயில்ல வரணும்னு நமக்கு தலையெழுத்தா என்ன? வெற்றியடைணும்னா, அவமானம், வெக்கம், துன்பம், துயரம், கேவலம், வெயில், மழை எதையும் பாக்கக் கூடாது. அப்படி பாக்காதவங்கதான் இன்னைக்கி பெரிய வெற்றியடஞ்சிருக்காங்க" என்ற வரிகளின் வெற்றித்திறவுகோல் ஆகட்டும்...

"சிவப்பு சிக்னல் கிரீனுக்கு மாறியது, சிக்னலுக்குமுன்னே சில அவசரக் குடுக்கைகள் முன்னேறியிருந்தார்கள். ம்... பாருங்க, ரெண்டு செகண்டு நின்னு போக மாட்டானுகளாம்..." என்ற வரிகளில் பெரும்பாலான வாகன ஓட்டிகளிடம் வெளிப்படும் தவறுகளை போகிறபோக்கில் குட்டும் போக்கு என, ராஜா செல்லமுத்துவின் சிறுகதைகள் சமூக பொறுப்புணர்வையும் சமூக அறத்தையும் வெளிப்படுத்துவதாகவே இருக்கும். ராஜா செல்லமுத்து மென்மேலும் சிறந்த படைப்புகளைக் கொடுத்து வெற்றிபெற வாழ்த்துகிறேன்.

அன்புடன்

இரா.முத்துக்குமார்

ஆசிரியர், மக்கள் குரல்

நினைத்து நினைத்து நெகிழ்கிறேன்...

நாம் நினைப்பது ஒன்று, இறைவன் இட்டுவைப்பது இன்னொன்று. எழுதத்தெரியுமென்றாலும் இவ்வளவு எழுதமுடியுமென்று இன்றளவும் எண்ணிப்பார்த்ததில்லை. வியப்பின் உயரத்தில் ஏறி விழிபிதுங்கி நிற்கிறேன். இவ்வளவும் எழுதியது நானா? ஆச்சரியத்தில் நிறைகிறது, என் மனம்.

ஒன்றுமட்டும் தெளிவாய்ப் புரிகிறது, இதையெல்லாம் நான் எழுதவில்லை என்பதுதான் உண்மை.

என்மீது அழுத்தப்பட்ட விசயங்கள், என்மீது திணிக்கப்பட்ட நிகழ்வுகள்தான் கோபங்கொண்டு கதைகளாக உருவம் பெற்றிருக்கின்றன என்று என்னால் அடித்துச் சொல்லமுடியும்.

கதைக்கான களம் தேடி, என் கற்பனைச்சிறகுகளை எங்கும் நான் அலைய விடுவதில்லை. வாழ்க்கையிலிருந்துதான் பிறக்கின்றன. என்னுடைய எல்லாப் படைப்புகளும்.

'மக்கள் குரல்' பத்திரிகையில் விளையாட்டாக எழுத ஆரம்பித்த இந்த சிறுகதைப்பயணம் இன்று, 1000 கதைகளைத் தாண்டித் தொடர்ந்து கொண்டிருக்கிறது.

எழுத ஆரம்பித்ததிலிருந்து கதைகளின் வயதும் உயர ஆரம்பித்தது. இப்போது, இந்தக்கதைகளின் வயது நான்கை தொட்டிருக்கிறது. என் இளமையின் கொஞ்சக் காலத்தைக் கதைகளுக்குச் செலவழித்திருப்பதாகக் கருதுகிறேன்.

காலம், நம்மைக்கேட்காமலே கடந்து சென்றுகொண்டுதானிருக்கும். நாம் என்ன சாதித்தோமென்று திரும்பிப்பார்க்கும்போதுதான், நாம் வாழ்ந்த வாழ்க்கையின் அர்த்தம் தெரியவரும்.

ஒன்றை இழந்தால்தான், இன்னொன்றைப்பெறமுடியுமென்ற வாக்கியம் என்னுள் நிஜமாய் நிமிர்ந்து நிற்கிறது.

நான் இயக்கிய "சூரிய நகரம்" என்ற திரைப்படத்திற்குப் பின் கிடைத்த இனிமையான இடைவெளியில் என்னால் 1000 சிறுகதைகள் எழுத முடிந்தது.

தேடலுக்கான பொக்கிஷகாலங்கள் என்னிடம் கதைகளாய்த் திரும்பி வந்திருக்கின்றன, என்று நான் பெருமைப்பட்டுக் கொள்கிறேன்.

இந்தப் பெரும் பெருமையோடு அடுத்த இலக்கை நோக்கிப் பயணப்பட இந்த உற்சாகம் ஓர் உந்துசக்தியாய் இருக்கும் என்பதில் இரண்டாம் கருத்திற்கே இடமில்லை.

என் திரையுலக இரண்டாம்கட்ட வாழ்க்கையை முதலிலிருந்து முழுதாய்த் தெரியவைத்துக்கொண்டிருக்கும் 'இயக்குநர் இமயம்' திரு.பாரதிராஜா அவர்களுக்கும், நான் சாய்ந்துவிடாமல் இருக்க, வேர்களாய் என்னைத்தாங்கி, நான் நிமிர்ந்து நிற்க உறுதுணையாகவும், எனக்கு அடையாளமுமாய் இருக்கும் 'மக்கள் குரல்' பத்திரிகையின் ஆசிரியர் திரு.முத்துக்குமார் அவர்களுக்கும்,

வேரின் விலாசத்தை அறிமுகப்படுத்தி எப்போதும் எனக்கு ஒரு வழிகாட்டியாய் இருக்கும், என் இரண்டாம் தாய் 'மக்கள் குரல்' கலைமாமணி வீ.ராம்ஜீ 'பராசக்தி' - மாலி அவர்களுக்கும் என்றும் நான் நன்றிக்கடன் பட்டவனாகவே இருப்பேன். நூலைப் பிழைதிருத்தம் செய்து செம்மைப் படுத்தித் தந்த கவிஞர் சொ.கலைச்செல்வி அவர்களுக்கு என் நன்றி!

ஆயிரம் சிறுகதைகளிலிருந்து தேர்ந்தெடுத்த இந்தச் சிறுகதைகளுக்கு சிறப்புச் சேர்த்து முன்னுரையும் வாழ்த்துரையும் வழங்கிய திரையுலகப் பிரம்மாக்களுக்கும், நண்பர்களுக்கும் என் இதய நன்றி.

கடின உழைப்பும் விடாமுயற்சியும் நம்மை ஒருபோதும் கைவிடுவதில்லை. இனிவரும் காலங்கள் இடும் கட்டளைப்படி பயணப்படுகிறேன்.

நம்பிக்கையுடன்
ராஜா செல்லமுத்து

16வது வார்டு, தெற்குத் தெரு,
தேவாரம் - 625 530.
தேனி மாவட்டம்.
9080059937, 9841541070

உள்ளடக்கம்

இலக்கியத் தலைநகரம்	15
தொப்பூழ்க்கொடி	21
வெள்ளாமைக்காடு	34
சாலை விபத்து	43
தண்ணீர்	48
இளையராஜா பாடலும் ஜன்னலோர இருக்கையும்	58
சித்தப்பா	64
முள்ளில் முளைத்த வானவில்	72
விவசாயிகள் பொழப்பு	81
கணவர் பெயர்	88
சைவப்புலி	93
கண்ணாடி விண்மீன்கள்	101
மறுகு சோளம்	112
திருஷ்டிப் பூசணி	119
தேனி	124
விஞ்ஞான ஒப்பாரி	129
தோல்வி வேண்டும்	135
ராணுவம்	140
நூல் வளையங்கள்	147
தந்தை சொல் மந்திரம்	162

வெளிநாட்டு வாழ்க்கை	168
தூய்மை இந்தியா	175
பூக்கள் மீண்டும் பூக்கும்	182
என்னைக் காயப்படுத்தியவளுக்கு ஓர் கடிதம்	188
விளக்குத் தூக்கிகள்	193
மாதராய் பிறப்பது மாதவம்	199
தேயிலை	206
ஒற்றை ரோஜா	214
கோடிச் சேலை	223
அழகோவியம்	228
பெயர் மாற்றம்	234
பிளாஸ்டிக் அரிசி	239
உருவு கண்டு எள்ளாதே	245
காட்டுத் தீ	253
அடகு வைத்த நகைகள்	260
ஸ்டிக்கர் பொட்டு	266
முத்தான முத்தல்லவோ	272
நினைவாலே சிலை செய்து...	277
ரோஜாக்களில் பூக்கும் முட்கள்	285
விவசாயம்	291

இயக்குநர் இமயம்
பாரதிராஜா

நான் தமிழ்ச் சினிமாவில் மண்வாசனைதான் காட்டினேன். ஆனால், தம்பி ராஜா செல்லமுத்து, இரண்டு மடங்கு மேலேபோய் மண் வாசனையையும் ஈரத்தையும் தன் சிறுகதைகளின்மூலம் அழுத்தமாகப் பதிவு செய்திருக்கிறார். எழுத்து வடிவத்தில் உள்ள இந்தச் சிறுகதைகள் இன்னும் சிறிதுகாலத்தில் காட்சிவடிவம் பெறும். தம்பி ராஜா செல்லமுத்துவின் எழுத்துகள் வெற்றியடைய இதயபூர்வமான நல்வாழ்த்துகள்

...

இலக்கியத் தலைநகரம்

தேனியை 'இலக்கியத் தலைநகரம்' என்று பட்டம் கொடுத்துக் கௌரவிக்க இருந்தது ஓர் இலக்கிய அமைப்பு.

எத்தனை ஒளிவிளக்குகள் எரிந்தாலும் இரவை ஜெயிக்க முடியாது என்ற கட்டுப்பாட்டிற்குள் அழகழகாய் எரிந்துகொண்டிருந்தன மின்விளக்குகள்.

பல்கலைக்கழக துணைவேந்தர்கள், பல்வேறு கல்லூரிகளின் பேராசிரியர்கள், தமிழ் ஆர்வலர்கள் என அமர்ந்திருந்த இலக்கிய மேடை தமிழ்ச்சுமை தாங்காமல் கொஞ்சம் தடுமாறியது.

தேனியின் பெருமைகளை சொல்லிச்சொல்லி கேட்பவர்களின் காதுகளில்கூட லேசாக காயம் ஏற்பட்டன.

அந்தக் கூட்டத்திற்கு அழைக்கப்படாத விருந்தாளியாய் வந்திருந்தார் பேராசிரியர் வாஞ்சிநாதன். தமிழ் படித்தவர். பேராசிரியராகப் பணியாற்றி இடமாறுதலுக்காக தமிழ்நாட்டையே சுற்றியவர். தற்போது தேனியில்.

மூன்று பக்கம் கடலாலும் ஒருபக்கம் நிலத்தாலும் சூழப்பட்டது பூமி.

தமிழ்நாடு நான்கு பக்கமும் இலக்கியத்தால் ஆளப்பட்டது.

தேனி மாவட்ட மண், இலக்கிய மணம்கமழும் மண். அந்த மாவட்டத்து மக்கள் பேசும் வார்த்தைகளில் இலக்கிய ஈரமிருக்கும். மூதாட்டியின் பேச்சில்கூட கவிதையின் சாரமிருக்கும். திராட்சை காய்த்துத் தொங்குகிற அழகு கொழிக்கும் அற்புதம். நெற்கதிர்கள் விளைந்து சாயும் பெருமை. தென்னந் தென்றலின் தாழ்வாரம், முல்லையும் வைகையும் கைகோர்க்கும் நதிமூலம். மேற்கு

மலைத்தொடரின் அடிவாரம். தமிழ் இலக்கியத்தின் அடையாளம். இப்படி கொட்டிக்கிடக்கும் திறமைகளின் தலைவாசல் அந்த மாவட்டம்.

இப்படி ஆட்கள் பேசிக்கொண்டிருக்கும்போது வாஞ்சி நாதனின் நினைவுகள் பின்னோக்கின. சாரலும் தூறலும் மென்மையாகத் தூவும் ஒரு காலைப்பொழுதில், செம்மண் மணம்வீசும் புளியம்பூவின் வாசனையும் நாசியில் நறுமணம் பூசும். ஆவாரம்பூவின் அழகையும் சுமந்துநிற்கும் அந்த சாலையோர கல்லூரியின் புதுமுக வகுப்பு வழக்கம்போல அன்றும் தொடங்கியது.

“தம்பி, நீ படிச்சு என்னாகப் போற?”

“பெரிய டைரக்டர் ஆகப்போறேன் சார்.” ஆசிரியரின் கேள்விக்கு பளிச்சென பதில் சொன்னான் சின்னச்சாமி.

“டைரக்டர்னா? சினிமாவுலயா?...”

“ஆமா சார்...”

“டேய்... அது கஷ்டமான வேலையில்லையா?”

“கஷ்டம்னா என்ன சார்...?”

“அந்தத் தொழில்ல இருக்குறவங்க ரொம்பக் கஷ்டப்படுறாங்களாம். படிச்சு வேற வேலைக்குப் போயி, சொகுசான வாழ்க்கை வாழ்றத விட்டுட்டு ஏன் இப்பிடி தெரிஞ்சே பிரச்சினையில போய் சிக்கணும்னு நினைக்கிற?” ஆசிரியரின் கேள்விக்கு பதில் சொன்னான் சின்னச்சாமி.

“எந்தத் தொழில்ல சார் கஷ்டமில்ல? கஷ்டப்பட்டா கண்டிப்பா ஜெயிச்சிரலாம் சார். சினிமா கஷ்டம்னு நெனைச்சிருந்தா அல்லிநகரத்து பால்பாண்டி இந்த ஒலகமே பாராட்டுற பெரிய இயக்குநர் பாரதிராஜாவா வந்திருக்க முடியுமா? பேருந்துகூட போகாத பண்ணைப்புரம்ங்கிற சின்ன கிராமத்துலயிருந்து வந்த ராசையா, இந்த பூமியே பாராட்டுற அளவுக்கு ‘மேஸ்ட்ரோ’ இசையமைச்ச இளையராஜாவா வரலியா? வடுகபட்டியில பிறந்த வைரமுத்து கவிதையில கவிப்பேரரசு ஆகலியா? பெரியகுளத்துல பூத்த மு.மேத்தா கவிதைக்கு புதுஅர்த்தம் சொல்லலியா? மீனாட்சிபுரத்தில உதிச்ச நா.காமராசன நாம் மறந்துட்டோம். கங்கை அமரன், வெங்கட்பிரபு, யுவன் சங்கர் ராஜா, பவதாரணி இவங்க சினிமாவுல இல்லையா? மல்லிங்காபுரத்துலயிருந்து போன கரிசக்காட்டு கஸ்தூரி ராஜா, இவங்களோட வாரிசுகள் சொல்ற அளவுக்கு வளரலயா? நாராயணத்தேவன்பட்டிக்கு இயக்குநர் பாலா பெருமை சேர்க்கலையா? கிழக்குச்சீமையிலே கதாசிரியர் ரத்னகுமார் இந்த மாவட்டம் இல்லையா?” என, அந்த மாவட்டத்து கலைத்துறையினரின் பெயர்களைச் சொன்னான் சின்னச்சாமி.

“தம்பி இவ்வளவு பேரும் உங்க மாவட்டமா?”

“ஆமா சார்… அரசாங்க வேல கெடச்சிருச்சுன்னு அப்பிடியே இங்க வந்திட்டீங்க. வேல பாத்தா மட்டும் போதாது சார். தேனி மாவட்டத்தப் பத்தியும் கொஞ்சம் தெரிஞ்சுவச்சுக்கங்க” என்று சின்னச்சாமி சொன்னபோது அந்த வகுப்பறையே கை தட்டியது.

“ஏண்டா, அவன் சினிமாவுல போய் சீரழியணும்னு சொல்றான். நீங்களும் அதுக்கு ஜால்ரா போடுறீங்களா?”

“சார்… தப்பு சார். நீங்க சொல்றது ரொம்பத் தப்பு. சின்னச்சாமி பெரிய கலாரசிகன். நீங்க இப்பத்தான் இந்த காலேஜ் வந்திருக்கீங்க. போகப்போக தெரிஞ்சுக்குவீங்க. இந்தக் கல்லூரியில நடக்குற எல்லா கல்ச்சுரல் விசயங்களையும் சின்னச்சாமிதான் சார் பண்ணுவான். அவ்வளவும் அற்புதமா பண்ணுவான். எங்க போனாலும் பரிசு வாங்காம வரமாட்டான். அவன் கண்டிப்பா ஜெயிப்பான்” என, கல்லூரி மாணவர்களும் அவனுக்கு ஆதரவாகவே பேசினர்.

“வீணாப்போறதுக்கு அவனுக்கு நீங்க சப்போர்ட் பண்றீங்க. யாரும் போக யோசிக்குற இந்தத் தொழிலுக்கு அவன மட்டும் நீங்க போகச்சொல்றது எந்தவகையில நியாயம்?”

“யாரு சொன்னா சார்… எந்த மாவட்டத்துக்காரங்களுக்கும் இல்லாத துணிச்சல் எங்க மாவட்டத்துக்காரங்களுக்கு இருக்கு”

“எந்தப் பின்புலத்த வச்சு சினிமாவுல ஜெயிக்கப்போறீங்க?”

“என்ன பின்புலம் வேணும் சார்… எங்ககிட்ட நம்பிக்கை இருக்கு, எங்க அப்பன், ஆத்தாளோட ஆசியிருக்கு. சின்னச்சாமி கண்டிப்பா ஜெயிப்பான் சார்” மேலும் மேலும் அவனுக்கு சப்போர்ட் செய்தார்கள்.

“சின்னச்சாமி ஒங்க அப்பா அம்மா என்ன பண்றாங்க?”

“கூலி சார், விவசாயக் கூலி”

“என்னது கூலியா?”

“ஆமா சார்…”

“அதுல வர்ற வருமானத்த வச்சு படிச்சு முன்னேறி நல்ல வேலைக்குப் போகாம கஷ்டம்தான் படுவேன்னு சொல்ற சினிமா முன்னமாதிரியில்ல, தெரியுமில்ல?”

“யாரு சொன்னா சார்? இப்பத்தான் நல்லாயிருக்கு. போட்டியில் ஜெயிக்கிறது தான் உண்மையான வெற்றி. நான் ஜெயிப்பேன் சார்.” உறுதியாகச் சொன்னான்.

அன்றைய வகுப்பு இப்படியே சென்றது. இலக்கிய வாக்குவாதங்கள், சினிமா விமர்சனங்கள் என கலகலப்பின் உச்சிக்கே சென்றுகொண்டிருந்தது அந்த வகுப்பு.

பூவரசம் பூக்களும் புங்கைமர நிழலும் போட்டி போட்டுக்கொண்டு இதை கேட்டுக்கொண்டிருந்தன.

சின்னச்சாமி சிறிதுகூட தயங்காமல் பேசிக் கொண்டிருந்தான்.

“சின்னச்சாமி நாளைக்கு ஒங்க வீட்டுக்கு வர்றேன்”

“சரி சார்...”

அன்றைய வகுப்பு விவாதத்திலேயே முடிந்தது.

முல்லையாற்றுத் தண்ணீர் கல்லூரியின் சுவர்க்கால்களை நனைத்துக் கொண்டு சென்றுகொண்டிருந்தது.

மறுநாள் பேராசிரியர் சின்னச்சாமியின் வீட்டிற்குச் சென்றார்.

“மயிலப்பசு மடியில பால் கட்டுது...
செவல கன்னுக்குட்டி அதுல போய் முட்டுது
கருத்தக் காள கொம்பு ரெண்டும் கத்தியாயிருக்கு
அதுசோடி தேடி தெனமும் கத்திட்டே இருக்கு
கருவல முள்ளுல தட்டான் ஒறங்குது - அது
கொக்கி போல கொடுக்க எறக்குது...
பூசணிப்பூ ரேடியாவில பட்டாம்பூச்சி பாடுது...
பூத்த பூவுல தேனீதேன் தேடுது” என்று

சின்னச்சாமியின் அம்மா பாடிக்கொண்டிருந்தாள். தலையில் உருமாக்கட்டி அவனின் அப்பா சோளத்தட்டையை வெட்டி மாட்டிற்குப் போட்டுக் கொண்டிருந்தார்.

சின்னச்சாமி ஆட்டுக்கு தண்ணீர் வைத்துக்கொண்டிருந்தான். அந்த வீடே விவசாய இலக்கியம் ததும்பும் வெளியில் நிறைந்து கிடந்தது.

பேராசிரியர் வருவதைப் பார்த்த சின்னச்சாமி படாரென எழுந்தான்.

“சார்... வாங்க... அம்மா எங்க சார் வந்திருக்காரு” என்று கூப்பிட அப்பாவும் அம்மாவும் பேராசிரியரை கையெடுத்துக் கும்பிட்டார்கள்.

“வாங்க சாமி... வாங்க...” கூப்பிட்ட கையோடு சொம்பில் மோர் கொண்டு வந்தாள் அம்மா.

“சாமி, இதக் குடிங்க...”

மோரை வாங்கினார் பேராசிரியர்.

“அம்மா, ஒங்க பையன் சினிமாவுல போய்ச் சேரணும்னு சொல்றானே அத நீங்க ஆதரிக்கிறீங்களா?”

“எம் புள்ள எங்க போனாலும் செயிச்சுருவான் சார். போகட்டுமே...”

“அதுயென்ன பெரிய வித்தையா? அந்த எல்லா வித்தையும் எம்புள்ளைக்கு நான் சொல்லித் தந்திருக்கேன். செயிச்சுப்புடலாம் சார். பாட்டும் கதையும் எங்க ரத்தத்தில ஒறஞ்சு கெடக்கு. தட்டிவிட்டா போதும் மளமளன்னு வந்து விழுகும்ல” என்று அம்மாவும் மகனுக்கு ஆதரவு சொன்னாள்.

“மகனே, நீ சினிமாவுல செயிக்கணுமா? நாங்க இருக்கோம்டா. நீ போ ராசா... எங்களோட ஆசி கண்டிப்பா ஒனக்கு இருக்கு” அப்பாவும் பதில் சொன்னார்.

பேராசிரியர் பெரும் அதிர்ச்சிக்கு உள்ளானார்.

இந்த மாவட்டத்து மக்களுக்கு சவாலே வாழ்க்கையாக இருக்கிறது. எல்லோர் ரத்தத்திலும் இலக்கியரசனை ஊறியுள்ளது. கஷ்டத்தைக் கவசமாக நினைக்கும் இந்த மனிதர்கள் நிச்சயம் கிரீடம் சூடுவார்கள் என்ற நம்பிக்கையில் வெளியேறினார்.

“சார், கொஞ்சம் சாப்பிட்டுப் போங்க” அம்மா கூப்பிட, பேராசிரியர் வேண்டாமென்று தலையாட்டியபடியே வெளியேறினார்.

“சின்னச்சாமி இங்க வா” வாசலுக்குப் போன பேராசிரியர் கூப்பிட்டார்.

“கண்டிப்பா நீ ஜெயிச்சுருவ. ஏன்னா, ஒன்ன உருவாக்குறது ஒங்க அம்மா அப்பா. என்னையும் இப்படிச் சொல்லி ஜெயிக்கவைக்க ஆள் இல்ல. உண்மையிலயே உங்கள நெனைச்சா ரொம்ப பெருமையா இருக்கு”

“ஒரு தொழிலுக்கு திறமையைவிட ஊக்கம்தான் முக்கியம். தேனி மாவட்டத்து மக்களுக்கு தைரியம் அதிகம். அதனாலதான் இங்கிருந்து நெறையப் படைப்பாளிகள் வாராங்க. நான்கூட ஒன்ன தப்பாப் புரிஞ்சுக்கிட்டேன். கண்டிப்பா நீ ஜெயிப்ப. இது கிராமம் இல்ல... உண்மையிலயே இலக்கியத் தலைநகரம்தான்” என்று சின்னச்சாமியை வாழ்த்திவிட்டு வெளியேறினார் பேராசிரியர் வாஞ்சிநாதன்.

விழா நடக்கும் இடத்தை வெறித்துப் பார்த்தபடியே உட்கார்ந்திருந்தார். தேனி மாவட்டத்துத் தென்றல், விழா நடக்கும் பகுதியை மிதமாகவே வைத்திருந்தது.

வாஞ்சிநாதனின் நினைவுகள் அவிழ, அந்த அமைப்பு தேனிக்கு, வாஞ்சிநாதன் சின்னச்சாமியிடம் என்றோ சொன்ன ‘இலக்கியத் தலைநகரம்’ என்ற பட்டத்தை வழங்கியது.

■ ■ ■

இசைஞானி
இளையராஜா

திரு. ராஜா செல்லமுத்து அவர்கள் கொண்டிருக்கும் எழுத்துப் பணி மென்மேலும் வளர்ந்தோங்க இறையருள் துணை நிற்குமாக.

●●●

தொப்பூழ்க்கொடி

வைகையாற்றின் தரைக்காற்று மதுரை, தேனி மாவட்டம் முழுவதும் வெப்பமாய் வீசிக்கொண்டிருந்தது.

தேனி மாவட்டத்திலிருந்த, நெல்வயல் கிராமத்தில் வறட்சி அளவுக்குமீறி விளைந்திருந்தது.

புழுதிபறக்கும் புயலில், சிறகுகளில் தூசி சுமந்த பறவைகள் களைத்துப் போய் இலைகளற்ற மரக்கிளையில் அமர்ந்து, ஈனக்குரலில் தொண்டையிலிருந்த கொஞ்ச ஈரமும் குறையக் குறைய கத்தியபடியே இருந்தன.

எங்கோ பறந்துபோயிருந்த பச்சைக்கிளிகள், பட்ட மரத்தில் வந்தமர்ந்ததும் அவை கிளைகளில் துளிர்த்த இலைகளாய் சிறகு விரித்தன.

உஷ்ணம் உறைக்கும் ஓர் உச்சிப்பொழுதில் முருகேஸ்வரி முணுமுணுத்துக்கொண்டே இருந்தாள்.

"ஏய், இப்ப என்ன ஆகிப் போச்சுன்னு மொணங்கிக்கிட்டே இருக்க?"

கணவன் மாணிக்கம் கொஞ்சம் காட்டமாகவே கேட்டான்.

"ஆமா, நான் சொன்னா மட்டும் நீ கேக்கவா போற? நான் எங்கயோ இருந்து வந்தவதான. நான் சொல்றத சட்டசெய்வியா என்ன?" மூக்குச் சிந்தினாள் முருகேஸ்வரி.

"இப்ப, என்ன பண்ணனும்ணு சொல்ற?"

“ஊருக்குள்ள தல காட்ட முடியல. எல்லாம் அப்படிப் பேசுறாங்க. நமக்கும் மானம், மருவாதி கௌரவம் இருக்குல்ல. இந்தக் கெழவி பேசாம அங்கிட்டும், இங்கிட்டும் போயி பொலம்பிட்டுத் திரியுதே, இது கேவலமில்லையா? வேடிக்கை பாக்குறவங்க தெனமும் எங்கிட்ட வந்து ஒப்பிச்சிட்டுப் போறாங்க. அவங்க சொல்றத கேக்க கேக்க நெஞ்சுக்குழிக்குள்ள நெருப்பா எரியுது. இதுக்கு ஒரு முடிவு கட்டிட்டு குடும்பத்தப் பாரு. இல்ல, ரெண்டு புள்ளைகளையும் சேத்து நானும் விட்டத்தில தூக்கு மாட்டிட்டு தொங்கிருவோம்.”

முருகேஸ்வரி சொல்வதை கொஞ்சங்கூட குறுக்கிடாமல் கேட்டுக் கொண்டிருந்தான் மாணிக்கம்.

“இப்ப நான் என்ன செய்யணும்னு நெனைக்கிற?”

“ஒங்க அம்மைய, என்ன பண்ணனும்னு முடிவு செய்றீங்களோ செய்யிங்க. இதுல நான் தலையிடமாட்டேன்.” முருகேஸ்வரியின் குரலில் மூர்க்கம் தெரிந்தது.

“புள்ளைங்க எங்க?”

“பள்ளிக்கொடம் போய்ட்டாங்க”

“இப்ப, அம்ம எங்கயிருக்கு?”

“சாவடியில நின்னு பேசிட்டு இருக்காம். அங்கனயிருந்து வந்தவங்க சொல்லிட்டுப் போறாங்க.”

“நீ போயி கூப்பிட்டயா?”

“இல்ல”

“ஏன்?”

“நான் கூப்புட்டா மட்டும் வந்துருமாக்கும். அதுவா நெகா தெரியாம பேசிட்டு இருக்கிறதுகிட்ட போயி நான் என்னத்த பேசப் போறேன்”

“சரி. நீ வீட்டுல இரு, நான் போயி என்னா ஏதுன்னு பாத்திட்டு வாரேன்” என்ற மாணிக்கம் வீட்டைவிட்டு வெளியே இறங்கினான்.

கதகதவென்று கனத்துக் கிடந்தது வெட்டவெளி.

“ ஏலேய்... மாணிக்கம்”

தூரத்திலிருந்து ஒரு உறவுக் குரல் கேட்டது.

நெற்றியில் கைவைத்து கூப்பிட்ட தூரக்குரலை உற்றுநோக்கினான் மாணிக்கம்.

கானல் நீர் வரிவரியாய் விரிய, மேலத்தெருவிலிருந்து வேர்க்க விறுவிறுக்க கருப்பசாமி வந்துகொண்டிருந்தான். அவன் வரும்வரை அங்கேயே நின்றிருந்தான். நின்ற இடத்திலிருந்தே நெடுவானம் பார்த்தான். உச்சிப்பொழுதில் துண்டு மேகங்கள் தூரம் தூரமாய் நகர்ந்துகொண்டிருந்தன. நீலநிறம் கொஞ்சங்கூட நிறம் மாறாமல் விரிந்து பரந்திருந்தது வானம்.

"என்ன மாணிக்கம்... நீங்க பாட்டுக்கு இப்பிடி இருக்கீங்க? அங்க போயிப் பாரு கெழவி எப்பிடி பொலம்பிக்கிட்டு இருக்குன்னு. நீங்க யாருமே என்ன ஏதுன்னு கேக்க மாட்டேங்கிறீங்க. அனாதப் பொம்பளமாதிரி, ச்சே... அத நான் சொல்லல... நீயே போய்ப் பாரு" என்று கருப்பசாமி சொல்லிவிட்டுச் சென்றான்.

மாணிக்கம் மனதிற்குள் கவலைக் குமிழ்கள் பறந்தன. கேவலமும் ஆத்திரமும் ஒருசேர பற்றிக்கொள்ள, கொஞ்சநேரத்தில் சாவடிக்கு போய்ச் சேர்ந்தான்.

"யம்மோவ், யம்மா... ஏன் இப்பிடி பொலம்பிட்டு இருக்க?

நீ இப்பிடி பேசிட்டு இருந்தா எங்களுக்கு அசிங்கமா இருக்காதா? பேசாம வீட்டுக்கு வா." அம்மா, பழனியம்மாவைக் கூப்பிட்டான் மாணிக்கம்.

"ராசா, நீ இல்லாம நான் எவ்வளவு பாடுபடுறேன்னு தெரியுமா? ஒரு வா கஞ்சி குடிக்க ஓராயிரம் பேச்சு கேக்கவேண்டியிருக்கு. எனக்கு இதுலருந்து என்னைக்கு விடுதல கெடைக்கப்போகுதோ? இப்பிடியே நாண்டுக்கிட்டு சாகவும் முடியல, உசுரோட பொழைக்கவும் முடியல. நான் சாகணுமா? பொழைக்கணுமா ராசா... இப்பிடி என்னைய வெண்ணலையா விட்டுட்டுப் போயிட்டயே' அழுகையும் கண்ணீரும் கலந்தபடியே புலம்பினாள் பழனியம்மாள்.

உடுத்தியிருந்த அவளின் உடைகள் அழுக்காய் இருந்தன. சுருங்கிய தேகம், பாம்படமில்லாத காதுகள், ஒட்டு மூக்குத்திகூட அணியாத கிராமத்து மூக்கு, வாழ்ந்து கெட்டதன் அடையாளமாய் சுருங்கிப் போயிருந்தது உடம்பு.

"பெத்த புள்ளைகளும் மருமகளுகளும்தான் இருக்காளுகளே... என்னோட பசியறிஞ்சு என்னா, ஏதுன்னு கேப்பாங்களா? இல்ல சோறுதந்து பசியாத்துவாங்களா? அடிமை வாழ்க்கையா இருக்கே ராசா... இந்தப் பொழப்பு சுதியத்துப்போச்சே" பொலபொலவென கண்ணீர்விட்டபடியே அழுது கொண்டிருந்தாள்.

"யம்மா... ஏய், யம்மாவ்..." பழனியம்மாவைப் பிடித்து உலுக்கினான் மாணிக்கம்.

"ஒனக்கென்ன கிறுக்கா புடிச்சிருக்கு, இப்பிடி வீதியில நின்னு கத்திட்டு இருக்க. வா, வீட்டுக்குப் போகலாம்" கொஞ்சம் கோபத்தோடு பேசினான் மாணிக்கம்.

அரண்டுபோயிருந்த பழனியம்மாள், "என்னடா..." என்று வீரியமாய் கேட்டாள்.

"வீட்டுக்கு வா... ஏன் இங்கன நின்னு இப்பிடி கத்திட்டு இருக்க? வா வீட்டுக்குப் போகலாம்" வம்படியாகக் கூப்பிட்டான்.

"நான் வரமாட்டேன். என்னோட ஆம்பளைகிட்ட பேசிட்டிருக்கேன். நீ யாருடா குறுக்க நின்னு சால்போடுறது. போடா ஒன்னோட வேலயப் பாத்திட்டு" கண்ணீர் பெருகப்பெருக பேசினாள் பழனியம்மாள்.

"இப்ப வரப்போறீயா இல்லையா?"

"வரமாட்டேன்" வீம்பு பிடித்தாள்.

பழனியம்மாளின் கையைப் பிடித்து தரதரவென இழுத்துக்கொண்டு போனான்.

"ஐயய்யோ... என்னைய கொல்றாங்களே... என்னைய விடுடா. நான் அங்க வரமாட்டேன். ஒங்க வீட்டுக்கு வரமாட்டேன். நான் வர மாட்டேன். ம்ம்ம்ம்..." என, அழ ஆரம்பித்தாள்.

"நீ மொதல்ல வீட்டுக்கு வா. வீட்டுல போயி மத்ததப் பேசுவோம்" வீதிவழியே இழுத்துக்கொண்டு போனான்.

நெல்வயல் கிராமத்து மக்கள் இந்த நிகழ்வை நிமிர்ந்து பார்த்தபடியே இருந்தனர்.

"ஏய் விடுடா, ஏன் இந்தக் கெழவிய இப்பிடி இழுத்திட்டுப் போற. பாவம்டா, ஆளுக்கு மரியாதை இல்லன்னாலும் வயசுக்கு மரியாதை தரணுமே"

"விடுப்பா..." தெருவாசிகள் சொல்லியும் யாரையும் திரும்பிக்கூட பார்க்காமல் பழனியம்மாளை இழுத்துக்கொண்டே போனான் மாணிக்கம்.

"ஐயா மாணிக்கம், விடுய்யா. நான் வீட்டுக்கு வரலய்யா, ஒம் பொண்டாட்டி, புள்ளையெல்லாம் வய்வாங்கய்யா. நான் அங்க வரலய்யா, என்னை விட்டுரு, இங்கனக்குள்ள என்னத்தையோ வாங்கித் தின்னுட்டு எங்காலத்த முடிச்சுக்கிறேன். என்னைய விட்டுருய்யா," அழுது புலம்பினாள்.

பழனியம்மாள் இப்படிப் பேசுவதை எல்லோரும் வேடிக்கை பார்த்தார்களேயொழிய விவரம் ஏதும் கேட்கவில்லை.

“ம்க்கும்... இது இன்னைக்கு நேத்து நடக்கிற கூத்தா என்ன? தெனமும் இதுதான நடக்குது. பெத்த புள்ளைகளும் சோறு தண்ணி குடுக்கிறதில்ல. வீட்டுக்கு வந்த மருமக்கமாரும் என்னா ஏதுன்னு கேக்குறதில்ல. புருசன் செத்த நாள்ல இருந்து பாதகத்தி பழனியம்மா தனிமரமாப் போனா” சிலர் இப்படியும் பேசினர்.

“நான் வரலய்யா மாணிக்கம், ஒம் பொண்டாட்டி வய்வாய்யா என்னைய இங்கனயே விட்டுருய்யா” அழுது ஆர்ப்பாட்டம் செய்தாள்.

“பேசாம வா.” பழனியம்மாளின் கையைப் பிடித்தபடியே இழுத்துக்கொண்டு போனான்.

இரண்டுபேரின் காலடிச் சத்தத்தைக் கேட்டு, என்னமோ ஏதோவென்று படுத்திருந்த இரண்டு நாய்கள் ‘லொள்... லொள்... லொள்’ என குரைக்க ஆரம்பித்தன. உச்சிப்பொழுது, உதிர்ந்து மை கருக்கும் ராத்திரிக்கு மெல்ல மெல்லத் தயாரானது வானம்.

கூடு தாண்டி எங்கோ பறந்துபோயிருந்த குருவிகள், வீடு தேடி விரைந்து வர ஆரம்பித்திருந்தன.

ஆலமரம் முழுவதும் வந்தமர்ந்த குருவிகளின் கும்மாளம் குதூகலக் குரலாய் எதிரொலித்துக் கொண்டிருந்தது.

இச்சி மரங்களில் பழத்தைத் தின்றுகொண்டிருந்த, அணில்கள், தன் எச்சில் உதடுகளில், ‘கிரீச், கிரீச்’ என கத்திக் கொண்டிருந்தன.

பழனியம்மாளை வீட்டின் திண்ணையில் உட்கார வைத்தான் மாணிக்கம். ஆள் அரவத்தைக் கேட்ட முருகேஸ்வரியும் புள்ளைகளும் வாசலுக்கு ஓடி வந்தனர்.

“இப்பிடி வீதியில நின்னு தெனமும் பேசிட்டே இருக்கியே, ஒனக்கென்னம்மா பிரச்சனை.”

“ம் சொல்லு. இப்பச் சொல்லப்போறியா? இல்லையா?” நாக்கைத் துருத்தினான் மாணிக்கம்.

“இந்தக் கெழவி நம்மள ரொம்ப அசிங்கப்படுத்துது. இதுக்கு ஒரு வழியச் சொல்லு. இல்ல, நானும் என் புள்ளைகளும் எங்கயாவது கண்காணாத எடத்துக்கு ஓடிப் போயிருவோம்“ என்றாள் முருகேஸ்வரி.

“ஏய், சும்மா இரு. இருக்கிற பிரச்சனையில இவ வேற”

“நெசமாத்தான் சொல்றேன். ஒண்ணு இங்கன இந்தக் கெழவி இருக்கணும். இல்ல நாங்க இருக்கணும். நீயே முடிவு செய்யி. நாங்களா? ஒன்னோட அம்மாவா?” முறைத்துப் பேசிவிட்டு வீட்டிற்குள் போனாள்.

"ஏம்மா, எங்கள இப்பிடி அசிங்கப்படுத்துற?"

"இல்ல, மாணிக்கம். நான் எங்கடா ஒங்கள அசிங்கப்படுத்துனேன். எம் மகராசன், என் சீமான், என்னைய விட்டுட்டுப் போய்ட்டாரு, அத நெனச்சு நெனச்சு பொலம்பிக்கிட்டு இருக்கனேயொழிய, ஒங்கள ஏதும் பேசலய்யா, நான் பேசுறதுனால யாருக்குய்யா நட்டம்" வெள்ளந்தியாய் கேட்டாள் பழனியம்மாள்."

"கூடப்பெறந்த எல்லாப் பயலுகளும் அவன் அவன் பொழப்பு தேடி வெளியூரு அங்க இங்கன்னு போயி சொத்து சொகத்தோட வாழ்ந்திட்டு இருக்கானுக. இது நம்ம காலச்சுத்துன பாம்புகெணக்கா, நம்மையே சுத்திட்டுக் கெடக்கு, இத தொலச்சாதான் நம்ம நல்லா பொழைக்கமுடியும். இல்ல சாகும்போது அண்ணாக்கயிறுகூட இருக்காது" அவனாகப் புலம்பினான் மாணிக்கம்.

"என்ன மாணிக்கம் நீயா பேசுற?" மகனை ஆதரவாக தலைகோதினாள் பழனியம்மாள்.

"எங்களையெல்லாம் பாத்தா ஒனக்கு எப்பிடித் தெரியுதும்மா?"

"என்னய்யா சொல்ற?" கண்களில் ஈரமும் வார்த்தையில் இரக்கமும் பிழிய பாவமாய்க் கேட்டாள் பழனியம்மாள்.

"என்னய்யா இந்த கடைசிக்காலத்தில நான் என்னய்யா பண்றது. அந்த ஆம்பளைய என்னால மறக்கமுடியல. ஒரு வா கஞ்சி குடிக்கிறதுக்குள்ள ஓராயிரம் பேசுறாய்யா ஓம் பொண்டாட்டி. அதான் மனம்போன போக்குல நான் பாட்டுக்கு பேசிட்டு இருக்கேன். இனிமே பேசமாட்டேன். மன்னிச்சுருய்யா எனக்கு இன்னியொரு கல்யாணம் பண்ணிக்குடுக்கப் போறயா? இந்தக் கெழவிக்கு இங்கன கெடக்கிறத தின்னுட்டு விதிவந்தா சாகுறேன்யா" கிழவி புலம்பிச் சொன்னாள்.

இது எதையும் மாணிக்கம் காதில் வாங்காமல் உட்கார்ந்திருந்தான்.

"இந்தக் கெழவி இதையே ஆயிரம் தடவ நம்மகிட்ட சொல்லிட்டு, பழையபடி செஞ்சதவேதான் திரும்பத்திரும்ப செஞ்சிட்டு இருக்கு. இன்னைக்கு ரவைக்குள்ள ஒரு நல்ல முடிவா எடுக்கப்பாரு, இல்ல நானும் எம் புள்ளைகளும், எங்கையாவது கண்காணாத தெசைக்கு ஓடிப் போயிருவோம்" என்று முருகேஸ்வரி பேசியபோது,

"அம்மா, நம்ம மருதைக்கு போகலாமா?" என்ற, தன் சின்னமகளை சட்டெனத் தோளில் அடித்தாள், முருகேஸ்வரி.

"மருதையாம், பெரிய மருத. பெறந்த ஊர விட்டுட்டு, பெருசா 'நெல்வயல்'ல பொழைச்சிரலாம்னுதான் இங்க வந்தோம். வந்த எடத்தில இந்தக் கெழவி இப்படி அசிங்கப்படுத்துது. இதுக்கு ஒரு

விடிவுகாலம் எப்ப விடியப் போகுதோ? இங்கன இருக்க இருக்க நமக்கு அசிங்கம்தான். எங்கயாவது போயிரலாம்“ குழந்தைகளுக்கு ஆறுதல் வார்த்தைகளை அரிவாள்போல் இறக்கினாள் முருகேஸ்வரி.

“நிறைநிலாவும் இல்லாமல் குறைநிலாவும் இல்லாமல், அரைகுறையான நிலா வானத்தில் மிதந்துகொண்டிருந்தது.

“முருகேஸ்வரி... முருகேஸ்வரி...”

“ம்”

“இங்க வா” மாணிக்கத்தின் குரல் கேட்கவும் தூங்கிக்கொண்டிருந்தவள் படீரென எழுந்து வந்தாள்.

“கெழவியோட சீலயில ரெண்டு மூணு எடுத்து ஒரு பையில வச்சிட்டு வா”

“ஏன்?”

“போடீ... கேள்வி மேல கேள்வி கேப்பா”

புருசன் சொன்னதும் படபடவென ஓடினாள் முருகேஸ்வரி.

சுருங்கிய கைகள் இரண்டையும் காலுக்குள் புதைத்து அசந்து தூங்கிக் கொண்டிருந்தாள் பழனியம்மாள்.

“யம்மா... யம்மா... யம்மா...’’ மாணிக்கம், தன் அம்மாவின் தோளைப் பிடித்து உலுக்கினான்.

‘கொர்...கொர்...’ என்ற சத்தத்தோடு தூங்கிக் கொண்டிருந்தாள் பழனியம்மாள்.

“ஏய் கெழவி...” கொஞ்சம் அதட்டல் கலந்த குரலில் கூப்பிட்டான்.

உலுக்கி எழுந்த பழனியம்மாள், “என்னய்யா இந்நேரம்” பதற்றமாய்க் கேட்டாள்.

“வா... போகலாம்.”

“எங்கய்யா...”

“எந்திரி”

“எங்க மாணிக்கம்?”

“எதுவும் பேசாம எம் பின்னாடியே வா” அதட்டினான்.

“இனி, நான் எங்கையும் நின்னு பேசமாட்டேன்யா...”

“ஏய், ஒன்னைய எதுவும் பேசக்கூடாதுன்னு சொல்லியிருக்கேன்ல. பேசாம என் கூடவே வா” மேலும் பயமுறுத்தினான்.

"எனக்குத் தூக்கம் வருதுய்யா" சொல்லியபடியே தரையில் கீழே விழுந்தாள்.

"பேசாம எந்திரி" பழனியம்மாளின் கையைப் பிடித்து மேலே தூக்கினான் மாணிக்கம்.

"எந்திரி, ஏய்... எந்திரி கெழவி..." பழனியம்மாளை மேலே தூக்கினான்.

"தூக்கமா வருதுய்யா. ஏதா இருந்தாலும் காலையில பேசலாம்யா." மேலும் சுருண்டுபடுக்க ஆயத்தமானாள்.

"இப்ப வரல, ஒன்னைய அடிச்சு தூக்கிட்டுப்போவேன்" அதட்டினான் மாணிக்கம்.

'கிர், கிர், கிர்' என்ற இருட்டுப்பூச்சிகளின் சத்தம். இரவை இன்னும் இருட்டாக்கிப் பயமுறுத்தியது.

ஊ...ஊ...ஊ...ஊ... என்ற ஊளைக்காற்றும்... லொள்...லொள்... லொள் என்று நாய்கள் ஊளையிடும் சத்தமும் இடைவிடாமல் கேட்டுக்கொண்டே இருந்தன.

மயான அமைதியில் தூங்கிக் கொண்டிருந்தது நெல்வயல் கிராமம்.

பழனியம்மாளை கூட்டிக்கொண்டு அந்த ஊரைவிட்டு வெளியேறினான் மாணிக்கம்.

"அய்யா, இப்ப எங்க போறம்யா? எதுக்குய்யா. இந்த ராத்திரியில என்னைய கூட்டிட்டுப் போற?" பழனியம்மாள் சொன்னதை மாணிக்கம் காதில் வாங்காமல் போய்க்கொண்டேயிருந்தான்.

"மாணிக்கம்... மாணிக்கம்..." பழனியம்மாளின் குரலுக்கு மாணிக்கம் மறுவார்த்தை ஏதும் பேசாமல், அந்த கும்மிருட்டுப் பாதையில் நடந்து கொண்டே இருந்தான். பழனியம்மாளின் கையில் மஞ்சப் பை இருந்தது. அதில் இரண்டு சேலைகளும் இரண்டு ரவிக்கைகளும் இருந்தன. அதை ஒருமுறை பிரித்துப் பார்த்துக் கொண்டாள்.

காடு, கரை, ஓடை ஓடப்பென்று 'நெல்வயல்' கிராமத்திலிருந்து பழனியம்மாளைப் பிடித்துக்கொண்டு நடந்தான் மாணிக்கம். அவர்களின் பின்னால் நிலாவும் நட்சத்திரமும் சேர்ந்து வந்தன. ஒரு மணிநேர நடைப்பயணத்திற்குப் பின் தேனியை வந்தடைந்தனர்.

தேனியிலிருந்து மதுரைக்கு பஸ் ஏறி மதுரை வந்தனர்.

மதுரை வீதியில் வந்திறங்கிய மாணிக்கம் அம்மாவை கூட்டிக்கொண்டு ரயில் நிலையம் நோக்கி விரைந்தான்.

இரவுநேர ரயில் நிலையம் சுறுசுறுப்பாகவே இருந்தது. டீ, காபி, டீ காபி, டீ, டீ அந்த இரவையும் இந்தக் குரல்கள் உற்சாகமாய் வைத்திருந்தன.

என்ன, ஏதுவென்று தெரியாமல் பழனியம்மாள் திருதிருவென விழித்தாள்.

"மாணிக்கம் எங்கய்யா போறோம்?" கண்ணில் ஆச்சர்யம் நிறைய கேட்டாள்.

"எதுவும் பேசாம வா" பழனியம்மாளின் கைகளை விடாமல் பிடித்தபடியே ரயில்வே நிலையத்திற்குள் நுழைந்தான்.

க்கூ- க்கூ- தடக்- தடக்- தடக்- க்கூ- க்கூ- என்று தண்டவாளங்களில் வந்துகொண்டிருந்தது சென்னை ரயில். ஏற்கனவே முன்பதிவு செய்யப்பட்டிருந்த ரயிலில் ஏறினான்.

"அய்யா மாணிக்கம். என்னைய எதுக்குய்யா ரயில்ல ஏறச் சொல்ற? நான் எங்கியும் வரலய்யா. செத்தாக்கூட என் சீவன் நம்ம மண்ணுலதான் போகுமுய்யா. என்னைய விட்டுருய்யா" பழனியம்மாள் தேம்பித்தேம்பி அழுதாள்.

"யம்மா எம்புட்டு நாளைக்குதான் நான் ஒருத்தனே ஒன்னைய பாத்துட்டு இருக்கிறது. என்னால முடியல. நீ பெத்த மத்த புள்ளைகளும் இருக்காங்கள்ல அவங்கள்ல ஒருத்தன்கிட்ட கொஞ்ச நாளைக்கு இரு. அப்பறமா வந்து நான் கூப்பிட்டுக்கிறேன்" மாணிக்கம் சொல்லவும் பழனியம்மாள் மளமளவென அழுதாள்.

இருளைக் கிழித்துக்கொண்டுபோனது அந்த சென்னை ரயில். மறுநாள் சென்னை வந்ததும், அங்கிருந்து அதிகாலை டெல்லி போகும் எக்ஸ்பிரஸில் ஏற்றினான்.

தடக்... தடக்... என தண்டவாளங்களில் உருண்டு சென்றது அந்த எக்ஸ்பிரஸ். இரண்டு பகல், ஒரு இரவு என பயணப்பட்டது அந்த ரயில்.

'எங்க போறோம்' 'எங்க போறோம்' என்று, ஓரிரு தடவை கேட்டுவிட்டு ஜன்னலில் ஓடும் மரங்களையும் வீடுகளையும் பார்த்தபடியே வந்தாள் பழனியம்மாள்.

மூன்றாம் நாள் ஒரு முற்றிய இரவில், டெல்லியை வந்தடைந்தது ரயில்.

புரியாத மொழி, தெரியாத மக்கள், இனம் தெரியாத ஊர் என எல்லாமே பழனியம்மாளுக்கு கொஞ்சம் தள்ளியே இருந்தன.

ராஜா செல்லமுத்து ● 29

"மாணிக்கம் இங்க யாரு இருக்கான்னு என்னைய கூட்டிட்டு வந்திருக்க?" வெள்ளந்தியாய் கேட்டாள்.

"ம்... ஒன்னோட மூத்த மகன் இங்கதான் இருக்கான்"

"யாரு பாபுவா?"

"ஆமா, அவன் இங்கியா இருக்கான்?"

"ஆமா" என்றபடியே, டெல்லி சாலையில் பழனியம்மாளை கூட்டிக்கொண்டு வந்தான். சிறிதுதூரம் நடந்ததும்,

"அய்யா பசிக்குதுய்யா" பழனியம்மாள் ஈனக்குரலில் கேட்டாள்.

"சரி, சரி. இங்கனயே நில்லு. நான் போயி இட்லி வாங்கிட்டு வாரேன்." பழனியம்மாளை அதே இடத்தில் விட்டுவிட்டுச் சென்றான் மாணிக்கம்.

"சரி, பாத்து சூதானமாப் போய்யா. காரு வண்டின்னு நெறயா ஓடுது. அம்மா எங்கயும் போகாம இங்கனக்குள்ளயே இருக்கேன்."

மகனுக்கு கரிசனையான வார்த்தைகளைச் சொல்லிவிட்டு, சுற்றும்முற்றும் பார்த்தபடியே இருந்தாள். மினுக், மினுக், மினுக்கென எரியும் மின்விளக்குகள் சர்சர்... சர்சரென விரையும் வாகனங்கள் என அந்த இரவிலும் பரபரப்பாய் இருந்தது.டெல்லி சாலை.

சிறிதுநேரம் இதையே பார்த்துக்கொண்டிருந்தாள் பழனியம்மாள். இட்லி வாங்கப் போன மாணிக்கம் நேரமாகியும் அங்கு வந்து சேரவில்லை. கால்கடுக்க நின்றிருந்தவள், "உஷ்" என்று முட்டியைப் பிடித்து அங்கேயே உட்கார்ந்தாள்.

பசி அவளின் வயிற்றைக் கிள்ளியது.

'எங்க போனான்... இன்னும் ஆளக்காணாமே. ஒருவேள தெரியாத ஊர்ல புள்ள வழிதெரியாம திரியுறானோ, அம்மா இங்கன இருக்கேன். எம்மகன் என்னய எங்க தேடுறானோ கடவுளே! எம் மகனுக்கு எதுவும் வரக்கூடாது. திரும்பி வந்திரணும். நீதான் அவனுக்கு தொணையா இருக்கணும் சாமி!' மகன் மாணிக்கத்திற்காக மன்றாடினாள் பழனியம்மாள்.

ஒன்று, இரண்டு, மூன்று என மணிநேரங்கள் கடந்தன. மாணிக்கம் அங்கு வரவே இல்லை. பொறுத்து பொறுத்துப் பார்த்த பழனியம்மாள்,

"அய்யா, எனக்குப் பசிக்குது, எம் மகன் இட்லி வாங்கிட்டு வாரேன், இங்கன நில்லுன்னு சொல்லிட்டுப் போனான். இன்னும் அவனக் காங்கல... சாப்பிட ஏதாவது குடுங்க. பசிக்குதுய்யா" என பழனியம்மாள் கேட்க, அருகில் இருந்தவன்,

“கியா” என ஹிந்தியில் பதில் சொன்னான்.

அவனின் பதில் புரியாமல் விழி பிதுங்கினாள்.

பசி அவளைத் தின்றது. வயிற்றைப் பிடித்து அப்படியே கீழே சாய்ந்தாள். கண்கள் இரண்டும் இமைக்கு மேலே போய்ச் சொருக ஆரம்பித்தன.

“என்ன மாணிக்கம், முடிஞ்சதா?”

“ஆமா”

“எங்க விட்டுருக்க?”

“டெல்லியில” – இருவரும் செல்போனில் உரையாடினார்.

“ஆமாப்பா, அப்பதான் பாஷை தெரியாது. தமிழ் தெரிஞ்ச ஊருன்னா, அப்படி இப்படின்னு யார்கிட்டயாவது கேட்டுக்கேட்டு திரும்பவும் இங்க வந்து நம்ம மானத்த வாங்கிரும்“ என்றான் பழனியம்மாளின் மூத்த மகன் பாபு.

“ம்”

“இது மத்த எல்லாத்துக்கும் தெரியும்ல”

“தெரியும்”

“ஆமாப்பா, நாளப் பின்ன. நம்மள எதும் குத்தம் சொல்லிரக்கூடாதில்ல”

“ஆமா, நீ சொல்றது சரிதான். எல்லார்கிட்டயும் சொல்லியாச்சு. நான் ஊருக்குக் கெளம்புறேன்” என்றான் மாணிக்கம்

“சரி சரி, நீ கெளம்பு”

டெல்லியை விட்டுக் கிளம்பினான் மாணிக்கம்.

பசியில் சொருகிய கண்களோடு சோர்ந்துகிடந்த பழனியம்மாள் மெல்ல எழுந்தாள்.

“அய்யா, மாணிக்கம்... மாணிக்கம்... எங்க போனய்யா. அம்மாவ நீதான இங்கன விட்டுட்டுப் போன. நான் இங்கனயே இருக்கேன்யா. நீதான் வழிதப்பிப் போயிட்டபோல. தெரியாத ஊருய்யா. யார்கிட்டயாவது கேட்டுட்டு சூதானமா வாய்யா. எங்கருப்பு, தொட்டிச்சி, ஏழு கன்னிமாருத்தாயி, எம்புள்ளைக்கு எதுவும் ஆகக்கூடாது. குத்தம் கொற இல்லாம எம்புள்ளைய நீதான் சூதானமா கொண்டு சேக்கணும். ஊருக்கு வந்ததும் ஒனக்கு பொங்க வைக்கிறேன் சாமி, மாணிக்கம் ஒனக்கு ஒண்ணும்

ஆகாதுய்யா. நம்ம கொலசாமி ஒங்கூட இருக்கும்ய்யா" என்று புலம்ப ஆரம்பித்தாள் பழனியம்மாள்.

மாணிக்கம் ரயில் ஏறினான்.

"அய்யா, மாணிக்கம்... பசிக்குதுய்யா. சீக்கிரம் வாய்யா, மாணிக்கம் அய்யா" பசிக்குரலில் பிதற்றினாள் பழனியம்மாள்.

தடக்... தடக்... தடக்... க்கூ... க்கூ... க்கூ... க்கூ... என நகர ஆரம்பித்தது ரயில்.

"அய்யா, மாணிக்கம். என்னைய விட்டுட்டு எங்கய்யா போன எனக்கு ஒன்னும் ஆகாதுய்யா. பசிக்குதுய்யா, சீக்கிரம் வாய்யா, அய்யா மாணிக்கம்..." 'ஓ'வென அழ ஆரம்பித்தாள்.

மாணிக்கம் ஏறிய ரயில் இப்போது வேகமெடுத்திருந்தது.

■ ■ ■

கவிப்பேரரசு
வைரமுத்து

மக்கள் குரல் நாளிதழில் வெளிவந்த ராஜா செல்லமுத்துவின் 750வது சிறுகதையான 'வெள்ளாமைக்காடு' வாசித்தேன். மிக அருமையான சிறுகதை. புழுதி மண்ணில் பிறந்து, புழுதி மண்ணைப் பூசிக்கொண்டவனால்தான் இதை எழுத முடியும். மண் என்பது மற்றவர்களுக்குச் சொத்து; விவசாயிக்கு அதுதான் உயிர். கதையின் முடிவு கலங்கவைக்கிறது. வட்டார வழக்கு மணக்கிறது. காலத்தின் நிகழ்கணத்தை நினைவூட்டுகிறது கதை. ராஜா செல்லமுத்துவுக்குள் இவ்வளவு ஆற்றலா? வியக்கிறேன்; வாழ்த்துகிறேன். பெரிய வாய்ப்பளித்த மக்கள் குரலுக்கு என் வணக்கம்.

● ● ●

வெள்ளாமைக்காடு

மழை, தண்ணியில்லாமல் காய்ந்து, ஈரம் வற்றிப்போன வெள்ளாமைக்காடுகள் பொட்டல்பூமியாய் பிளந்து கிடந்தன. புழுதி நூலாடையை விரித்து 'சர்சர்'ரென பறந்துகொண்டிருந்தது விளைச்சல் மறந்த மண். மண்ணைத் தொடாமல் மேல்வாக்கில் அடித்துக் கொண்டிருந்தது, மேகாற்று.

கண்ணுக்கெட்டிய தூரம்வரை அலையலையாய் மிதந்து கொண்டிருந்தது, கானல்நீர். வானம்போட்ட வெயில் பந்தலில் வெக்கையை தின்றுகொண்டிருந்தது, பூமி.

சுடுமணலின் சூடு தாளாமல் 'விர்விர்'ரென விரைந்தன சிறு எறும்புகள். கூடுவிட்டு எங்கோ சென்றிருந்தன குருவிகள்.

ஈரம் குறைந்த உள்நாக்கில் ஈனக்குரலில் கத்தின பறவைகள். வரைந்த ஓவியமாகத் தலையாட்டாமலே நின்றிருந்தன வெப்பம் சுமந்த மரங்கள். தொலைதூரம் வரை சூடுவிரித்து நின்றது வெட்டவெளி.

"ஏலேய்... கருப்பையா... இந்த வேணா வெயில்ல எதுக்கு இப்படி, பொசுக்குற மணல்ல பொதக்குப் பொதக்குன்னு நடந்து வார? பேசாம வீட்டுல இருக்கவேண்டியதுதான" கத்தினாள் அம்மா பார்வதி.

பாம்படம் செய்து போடவேண்டிய காதுகள் ரெண்டும் தங்கம் இல்லாமல் சதை ஊஞ்சலாய் அங்கிட்டும் இங்கிட்டும் ஆடிக்கொண்டிருந்தன. வரிந்துகட்டிய வேட்டியை காலுக்கிடையில் கோவணமா கட்டியிருந்தார் கருப்பையாவின் அப்பா பால்ச்சாமி.

இறுக்கிக்கட்டிய உருமாவை ஒவ்வொருமுறையும் சரிசெய்தபடியே புழுதிபறக்கும் உழவுக்காட்டில் பாத்தி கட்டிக் கொண்டிருந்தார்.

கருப்பையா வேகுவேகுவென வந்துகொண்டிருந்தான். அவன் காலடித்தடம் பதிந்து பதிந்து அடிக்கிற காற்றில் உடனே அழிந்து போய்க்கொண்டிருந்தது. உச்சிவெயில் மண்டையைப் பிளந்து மண்ணில் வேறூன்றியிருந்தது. நொட்டாங்கையை வாகாக இடுப்பில் வைத்து சோத்தாங்கையை நெற்றியில் வைத்து மகன் கருப்பையா வருவதைப் பார்த்துக் கொண்டிருந்தாள் பார்வதி.

“இந்த எடுபட்ட பய இந்நேரம் ஏன் இங்க வாரான்? தெனமும் தினுசு தினுசா பேசுவான், இன்னைக்கு என்ன கூத்துச் சொல்லி வாரானோ?” வெற்றிலை எச்சில் காய்ந்த உதட்டை நாக்கால் வருடி விட்டுக்கொண்டே பேசிக் கொண்டிருந்தாள், பார்வதி.

“ஏ கழுத! அங்கன வாரது கருப்பையா தானே!”

“ஆமா அவனேதான். அவன் காட்டுல கால் வச்சாலே எதோ கலவரத்தத்தான் கொண்டு வருவான். இன்னைக்கு என்ன சொல்றான்னு பாப்பமே” பால்ச்சாமியும் தன் பங்குக்கு காத்துக் கிடந்தார்.

புழுதி மண் கிளம்ப வந்துகொண்டிருந்த கருப்பையா கிட்டத்தட்ட தாய், தகப்பனை நெருங்கியிருந்தான்.

பால்ச்சாமி முன்னைவிட இப்போது வேகவேகமாய் பாத்தி கட்ட ஆரம்பித்தார். உழுத காட்டில் காய்ந்து கிடந்த புல், செடிகளை அப்புறப்படுத்தியபடியே இருந்தாள் பார்வதி.

மகன் வரவர இருவருக்கும் நெஞ்சு ‘பதக்பதக்’கென அடித்தது.

“அப்ப, நான் என்ன சொல்லியும் கேக்கமாட்டீங்க அப்படித்தானே?” கண்கள் இரண்டும் சிவக்கச் சிவக்கப் பேசினான்.

“இல்ல ராசா... நீ சொல்றது ரோசனையா இருக்கு. கொஞ்சம் பொறுத்துத்தான் பாப்பமே”

“எம்புட்டு நாளைக்குப் பொறுக்கிறது. காலாகாலத்துல வித்து தலையமொழிகிட்டுப் போக மாட்டாப்ல, இந்த வெட்ட வெயில்ல எத நட்டு என்ன செய்யப்போறீங்க? மழத் தண்ணி ஒண்ணுமில்ல. பூமியெல்லாம் பாளம் பாளமா வெடிச்சுக் கெடக்கு. இதுல எந்த வெள்ளாம செஞ்சு வீடு வரப் போகுது. பேசாம நான் சொன்னபடி கேட்டீங்கன்னா நல்ல காசுக்கு வித்துட்டு, கால்மேல் கால்போட்டு கஞ்சி குடிக்கலாம். ஒண்ணுமில்லாத இந்த மண்ணுல நெத்தி வேர்வையைச் சிந்தி எதச் சம்பாரிக்கப் போறீங்க?” காட்டுக்கத்தல் கத்தினான்.

“மகனே கருப்பையா... கொஞ்சம் யோசிடா. இது நம்ம தாய்மண்ணு. காலங்காலமா கட்டிக் காப்பாத்தி வந்த பூமி. நம்ம வம்சத்தையே வாழவச்சதுடா. இத நெலம்னு சொல்றதவிட நம்ம உசுருன்னு சொல்லணும். உசுரப் புடுங்கிறதுமாதிரி எப்பிடிடா இத விக்க முடியும். வானம் பாத்த பூமிகெனக்கா என்னத்தையோ ரெண்டு வெதைகளப்போடுவோம். மொளச்சுவந்தா நமக்கு, மொளைக்கலன்னா நம்ம பூமித்தாய்க்குன்னு இருக்கட்டுமே. நெலத்த வித்து கஞ்சிகுடிக்கிற நெலமையிலயா நாம இருக்கோம். வேணாம்டா... நொண்டிப்புள்ள வீட்டுல இருக்கிறதுமாதிரி இந்த நெலமும் நம்மகூடவே இருக்கட்டும்டா” கருப்பையாவிடம் கெஞ்சினார், பால்ச்சாமி.

“விவசாயமெல்லாம் இப்ப யாரு பாக்குறா, அவனவன் வெளிநாடு அங்க இங்கன்னு போயி காசு பணம் சம்பாரிச்சு ஓ கோன்னு வாழ்றாங்க. நீங்க என்னடான்னா, ஒண்ணுக்குமத்த இந்த மண்ணக் கட்டியழுதிட்டு இருக்கீங்க. எம்புட்டுக் காலத்துக்குத்தான் நட்டத்துக்கே வெதைய நட்டுட்டு இருப்பீங்க. நெலத்த விக்கிறோம். வர்ற பணத்தில ஒரு நல்ல தொழில ஆரம்பிக்கிறோம். இதுல எந்தப் பிரயோசனமும் இல்லன்னுதான விக்கச் சொல்றேன். நாளைக்கு தரகன் வாரான். வந்த வெலைக்கு வித்திட்டு துட்டைக் கைப்பத்துவோம். இதுக்குமேல நீங்க எதாவது வில்லங்கம் பண்ணிங்க நடக்குறதே வேற” நாக்கைத் துருத்தி பயமுறுத்திச் சென்றான், கருப்பையா.

பெத்த மகன் பயமுறுத்தியதை நினைத்து நெக்குருகி நின்றனர் பால்ச்சாமியும் பார்வதியும்.

உச்சியில் உதித்து நின்ற சூரியன், மேற்கில் போய் விழத் தயாரானது. மண்ணில் விழுந்த சூடு கொஞ்சங்கொஞ்சமாய் ஆறிக்கொண்டிருந்தது.

“ஏங் கழுத! கருப்பய்யா ஏன் இப்படி பேசுறான்?”

“அவன் தெனமும் இப்படித்தான் கத்திட்டு இருக்கான், அதப்போயி பெருசா நெனைக்கணுமா யென்ன?”

“இல்ல கழுத, இன்னக்கு அவன் பேசுன பேச்சுல என்னமோ ஒருமாதிரி வில்லங்கம் இருக்குன்னு நெனைக்கிறேன். இந்தக் காடு இருக்கிறது அவனுக்கு கண்ண உறுத்துது. புள்ளகெனக்கா இருக்குற நெலத்த உசுரப்புடுங்குனதுமாதிரி எப்படி விக்க முடியும்? வீட்டுக்கு வரட்டும், பேசிப்பாப்பமே” நம்பிக்கையாய் சொன்னாள் பார்வதி. பாத்தி கட்டிய மண்வெட்டியை நாடியில் அண்டக் கொடுத்து உட்கார்ந்தார் பால்ச்சாமி.

“பார்வதி... பார்வதி...'' என தழுதழுத்தார். கல்யாணம் முடிந்ததிலிருந்து இதுவரை தன் மனைவி பார்வதியை செல்லமாய் ‘கழுத’ என்றுதான் கூப்பிடுவாரே தவிர, ஒருநாளும் பேர்சொல்லிக் கூப்பிட்டதில்லை. இன்னைக்கு என்னாச்சோ ‘பார்வதி... பார்வதி...’ என்று கூப்பிட்டார். பால்ச்சாமி கூப்பிட்ட அந்தப் பாசக்குரலால் பார்வதி பொலபொலவென கண்ணீர் வடித்தாள்.

“ஏய் கழுத! ஏன் அழுற”

“இல்ல... ஒண்ணுமில்ல”

“இல்ல, இப்ப அழுதியே கழுத”

“நீ எம்பேரச்சொல்லவும் உசுருக்குள்ள நறுக்குன்னு குத்திரிச்சுய்யா”

“பார்வதி ஏய் கழுத” என்று அழுதுகொண்டிருந்த மனைவியை ஆறுதலாய் கட்டிப் பிடித்தார்.

“கல்யாணமாகி இம்புட்டு வருசமாச்சு. என்னைக்கு நீ எம் பேரச் சொல்லியிருக்க. கழுத கழுதன்னுதான என்னயவே சுத்திட்டுக் கெடப்ப. இன்னைக்கு நீ...” மேலும் உசும்பினாள், பார்வதி.

புழுதிக்காட்டில் சுழன்றடித்த சூறாவளி இரண்டுபேரையும் பாசத்தூசியில் கட்டிப் போட்டது.

மேற்கு வானத்தில் சிவப்பைத் துப்பிய சூரியன், அரபிக் கடலுக்குள் விழுந்து அஸ்தமனமானது.

“இருட்டுக்கிட்டு வருது வீட்டுக்குப் போவமா?”

“ம்...” என்று மட்டும் தலையாட்டினாள் பார்வதி. பாளம் பாளமாய் வெடித்துக் கிடந்த வெள்ளாமைக்காட்டுப் புழுதி மண்ணைத் தொட்டுக் கும்பிட்டு நடையைக் கட்டினர் இருவரும்.

கண்ணுக்கெட்டிய தூரம் வரை பொட்டல்காடாய்க் கிடந்தன. விவசாய நிலங்கள். முன்பு, பச்சைப்பசேலென்று பாய் விரித்துக் கிடந்த பூமி, இன்று வெந்து வெடித்துக் கிடந்தது.

“ஏங் கழுத, நம்ம காலத்துல எல்லாம் அடச்ச கதவு தொறக்காம அடைமழை பேஞ்சிட்டே இருக்கும். அப்பப்ப சூறாவளிக் காத்து, இடின்னு அப்படியிருக்கும். இப்ப என்னடான்னா, வானம் ஒத்த தூத்த போடுறதுக்கே யோசிக்குது. காலம் கலிகாலமாயிருச்சு போல.”

“நீ ஒண்ணு. காலம் எங்கய்யா கலிகாலமாச்சு, மனுசங்கதான் தன்னோட வாழ்க்கையை சொகமா வாழ இந்த பூமியக் கெடுத்துப் புட்டானுங்க. இயற்கையோடசேந்து யாரும் வாழல. அதுனால

தான் மழை தண்ணியில்லாம போச்சு" என்று, தன் கிராமத்து அனுபவ அறிவியல் பேசினாள், பார்வதி.

"ஏய் கழுத! எப்படி இம்புட்டு அறிவாப் பேசுற?"

"நான் எங்க பேசுனேன். ஊரு ஒலகம் போற போக்கப் பாத்தா எதுவும் படிக்காமயே நமக்குத் தெரியும்" என்று இருவரும் பேசியபடியே வீடு வந்து சேர்ந்தனர்.

கருப்பையா தர்க்கத்திற்குத் தயாராய் நின்றிருந்தான்.

"என்ன வந்தாச்சா? வீட்டிலிருந்த இருவரும் மௌனமாக நின்றிருந்தனர். நம்ம நெலம் அதச் சுத்தியிருக்கிறதெல்லாம் வெலைக்கு வாங்கி ஃபேக்டரி கட்டப் போறாங்களாம். நல்ல வெல தாரேன்னு சொல்றாங்க."

"இப்பத் தரகர் வந்திருவான் பேசி முடிச்சிரலாம். காச வாங்கி கவலயில்லாம வாழ்றத விட்டுப்புட்டு நான் காலம் பூராம் கஷ்டப்பட்டுட்டுத்தான் கெடப்பேன்னு சொல்றது எந்தவகையில் நியாயம்?" பொய்க்கு உண்மை உறை போர்த்திப் பேசினான்.

"இல்ல கருப்பையா, இந்த பருவத்து மழய ஒரு தடவ பாத்துட்டு வித்துருவமே"

"எத்தன பருவத்துப் பாத்திருக்கோம், பலனில்லையே. அதுவெல்லாம் அந்தக் காலம். இப்ப இங்க எல்லாமே பருவம் தப்பிக் கெடக்கு. விதண்டாவாதம் பேசாம விக்கிற வழியப் பாருங்க" கருப்பையா திரும்பத் திரும்ப இதையே சொல்லிக் கொண்டிருந்தான்.

"கருப்பையா பொழுதுமசங்குன நேரம் வேணாம்யா. சீதேவிய வெல பேச வேணாம். விடியக்கருக்கல்ல வரச்சொல்லு, என்ன ஏதுன்னு ஒக்காந்து பேசுவோம்" விசும்பலோடு சொன்னார் பால்ச்சாமி.

இருவரின் பேச்சைக் கேட்காமலேயே படுக்கைக்குச் சென்றுவிட்டான் கருப்பையா.

'கொக்கரக்கோ' என்ற சத்தம் சூரியனையே எழுப்பிவிட்டது. கண்ணைக் கசக்கி எழுந்தான் கருப்பையா. அன்று கருக்கலிலே காடு போயிருந்தனர் பால்ச்சாமியும் பார்வதியும்.

"இந்த கிழட்டுக்கழுதைக என்ன சொன்னாலும் கேக்க மாட்டேங்கிறாங்க. இன்னைக்கு ரெண்டுல ஒண்ணு பாத்திரலாம்" என கோபம் கொப்பளிக்க, ஓடை ஓடப்பு தாண்டி காடு நோக்கி விரைந்து கொண்டிருந்தான்.

‘இன்னைக்கு இதுகளோட சம்மதமே தேவையில்ல. தரகனக் கூட்டிட்டு வந்து வித்துப்புட வேண்டியதுதான்...’ முடிவோடு காடு நோக்கி முன்னேறினான்.

காட்டில் பார்த்த அந்தக் காட்சி அவனை உலுக்கியது.

‘என்ன இது... இருக்காது... இப்படியெல்லாம் நடக்க வாய்ப்பில்ல’ தனக்கு சமதானம் சொல்லிக்கொண்டே நடந்தான். இருந்தாலும் அவன் உள்ளம் உணர்ந்த உண்மையை கண்கள் பொய்யென்று காட்டிக் கொடுத்தது.

“ஐயோ... அப்பா, ஐயய்யோ அம்மா...” மண்ணில் விழுந்து புரண்டான். தண்ணீர் வரும் வாய்க்கால்வழியில் பால்ச்சாமியும் பார்வதியும் பிணமாகக் கிடந்தார்கள்.

அவர்கள் அருகில் பூச்சி மருந்து டப்பா கிடந்தது.

“மகனே, கருப்பையா! நீ இந்தக் காலத்துப் பய, படிச்சவன்.ஒனக்கு காசு பணம், புகழ் இதுகளச் சம்பாரிக்குறதுதான் வாழ்க்கை. இதுதான் ஒலகம்னு நீ நெனச்சிட்டு இருக்க. இது இல்லப்பா உண்மையான வாழ்க்கை. ஒவ்வொரு மனுசங்களோட வயித்துப் பொழப்புக்கு ஒவ்வொரு வேலயிருக்கு... புடிச்சா அதுல இருக்கலாம் இல்ல, வேற வேலைக்குப் போகலாம். ஆனா வெவசாயம் பண்ணுறவனுக்கு வெவசாயத்தத் தவிர வேறவழி தெரியாதுப்பா. சேறும் சகதியும்தான் அவனுக்கு ஆபரணம், அணிகலன். கரம்ப மண்ண சோப்புமாதிரி தேச்சுக் குளிப்பான், ஒடம்புல அடிபட்டு காயம்பட்டா அதே கரம்ப மண்ண காயத்தில மருந்தாப் பூசியும் வாழ்ந்துட்டு இருப்பான். பேசாத இந்தப் பூமிப் புள்ளைய, எப்படி அடுத்தவன்கிட்ட விக்க மனசுவரும். நீ இந்த நெலத்த விக்கச் சொல்லி என்னென்னமோ சொல்லிப் பாத்த, எங்களால முடியலப்பா. இந்த நெலத்த வித்துதான் கஞ்சி குடிக்கணும்னு இல்ல. நம்ம வீட்டுப் புள்ளமாதிரி அப்படியே கெடந்திட்டுப் போகட்டுமே. நாங்க எவ்வளவோ சொன்னோம். நீ கேக்கல. இத விட்டா எங்களுக்கு வேறவழி தெரியல. எங்களோட கடைசி ஆசை என்னன்னா, நம்ம வம்சம் இருக்கிறவரைக்கும் இந்த நெலம் நம்மகூட இருக்கணும். பொருள எப்ப வேணும்னாலும் வாங்கலாம். ஆனா பூமி போச்சுனா திரும்ப வாங்க முடியாதுப்பா. எங்க ரெண்டுபேரு ஒடம்பையும் இங்கன எங்கையாவது ஒரு எடத்துல பொதச்சிரு, நம்ம வாரிசுகள் இதப் பாக்க வரட்டும். மழ பொய்யாகிப் போச்சுன்னு நாம நெலங்கள விக்கிறோம். இன்னும் கொஞ்ச நாள்ல வெட்டியா கடல்ல போயி கலக்கிற நதிகளை நாடுகள் கண்டிப்பா இணைப்பாங்க. வேற மாநிலத்து அணைத் தண்ணியும் இங்க வரும், நம்ம விவசாயக் கடன அரசாங்கம் தள்ளுபடி செய்யும், அப்புறம்பாரு, நிச்சயம் விவசாயம்

செழிக்கும்ப்பா. மண்ணுமேல நாம வச்சுருக்கிற நம்பிக்கைய இந்த மண்ணு கண்டிப்பா காப்பாத்தும்" என்று, நேற்று ராத்திரி வீட்டில் தன் அப்பனுடன் நடந்த விவாதம், கருப்பையா கண்ணில் நிறைய விறைத்துக்கிடந்த தகப்பனின் காலைப் பிடித்து 'ஓ...'வென வாய்விட்டு அழுதான். வானத்திலிருந்து சொட்டுச்சொட்டென தூறல் விழ ஆரம்பித்தது. அதுவரை நிலத்தை விற்பனை செய்யத் தயாராய் இருந்த கருப்பையா, தன் தாய் தந்தை உடலை அதே நிலத்தில் அடக்கம் செய்ய ஆசைப்பட்டான்.

அவன் புத்தியில் சுரீரென்று ஓர் உணர்வு தட்டியது. விவசாயம் தொழில் அல்ல, வாழ்க்கை என்பதை உணர்ந்தான். அப்போது வானில் கருமேகம் திரண்டு இடியுடன்கூடிய மழை பெய்ய ஆரம்பித்தது.

■ ■ ■

இயக்குநர்

S.P.முத்துராமன்

திரு. ராஜா செல்லமுத்து அவர்களை எனக்கு அறிமுகப்படுத்தியவர் மக்கள் குரல் ராம்ஜி! அறிமுகத்தன்று, ராஜா செல்லமுத்து "முத்துராமனை பல கோணங்களில் பார்த்து, என்னைப் பற்றி பாடம் படித்தார். அப்போதே தெரிந்தது சுற்றுச் சூழலை உள்வாங்கிக் கொண்டு காட்சிகளைப் படைக்கும் படைப்பாளி என்று.

அவர் எழுதியுள்ள சிறுகதை 'சாலை விபத்து' அந்த விபத்தின் காட்சிகளை மனதில் பதித்துக்கொண்டு, அதற்கு எழுத்து வடிவம் கொடுத்திருக்கிறார். சினிமா மொழியில் சொல்ல வேண்டுமானால் திரைக்கதை எழுதியிருக்கிறார்.

இரவில் நடந்த வாகன விபத்து மக்கள் கவனித்ததாகத் தெரியவில்லை. 'தண்ணி, தண்ணி' என்ற குரல் யார் காதிலும் விழவில்லை. உருண்டு கிடந்த வாகனத்தின் சக்கரங்கள் உருண்டு கொஞ்சம் கொஞ்சமாக நிலைக்கு வந்தன. உயிரின் வலி அதிகமாக அதிகமாக முனகல் மொழி மௌன நிலைக்கு வந்துகொண்டிருந்தது. கலக்கமான சூழலிலும், எழுத்தில் கலக்கமில்லை. ஆனால் மனதில் கனம் தெரிகிறது. விரைந்து சென்ற வாகனங்களில் ஒரே ஒரு வாகனம் மட்டும் இளைப்பாறி நின்றது. காரின் விளக்கு அணைந்து அணைந்து எரிந்தது. கண்ணாடியை இறக்கினான். பக் பக் பக் என அந்த சிகரெட்டைப் பிடித்து குபுகுபுவென வாயிலிருந்த புகையை வெளித்தள்ளினான். அந்தக் காட்சியை அலட்சியத்தோடு பார்த்துவிட்டுச் சென்றான். அவன் பார்த்த

விபத்து இடம் அவன் சிகரெட் பிடிக்க தகுந்த இடம் போலும். ஒரு கூட்டம் வருகிறது. அவர்கள் உதவப் போகிறார்கள் என்று நினைத்தால் அடிபட்டவர்கள் வலியைப் போக்கவில்லை அவர்கள் பொருள்கள் திருடுகிறார்கள் குழந்தைகள் காதில் உள்ள தோட்டை கழட்டவில்லை. பிடுங்கி எடுக்கிறார்கள். விபத்து நடந்தால் உதவ மனம் வரவில்லை. திருட மனம் வருகிறது எப்படி? எப்படி?

'சொய்ங் சொய்ங்' என்ற சைரன் சத்தத்தோடு ஆம்புலன்ஸ் வந்தது. அடிபட்டவர்களை குப்பையை அள்ளுவது போல அள்ளிப்போட்டது. ஆஸ்பத்திரியில் சோதனைகள் அதிகம். நேரம் ஆகஆக இறப்பது அதிகம் அதிகமானது. விபத்து ஏற்பட்டால் உயிர் போய்விட வேண்டும். கொடுமையானது, இந்த வேதனைகளைவிட சோதனை கொடுமையானது. பொழுது புலர்கிறது ரத்தச் சிவப்புடன்! காகங்கள் வருகின்றன. கூரிய மூக்கில் ரத்தத்தை கொத்திக் கொத்தித் தின்றன. ரத்தச் செருப்பணிந்த காக்கைக் கூட்டங்கள் தார்ச் சாலையில் நடந்தபோது 'சர்'ரென சென்ற ஒரு வாகனம் சில காகங்களை அடித்துப் போட்டது, மனித ரத்தத்தோடு காகங்களின் ரத்தமும் கலந்தது.

எங்கெங்கோ பறந்து கொண்டிருந்த காகங்கள் அங்கு வந்தன. இறந்துகிடந்த காகங்களை பார்த்துக் கண்ணீர் சிந்தின.

'கா கா கா கா' என்ற குரலில் ரௌத்திரம் தெரிந்தது. நேரம் கூடக் கூட காக்கைக் கூட்டங்கள் அதிகமாகின ஒரு வாகனத்தைக் கூட நகரவிடவில்லை காக்கைக் கூட்டத்தின் சாலை மறியல்

மனிதக் கூட்டம் எங்கே நமக்கெதுக்கு பிரச்சனை போலீஸ் அது இது என்று சிக்கல் வரும் என விலகினார்கள்

ஆறறிவு படைத்த மனிதக் கூட்டம் பரிணாம வீழ்ச்சி பெற்று மனித நேயமில்லாது திருடினார்கள், ஓடினார்கள்.

காக்கைக் கூட்டம் பரிணாம வளர்ச்சி பெற்று தன் இனத்திற்காக 'சாலை மறியல்' செய்தன.

ராஜா செல்லமுத்து 'சாலை விபத்து' கதையின் மூலம் நமக்கு விழிப்புணர்வை உண்டாக்குகிறார். அவர் எழுத்துலகில் ராஜாவாக வலம்வர வாழ்த்துவோம்

செய்தக்க அல்ல செயக்கெடும் செய்தக்க
செய்யாமை யானும் கெடும் (குறள்)

●●●

சாலை விபத்து

இரவு நேரம்.

தார்ச்சாலை முழுவதும் ரத்தச் சாலையாய் மாறியிருந்தது.

உருகும் தாரோடு உருண்டு சென்றது ரத்த வெள்ளம். கடக்கும் வாகனங்கள் எதுவும் அந்த விபத்தைக் கவனித்ததாகத் தெரியவில்லை. ‘விர்விர்’ரென விரைந்தன.

“ஐயோ வலிக்குதே? காப்பாத்துங்க, வலிக்குது. அய்யா. யாராவது உதவி செய்யுங்கய்யா”

“தண்ணி... தண்ணி... தண்ணி...” என்ற, வறண்டு தூர்ந்துபோன வறட்டுக்குரல் அந்த விபத்து வாகனத்திலிருந்து கேட்டுக்கொண்டிருந்தது. உருண்டு கிடந்த வாகனத்தின் சக்கரங்கள் உருள்வது கொஞ் சங்கொஞ்சமாய் நிலைக்கு வந்தன.

முனகல் குரல் மட்டும் குறையாமலே வந்துகொண்டிருந்தது.

உதவிக்கு யாரும் வரவில்லை. சொட்டுச்சொட்டாய் விழ ஆரம்பித்த குருதி இப்போது குளமாய்க் கொட்ட ஆரம்பித்திருந்தது. உயிரின் வலி அதிகமாக அதிகமாக முனகல் மொழி மௌன நிலைக்கு வந்துகொண்டிருந்தது. இடையிடையே குழந்தையின் அழுகுரலும் அடிபட்ட காயத்தின் ஈனக்குரலும் மெல்ல மெல்ல கேட்டன .

அந்த வாகனத்தை விபத்துக்குள்ளாக்கிய வாகனம் எங்கு சென்றதோ தெரியவில்லை. தார்ச்சாலையில் அதன் தடம் ஏதுமில்லை.

விபத்துக்குள்ளான வாகனத்திலிருந்து ரத்தவாடையோடு சூடிய பூவின் வாடையும் ஒருவகையான குருதி வாசத்தோடு குவிந்து வந்தது.

முன்னாலிருந்த முனகல் குரல், இப்போது கொஞ்சங்கொஞ்சமாய் குறைந்து அங்கே மௌனம் மட்டுமே ஆட்சி செய்துகொண்டிருந்தது.

அந்த நடுநிசி நேர விபத்து அந்தவழியாகச் செல்பவர்களுக்கு நடுக்கத்தைத் தந்தது.

விரைந்து சென்ற வாகனங்களில் ஒரே ஒரு வாகனம் மட்டும் சற்றே இளைப்பாறி நின்றது.

ஒருவிதமான சத்தத்தோடு அந்த வாகனம் தன் தலைவிளக்கை அணைத்து அணைத்து எரியவைத்தது.

காரிலிருந்தவன், ஏற்றியிருந்த கண்ணாடியைக் கொஞ்சம் இறக்கி உருண்டு கிடந்த வாகனத்தை உற்றுப்பார்த்தான். குவியும் ரத்தவாடையோடு டீசல் வாசனையும் அதிலிருந்து வெளியேறியது.

காரில் இருந்தவனின் கையில் புகைந்துகொண்டிருந்தது சிகரெட்.

பக்... பக்... பக்... என, அந்த சிகிரெட்டைப் பிடித்து 'குபுகுபு'வென புகையை வெளித் தள்ளினான்.

அவன் பார்வையில் ஒரு அலட்சியம் தெரிந்தது. உயிர்கள் உருகும் சத்தமோ, அதன் வலியோ அவனை ஏதும் செய்ததாகத் தெரியவில்லை. அவன் காரில் உட்கார்ந்தபடியே விபத்துக்குள்ளான வாகனத்தை ஒருமாதிரியாகப் பார்த்து விட்டுச் சென்றான். அவன் பார்த்துப்போன சிறிதுநேரத்தில், ஒரு கூட்டம் அங்கே வந்தது. அவர்கள் கண்களில் மூர்க்கம் முளைத்திருந்தது.

"டேய்... அங்க பாரு"

"எங்க?"

"அங்க"

என்று பேசியவர்கள், கவிழ்ந்து கிடந்த காரின் அருகே சென்றார்கள். சுற்றும்முற்றும் வேடிக்கை பார்த்தவர்கள் காரின் அருகே சென்று கவிழ்ந்து கிடந்தவர்களை தொட்டுத் தூக்கினார்கள். அவர்கள் கை கால்களில் கிடக்கும் ஆபரணங்களை அபகரித்தார்கள்.

"ம்ம்ம்" என்ற முனகலில் வலி கொண்டு விம்மியது, காயம்பட்ட ஒரு குழந்தை. ஒருவன் அந்தக் குழந்தையைப் புரட்டிவிட்டு அதன் கழுத்தில் கிடக்கும் நகையை வெடுக்கெனப் பறித்தான். பிஞ்சுக்காதில் தொங்கிய தோட்டை தர்மமே இல்லாமல் பிய்த்தான்.

"டேய்... ஏதோ வண்டி வருது" என்று ஒருவன் சொன்னபோது, திருடிக் கொண்டிருந்த கூட்டம் அப்படியே அமைதியாய் உட்கார்ந்தது.

‘சர்’ரென விரைந்த அந்த வாகனம் கொஞ்சங்கூட விபத்து வாகனத்தை நின்று பார்க்கவில்லை.

“டேய், கார் போயிருச்சு”

என்று, ஒருவன் சொன்னபோதுதான் மற்றவர்கள் எழுந்தனர்.

“என்ன போகலாமா?”

“இல்லடா... இன்னும் ஏதாவது கெடைக்குதான்னு பாப்பமே”

“இல்லடா... நான் நல்லா தேடிட்டனே”

“கொஞ்சநேரம்டா. இன்னும் ரெண்டு பொருளு கெடச்சா நல்லதில்லையா?”

“ரொம்ப நேரம் இருந்தா மாட்டிக்கிருவோம்டா”

என்று, திருடர்கள் பேசும்போது உயிர் வற்றிக்கொண்டிருந்தவர்களின் முனகல் கொஞ்சம் கேட்டது.

“தண்ணி... தண்ணி... தொண்டைக் குழிக்குள் தூர்ந்துபோன வார்த்தைகள் உதடு வரும்போது வற்றியே வெளிவந்தன. ஜீவனற்றுக் கிடந்த அந்த ஜீவன்களை புரட்டிப்புரட்டிப் பார்த்த கூட்டம்,

“சொய்ங்சொய்ங்... சொய்ங்சொய்ங்...” என்ற சைரன் சத்தத்தைக் கேட்டு அந்த இடத்தை விட்டு நகர்ந்தது.

ஆம்புலன்ஸ் அங்கு வந்து நின்றபோது, கிட்டத்தட்ட வானம் கொஞ்சம் விடியத் தொடங்கியது. ஆம்புலன்சிலிருந்து அலட்சியமாக இறங்கியவர்கள் குற்றுயிரும் கொலையுயிருமாய்க் கிடந்தவர்களை குப்பை அள்ளுவதுபோல அள்ளிப் போட்டார்கள்.

சொய்ங்... சொய்ங்... என்று, தன் தாய்மொழிச் சத்தத்தை உமிழ்ந்தபடியே சென்றது அந்த உயிர்காக்கும் வாகனம். விபத்துக்குள்ளாகி உருண்டுகிடந்த வாகனம் சற்றே புரண்டு விழுந்தது.

கிழக்கு வானம் ரத்தச்சிவப்பைக் கக்கிக்கொண்டு குருதி சிந்தி பிறந்தது சூரியன். மீட்புப் பணிக்குழு உருண்டுகிடந்த வாகனத்தைத் தூக்கி நிறுத்தி வேறு இடம் கொண்டு செல்ல ஆயத்தமானது. தார்ச்சாலை முழுவதும் ரத்தமும் டீசலும் கலந்து ஒருவிதமான நாற்றத்தோடும் பிசுபிசுப்போடும் இருந்தது.

ஆம்புலன்ஸ் சென்ற அரசு மருத்துவமனை, அப்போதுதான் சோம்பல் முறித்து எழுந்தது. பல சோதனைகளுக்குப் பிறகே விபத்துக்குள்ளானவர்களை சோதனை செய்தனர். இறப்பின் எண்ணிக்கை அதிகமானது. மூச்சுவிட மறந்து கிடந்தவர்களுக்கு உயிர் உத்திரவாதம் கொடுத்து உட்கார்ந்திருந்தனர் அரசு மருத்துவர்கள்.

விபத்துப் பகுதியில் ரத்தம் சொட்டிக்கிடந்த தார்ச்சாலையில் ரத்தம் குடிக்கக் குவிந்தன காக்கைக் கூட்டங்கள்.

மனித ரத்தத்தை, தன் கூரியமூக்கில் கொத்திக் கொத்தித் தின்றன. ரத்தச் செருப்பணிந்த காக்கை கூட்டங்கள், தன் காலடித்தடத்தை தார்ச்சாலையில் தடம் பதித்து நடந்தபோது 'சர்'ரென சென்ற ஒரு வாகனம் 'பட்'டென சில காகங்களை அடித்துப் போட்டது.

கருமை நிறம்கொண்ட காகங்கள் ரத்தச் சிவப்பாய் மாறின. அதன் சிறகுகள் குருதியில் நனைந்து தன் நிறத்தை சிவப்பாய் மாற்றியது. மனித ரத்தத்தோடு காகத்தின் ரத்தமும் சேர்ந்தது, அப்போது, காகங்கள் அங்கே சாலைமறியல் செய்தன. எங்கெங்கோ பறந்துகொண்டிருந்த காகங்கள் அங்கே கூடின. இறந்துகிடந்த காகங்களைப் பார்த்து கண்ணீர் சிந்தின. கூட்டங்கூட்டமாய் இரங்கல் குரல் கொடுத்தன.

சாலை முழுவதும் காகங்கள். ஒரு வாகனத்தைக்கூட நகர விடவில்லை.

கா... கா... கா... கா... அதன் குரலில் ரௌத்திரம் தெரிந்தது. ஒரு கோபமிருந்தது. நேரம் கூடக்கூட காக்கைக் கூட்டங்கள் அங்கே அதிகமாயின. அடிபட்ட காக்கையையும் இறந்துகிடந்த காக்கையையும் அவைகள் உற்று நோக்கின.

அங்கே சிலமணி நேரங்கள் சாலை மறியல் ஏற்பட்டது. வேடிக்கைப் பார்த்த மனிதர்களுக்கு வேர்த்துக்கொட்டியது.

"ச்சே... இந்தக் காக்காக்களுக்கு இவ்வளவு அறிவா? வியப்பின் உச்சிக்கே போய் வியந்து நின்றார்கள்.

வேறொரு சாலையில், ஒரு வாகனம் விபத்துக்குள்ளாகி மனிதர்கள் அடிபட்டு ரத்தவெள்ளத்தில் கிடந்தார்கள். மனிதர்கள் யாரும் அங்கே அருகில் செல்லவில்லை.

'நமக்கெதுக்குங்க, பிரச்சனை, போலீஸ், அது இதுன்னு பல சிக்கல் வரும்' விலகியது மக்கள் கூட்டம்.

ஆனால் காக்கைகளின் விபத்து நடந்த இடத்தில் காகங்கள் இன்னும் இன்னும் குவிய ஆரம்பித்தன.

∎ ∎ ∎

கவிஞர்
மு.மேத்தா

திரைக்கதையாகிறது ஒரு கிராமத்தின் கதை...

தண்ணீர்க் கதை இது. ஒரு கிராமத்து மக்களின் கண்ணீர்க் கதை. அந்தக் கிராமத்து மக்கள் கேட்பது தங்கமோ, வைரமோ அல்ல! தவித்த வாய்க்கும் தகிக்கும் வீட்டுக்கும் ஒரு குடம் தண்ணீர் கேட்கிறார்கள். அதிகார வர்க்கமும் அரசியல் முழக்கமும் அந்த மண்ணின் மைந்தர்களை மனிதர்களாகவே மதிக்கவில்லை. ஞானோதயம் வந்தவர்கள்போல் அந்தக் கிராமத்து மக்கள் செய்த ஒரு செயல், திரும்பியே பார்க்காத அதிகாரிகளைத் திடுக்கிட வைக்கிறது. அலட்சியப்படுத்திய ஆட்சியாளர்களுக்கு அதிர்ச்சி கொடுக்கிறது. திடீரென்று ஒரு திருப்பத்தை ஏற்படுத்த அந்த அப்பாவி மக்கள் அப்படியென்ன செய்தார்கள்? படித்துப் பாருங்களேன். சுவையான கதை! சோர்ந்த சமுதாயத்திற்குச் சூடேற்றும் கதை. தண்ணீரும் தீ வைக்கும் என்ற தகவலை திரைப்பட இயக்குநரும் கதாசிரியருமான தம்பி ராஜா செல்லமுத்து போதிமரமாய் இங்கு போதிக்கிறார். எழுத்துலகிலும் திரைப்பட இயக்கத்திலும் வெற்றி உலா வர என் இளவலுக்கு இதயம் கனிந்த வாழ்த்துகள்.

● ● ●

தண்ணீர்

மானூத்து கிராம மண், மழையை மறந்து வெந்து வெடித்துக் கிடந்தது. கண்ணுக்கெட்டிய தூரம்வரை கானல்நீர் பாய் விரித்திருந்தது. மண்ணில் கசியாத ஈரம் மனிதர்கள் உடம்பிலிருந்து வேர்வையாய் வெளியேறிக் கொண்டிருந்தது. காத்தாயி, இடுப்பில் குழந்தையையும் கையில் காலிக் குடத்தையும் வைத்து நின்றிருந்தாள். அவளோடு சேர்ந்து ஊரே நின்றிருந்தது.

"எம்புட்டு நாளைக்குத்தான் நம்மள இப்படி தவிக்க விடுவானுகன்னு பாப்போம். ஒரு நாளா? ரெண்டு நாளா? நாலு மாசத்துக்கு மேல ஆகிப்போச்சு, இன்னைக்கு வாரோம், நாளைக்கு வாரோம்னு தான் சொல்றானுகளேயொழிய ஒரு பயலும் வந்த பாடில்ல. இதுக்கு ஒரு முடிவு கட்டாம போகக்கூடாது" என்று பேருந்து வரும் சாலையை எதிர்பார்த்துக் காத்துகிடந்தனர். அந்த கிராமத்து மக்கள் மழ தண்ணி பேயாமப் போனது மனுசனோட குத்தம் இல்லதான். ஆனா பேஞ்ச மழைத் தண்ணிய தேக்கி வைக்கிறது அரசியல்வாதிகளோட வேல; அரசாங்கத்தோட வேலதான். அதச்செய்யாம ஆனையப் புடிச்சுத்தாரோம். பூனையப் புடிச்சுத்தாரோம்னு பூச்சாண்டி காட்டுறானுக. இன்னைக்கு வரட்டும் ரெண்டுல ஒண்ணு பாக்காமப் போகக் கூடாது என்று நாக்கைத் துருத்திப் பேசிக்கொண்டு நின்றிருந்தார். பால்ச்சாமி பெரியவர்.

"அதச் செய்றேன் இதச் செய்றேன்னு என்னென்னமோ பொய்யப் பேசி ஓட்டு வாங்கிட்டுப் போனானுக. செயிச்சு இம்புட்டு நாளாச்சு. எந்தப் பயலாச்சும் வந்தானுகளா? இல்ல என்ன ஏதுன்னு கேட்டானுகளா?"

“யம்மா... என்னமா புழுகுனானுக. ஒங்க வீட்டுக்குள்ள ஓலகம் வரும். கலர் டீவி தாரோம்; சுச்சி போட்டா மிச்சி ஓடும். பட்டுனதட்டுனா காத்தாடி சுத்தும். அம்புட்டும் எலவசமாத் தாரோம்னு சொன்னானுக. குடுத்தான், ரெண்டு நாள்ல எரிஞ்சு போன டிவி, மூணு நாள்ல ஒடஞ்சு போன காத்தாடி, ஏண்டா சீமைக் கழுதைகளா? மிக்சியும் பேனும் எங்களால வாங்க முடியாதா? இல்ல டிவிய நாங்க வாங்க மாட்டோமா, கொஞ்ச வெல உள்ள பொருள்கள எங்ககிட்ட எனமாக் குடுத்திட்.டு, பொக்கிசமா இருக்கிற எங்க பூமிய நீங்க ஆண்டுட்டு அதுல எவ்வளவு சொரண்ட முடியுமோ அவ்வளவு சொரண்டுறீங்க. நீங்க பண்ணுறது பொறுக்குமாடா... ஒரு அணையக் கட்டு, தண்ணி தேங்கி நிக்கும். ஆறு, குளம், ஏரிகள தூர்வாரு அங்க தண்ணி அடைக்கலமாகும். புதுசா பள்ளிக்கொடம் கட்டிக்குடு. நல்ல ஆஸ்பத்திரி ஆரம்பிச்சி வையி, ஏழபாழங்களெல்லாம் வைத்தியம் பாப்பாங்க. ஊருக்குள்ள புதுசா ரோடுபோடு, பாலம் கட்டு, படிச்ச புள்ளைகளுக்கு வேல வெட்டியக் குடு. அத விட்டுப்புட்டு எங்களால வாங்கக்கூடிய பொருள்கள இலவசமாக குடுத்து, எங்கள ஏமாத்தி ஓட்டு வாங்கிட்டு, எங்களுக்கு எதுவும் செய்யாம இன்னைக்கு தண்ணியில்லாம நாங்க தவிச்சு நிக்கிறோம், ஒரு பயலும் வந்து என்னா ஏதுன்னு கேக்க மாட்டீங்கிறீங்க. வாங்கடா இப்ப நாங்க பஸ்ஸ மறிக்கிறது மட்டுமல்ல. பஸ்ஸ செறபிடிச்சு ஊருக்குள்ள கொண்டு போறோம். ஒங்க சட்டமும் போலிசும் என்ன செய்யுமுன்னு பாக்கலாம்டா” என்று தொண்டை நரம்புகள் புடைக்கப் புடைக்கப் பேசினாள், பொன்னம்மாள்.

தண்ணியில்லாமல் தொண்டை வறண்டுபோன ஆடு, மாடுகள் வாயில் வழியும் நுரையை விழுங்கிவிழுங்கி அசைப்போட்டுக்கொண்டிருந்தன.

ஊர் முழுசும் உள்ள சுண்டான், சுள்ளானிலிருந்து பழுத்துப் போன கெழடு கெட்டைகள் வரை காலிக் குடங்களை வைத்து உட்கார்ந்திருந்தனர். கண்ணுக்கெட்டிய தூரம்வரை வெப்பம் விளைந்து நின்றிருந்தது.

‘சுள்’ என்று அடித்துக் கொண்டிருந்த வெயிலின் வெக்கை தாளாமல் ‘விர்விர்’ரென புற்றைநோக்கி விரைந்து கொண்டிருந்தன, எறும்புகள். கா... கா... என்று ஈரம் வற்றிய குரலில் கரைந்து கொண்டிருந்தன, காகங்கள். பச்சையம் மறந்து, ஈரம் குறைந்த இலைகள், கிளைகள் விட்டு விழாமல் இருப்பதே பெரிய வரமென்று மெல்ல மெல்ல அசைந்து கொண்டிருந்தன. அடிமரத்தின் வேர்கள் பூமியில் தண்ணீருக்காய் மூச்சு விட்ட தடம் பாளம் பாளமாய் வெடித்துக் கிடந்தது.

முந்திச் சீலையை முக்காடு போட்டிருந்தது பெண்கள் கூட்டம், துண்டு வேட்டியைத் தலைக்குப் போட்டிருந்தது ஆண்கள் கூட்டம். மேல்சட்டை போடாத கிழவிகள், டவுசர் மட்டுமே போட்ட கிழவன்கள் என ஒட்டுமொத்த கிராமமக்களே அந்தப் பகுதிக்கு வரும் பேருந்தை எதிர்பார்த்துக் காத்துக் கிடந்தனர்.

"என்னப்பா, எப்ப பஸ் வரும்?"

"இப்ப வர்ற நேரம் தான்"

"வரட்டும்... வரட்டும்... இன்னைக்கு அதப் புடிச்சிட்டு போயி ஊரு பஞ்சாயத்தில நிப்பாட்டுனம்னா தான் நமக்கு ஒருவழி பெறக்கும். தண்ணி வரலன்னு பெட்டிசன் போட்டு, இம்புட்டு நாளாச்சு, ஒத்தப் பயலும் இங்கன என்னான்னு வந்து கேக்கல, பஸ்ஸ புடிச்சிட்டுப் போனா, வருவானுகள்ல வரட்டும். அப்பக் கேக்கணும்யா, அவனுகள நாக்கப் புடுங்கிட்டு சாகுறது மாதிரி, நாலு கேள்வி, ஏழ பாழைங்க வாழ்க்க அவனுகளுக்கு அவ்வளவு எளக்காரமா போச்சுல்ல"என்று மூச்சு வாங்கியபடியே பேசினார் பெருமாள். அவர்களோடு வெயிலில் படுத்திருந்த நாய்கள் சூடு தாளாமல் நிழல் தேடி ஓடின.

"பூமி, பருவம் தப்பிப் போச்சு. மழ காலத்தில மழ வர்றதில்ல. வெயில் காலத்தில வெயில் அதிகமாயிருக்கு. எல்லாம் தலைகீழா மாறிடுச்சு. இதுனால எத நம்பியும் விவசாயம் செய்ய முடியாம, வெள்ளாமக் காடெல்லாம் வெட்ட வெளியா கிடக்குது. இல்ல வீடு கட்ட வித்துப்புடுறானுக, பொழப்புல தான் மண்ணு விழுந்திருச்சுனா தவிச்ச வாய்க்கு தண்ணியில்லாமப் போச்சே, அத நெனைச்சாதான்யா அடி வயிறெல்லாம் பத்திக்கிட்டு எரியுது" என்று புலம்பினாள் அரசம்மாள்.

வெயில் வீதியில் உட்கார்ந்திருந்த கூட்டத்திலிருந்து வெக்கை வாடை வீசியது. குடத்தின் அடியில் தேங்கி நின்ற சொட்டு நீரைக் குடிக்க குடத்தைத் தலைக்கு மேலே தூக்கிச் சாய்த்துக் கொண்டிருந்தது ஒரு குழந்தை.

"அம்மா தண்ணி" என்று அழுத பச்சிளங்குழந்தையை தன் மார்போடு அணைத்து, மாராப்பை ஒதுக்கிப் பால் கொடுக்க ஆரம்பித்தாள் ஒரு பெண். அப்போது தூரத்தில் புழுதி கிளப்பிக் கொண்டு வந்துகொண்டிருந்தது அந்த கிராமத்து வழியாக வரும் அரசு பேருந்து.

"ஏய்... எல்லாரும் எந்திரிங்க... எந்திரிங்க... அங்க வந்திட்டு இருக்கு பாருங்க பஸ், விடக்கூடாது... புடிங்க புடிங்க" என்று சொல்ல மொத்த கிராமமக்களும் எழுந்து பேருந்தை சிறைபிடிக்க

ஆயத்தமானார்கள். கோபம் கொண்டு கொழுந்துவிட்டு எரிந்து கொண்டிருக்கும் ஆட்களைப் பார்த்து பயந்து போய் நின்றது பேருந்து.

"ஏய்... அங்க என்னய்யா அவ்வளவு கூட்டம்" டிரைவர் கேட்க.

"நானும் ஒங்க கூட தான வாரேன், எனக்கு என்ன தெரியும்" என்று பதில் சொன்னார் கண்டக்டர்.

"சரி போய் பார்ப்போம்" என ஓட்டுநர் சொல்ல சக்கரங்கள் மெல்ல மெல்ல நகர்ந்தன.

எதிர்பார்த்து நின்றிருந்த கிராமமக்கள் அருகில் வந்த பஸ்ஸை அப்படியே அமுக்கினார்கள். விசயத்தை விவரமாகச் சொல்ல டிரைவர், கண்டக்டர் எதிர் வார்த்தை எதுவும் பேசாமல் இறங்கிவிட, உள்ளிருந்த பயணிகளும் பயத்தோடு இறங்கினார்கள்.

"ஏய்... ஏய்..." சத்தத்தோடு பேருந்தை, ஒரு கிராமத்து டிரைவர் ஓட்டிப்போய் கிராம பஞ்சாயத்து இடத்தில் நிறுத்தினார்.

கசகசவென்ற பேச்சு சத்தத்தில் வார்த்தைகள் இன்னதென்று புரியாமல் வந்து விழுந்து கொண்டிருந்தன.

பேருந்தை ஒரு அதிசயப் பொருளாகவே பார்த்துக் கொண்டிருந்தனர், கிராமத்து மக்கள்.

"இந்த பஸ்ஸு எம்புட்டு வெல இருக்கும்?" வாய் பிளந்து கேட்டாள், ஒரு கிழவி.

"என்ன ஒரு எட்டு ஒம்பது லட்ச ரூவா இருக்கும்" என்று பதில் சொன்னான், அந்த கிராமத்தில் படித்த ஒரு இளைஞன்.

"ஒரு பஸ்ஸே இம்புட்டு வெலையின்னா தமிழ்நாடு பூராம் ஓடுற பஸ்ஸுக எம்புட்டு வெலைக்குப் போகும்" என்றவளின் பேச்சுக்கு எதிர்குரல் கொடுத்தான், இன்னொருவன்.

"அம்புட்டும் நம்ம குடுக்கிற வரிக்காசு. எல்லாத்தையும் வக்கனையா வாங்கி அரசியல்வாதிக ஆட்டம் போடுறானுக."

"ஆமாப்பா பேசாம இந்த வண்டிய வித்து நாமளே ஆறு ஏரிக தூர் வாருவமா? என்று மக்கள் பேசிக்கொண்டிருக்கும் போதே ஊருக்குள் போலீஸ் வண்டியின் சத்தம் கேட்டது.

"அதான மூக்குல வேர்த்திருக்குமே... நாம இன்னைக்கெல்லாம் கத்துனாலும் செகுடன் காதுல சங்கூதுனது கெனக்கா இருப்பானுக. அரசாங்கச் சொத்தப் புடுச்சுட்டோம்னு தெரிஞ்சதுமே காக்கா மாதிரி பறந்து வாரானுக பாரு" என்று பேசும்போதே போலீஸ் கூட்டம் உள்ளே நுழைந்தது.

“நீங்க என்ன காரியம் பண்ணிட்டு இருக்கீங்கன்னு தெரியுமா?” என்று போலீஸ் அதிகாரி விரைப்பாகக் கேட்டார்.

கூட்டம் அமைதியாக நின்றிருந்தது.

“என்ன எதுவும் பேசாம நிக்கிறீங்க? கவுர்மெண்டு பஸ்ஸ சிறை பிடிச்சிருக்கீங்க, இது பெரிய தப்பு பொதுச் சொத்துக்கு பங்கம் விளைவிச்சுருக்கீங்க. அதுனால ஒங்க கிராமத்தையே அரஸ்ட் பண்ணி உள்ள வைக்கப் போறோம்” மீண்டும் வேகமாகப் பேசினார்.

“அரஸ்ட் பண்ணுய்யா நல்லா அரஸ்ட் பண்ணு. எங்களோட உரிமையைச் சொன்னா என்ன ஏதுன்னு கேக்க நாதியில்ல. பஸ்ஸ புடிச்சு வைக்கவும் கோபம் பொத்துக்கிட்டு வருதோ?”

“ஏய்யா அதிகாரி நீங்க ஒங்க குடும்பம் என்னைக்காவது பசி, பட்டினி பாத்திருக்கீங்களா? பஸ் வசதியில்லாம அஞ்சுமயிலு ஆறு மயிலு நடந்து வந்திருக்கீங்களா? இருபது மணி நேரம் கரண்டு இல்லாம வெயில்ல வேர்வையில வெந்திருக்கீங்களா? இல்ல ஒங்க அரசியல் வாதிங்க இத அனுபவிச்சிருக்காங்களா? விடிஞ்சா காடு, இருண்டா வீடுன்னு வாய்க்கும் வயித்துக்கும் பொழப்பு நடத்துற பாவபட்ட மக்க வாழ்ற பூமிய்யா இந்த கிராமங்கள். நீங்களோ, ஒங்க அரசியல்வாதிகளோ ஓட்டு கேக்க மட்டும்தான் இங்க வாரீங்க. கூழக் கும்பிடு போட்டு ஓட்டு வாங்கிட்டுப் போறிங்க நாங்க போடுற ஓட்டுல ஜெயிச்சுட்டு அதுக்கபுறம் என்னைக்காவது எங்கள திரும்பிப் பாக்குறீங்களாய்யா? கடந்த ரெண்டு மூணு வருசமா மழ பருவம் தப்பிப் போச்சு. பூமியில மழ தண்ணி இல்ல. மழ பெய்யலன்னா மக்க மனுச கஷ்டப்படுவாங்கன்னு ஓட்டு வாங்கிட்டுப்போன அரசியல்வாதிகளுக்குத் தெரியாதா சார் மழ பெய்யுற காலத்தில, ஆறு, கொளம், ஏரிகள் தூர்வாரி வைக்கணும்னு. தண்ணி இல்லன்னா அதுக்கு மாத்து ஏற்பாடு பண்ணனும்னு ஒங்க அரசியல்வாதிகளுக்கு ஒரைக்கலய்யா சார்? என்று வேகமாகவும் கோபமாகவும் பேசினார், பால்ச்சாமி பெரியவர்.

ஏற்கனவே வேர்த்திருந்த காக்கிச் சட்டைகள், பெரியவரின் பேச்சால் தொப்பல் தொப்பலாய் ஆகின. எதிர்ப்பேச்சு எதுவும் பேசமுடியாமல் தவித்தனர்.

“சார், நாட்டப் பாக்கத்தான் அரசியல்வாதிகளுக்கு நாங்க ஓட்டுப் போட்டுருக்கோம். ஆனா அவங்க வீட்டப் பாக்கத்தான் ஓடுறாங்களே தவிர, ஒருத்தராச்சும் மக்களபத்தி யோசிக்கிறாங்களா சார்? கட்சி சண்டை, கட்சிக்குள்ள உள்பூசல், நான் பெரியவனா? நீ பெரியவனான்னு இப்படித்தான் முறுக்கிக்கிட்டுத் திரியுறாங்களேயொழிய என்னைக்காச்சும் இந்தக் கிராமத்தில கரண்டு வரல இந்த ஊர்ல தண்ணியில்ல, இங்க ரோடு சரியில்ல. இந்த இடத்தில பள்ளிக்கூடம்

சரியில்ல. இப்படி ஏதாவது பேசுறாங்களா. இல்லையே, எல்லாம் சுயநலம், தான் நல்லா இருக்கணும் அவ்வளவுதான் இங்க எல்லாம் ஏவாரம் சார், எம்.எல்.ஏ ஆனா இவ்வளவு சம்பாரிக்கலாம், மந்திரி ஆனா இம்புட்டு சம்பாரிக்கலாம்னு எல்லாம் கணக்கு போட்டுதான் களத்தில ஏறங்குறானுக. லாபகணக்கு பாக்குற, ஏவாரி நெஞ்சுல ஈரம் எங்க இருக்கும் சார். எல்லா அரசியல்வாதியும் ஒருவகையில் சாதிய, மதத்த வச்சு ஏவாரம் பண்ற ஏவாரிகள்தான்" என்றாள், அரசம்மாள்.

அவள் பேசுவதை கிராமமே வேடிக்கை பார்த்து நின்றுகொண்டிருந்தது. போலீஸ்காரர்கள் எதுவும் பேசாமல் புல்லரித்துப் போய் பார்த்துக் கொண்டிருந்தார்கள்.

அவர்கள் ஒருவருக்கொருவர் பார்க்கும் பார்வையே கிராமமக்கள் பேசுவது நியாயம் எனப்பட்டதுபோல் இருந்தது.

"சார், இந்த கிராமத்துக்கு நாலு அஞ்சு மாசமா தண்ணி வரல சார். சுத்துபட்டி கிராமங்களும் தண்ணியில்லாம காஞ்சு கெடக்கு. மலையில வாழ்ற ஆன, கரடி குரங்குல இருந்து அம்புட்டு சீவராசிகளும் தண்ணியில்லாம ஊருக்குள்ள வருதுக. நேத்துக்கூட ரெண்டு ஆன தண்ணியில்லாம பக்கத்துல ஊர்ல வந்து செத்துப் போச்சாம்? தண்ணியில்லன்னு சொன்னா நாங்க யாரப் போயி சார் பாக்குறது உரிமைகளக் கேள்வி கேக்குறது.

இங்க இருக்குற கலங்கல் தண்ணியக் குடிச்ச ரொம்பப் பேருக்கு உடம்பு சரியில்லாமப் போச்சு. எங்க கொறைகள கேக்க வருண பகவான் வருவானா? இல்ல எங்கள காப்பாத்துறத்துக்கு வாயு தேவன் வந்து நிப்பானா? ஓட்டு வாங்கிட்டு போன அரசியல்வாதிகள் தா்ன கேக்க முடியும். சம்மந்தப்பட்டவங்களுக்கு போன் போட்டா யாரும் எடுக்கிறதில்ல. பெட்டிசன் போட்டா பதில் இல்லை. அதுனாலதான் எங்களுக்கு வேற வழி தெரியல , பஸ்ஸ புடிச்சு வச்சுருக்கோம். எங்க தொகுதி எம்.எல்.ஏ, கலெக்டர், தாசில்தார், கிராம அலுவலரு அம்புட்டு பேத்தையும் வரச்சொல்லுங்க. எங்க நாயத்தச் சொல்றோம். அப்பிடியே எங்க சுத்துபட்டு கிராமங்களோட நெலமையும் சொல்றோம். நெஞ்சுல ஈரமிருந்தா எங்களுக்கு ஒரு வழி சொல்லச் சொல்லுங்க, இல்ல நாங்க யாருன்னு தேர்தல்ல காட்டுறோம்."

ஈரமும் வீரமும் கொண்டு மக்கள் பேசிக் கொண்டிருக்கும்போது, விவரம் தெரிந்த அந்தத் தொகுதி எம்.எல்.ஏ, கலெக்டர், தாசில்தார், கிராம அலுவலர் முதற்கொண்டு எல்லாம், அங்கு வந்து சேர்ந்தார்கள்.

"வாங்கய்யா, அரசாங்கத்த நிமித்தி, மக்களுக்கு நல்லது செய்ற தேவதூதர்களே! உங்களயெல்லாம் ஊருக்குள்ள விட்டதே தப்புயா..

போங்கய்யா வெளியே” என்று பொடி போட்ட வாயில் பேசியபடியே அவர்களை விரட்டினாள் பேச்சிக்கிழவி..

“பாட்டி இந்தத் தொகுதி எம்.எல்.ஏ பார்த்துப்பேசுங்க” என்றார் ஒரு அரசு ஊழியர்

“ஏய்யா எனக்குக் கண்ணு தெரியலன்னு நெனச்சியா? சாகப்போற கெழவி எனக்கே கண்ணுத்தெரியுதுய்யா. ஆனா, எங்கக்கிட்ட ஓட்டு வாங்கிட்டுப் போன இவருக்குத்தான்யா கண்ணுத் தெரியல. இவரு எம்.எல்.ஏ ஆகுறதுக்கு முன்னாடி எப்படி இருந்தாரு தெரியுமா? இன்னைக்கு எப்படி இருக்காரு பாருங்க. இவரு பேர்லையும், இவங்க சொந்தகாரங்க பேர்லையும் ஏகப்பட்ட சொத்துபத்து கண்ணுக்கெட்டுன தூரம் வரைக்கும் காடுகரைகள வாங்கிப் போட்டுருக்காங்க. இதெல்லாம் எங்க இருந்துய்யா வந்துச்சு. எல்லாம் எங்க தொகுதிப் பணம். மக்களுக்கு ஒதுக்குன பணத்த மகராசன் தன்னோட வீட்டுக்கு ஒதுக்கிட்டாரு. சொல்லுங்கய்யா... எங்க தண்ணி பிரச்சனக்கு என்ன தீர்வு சொல்லப்போறீங்க... சொல்லுங்க... சொல்லுங்கய்யா...” என்று வீறு கொண்டு எழுந்தார், வீரணன்.

“கண்டிப்பா ஒங்க கிராமத்துக்கு தண்ணி வந்தே தீரும்” என்று உத்தரவாதம் கொடுத்தார். எம்.எல்.ஏ.

“எங்கய்யா நீங்க சொல்றதெல்லாம் தண்ணியில எழுதுன எழுத்து மாதிரி அம்புட்டும் அழிஞ்சு போச்சுய்யா.”

“இல்ல கண்டிப்பா உங்க ஏரியாவுக்கு தண்ணிவர ஏற்பாடு பண்றோம்” என்று நாகரீகத் தமிழில் பேசினார். அந்த மாவட்ட கலெக்டர்.

“நீங்க பேசாதீங்கய்யா... கண்ணாடிகூண்டுல, ஏசியப் போட்டு ஒக்காந்துட்டு சேறும், சகதியுமா வார எங்க விவசாயிகள ஏளனமாப் பாக்கல. விவசாயிகள் குறைதீர்ப்பு நாள்ன்னு சொல்லி எங்கள கூப்பிட்டு ஒக்கார வச்சு கேவலமாப் பேசல. மாதச் சம்பளம் வாங்குற ஒங்களுக்கெல்லாம், மறுகு சோளம் பொறுக்கிச் சாப்பிடுற பஞ்சப் பரம்பரைகளோட வலி தெரியாது சார்” என்று நீல பாண்டியன் கலெக்டரை நிற்கவைத்துக் கேள்வி கேட்டார்.

அப்போது ஒருவன் தன் உடம்பில் மண்ணெண்ணையை ஊற்றி தீ வைக்க ஆயத்தமானான். “எங்க ஊருக்குத் தண்ணி வேணும். இல்லைன்னா இங்கேயே நான் தீக்குளிப்பேன்” என்று மிரட்டினான்.

“ஏய் பொசகெட்ட பயல... நீ ஏண்டா சாகணும் நம்மள இந்த நெலைக்கு கொண்டுபோன இவனுகள கொளுத்தணும்டா. இந்த

நிக்கிறான் பாரு... இவனக் கொளுத்து, சாதி சர்டிபிகேட்டுக்கு காசு வாங்கிட்டு யாரு, என்ன சாதி கேக்குறாங்களோ அந்த சாதிய கூசாம எழுதிக் குடுக்குற தாசில்தார கொளுத்து. ரேசன் அரிசிய மக்களுக்கு கொடுக்காம கடத்துற அதிகாரிகளக் கொளுத்து. உள்ளூரிலயே ஒக்காந்திட்டு நம்ம மேலேயே குதிர ஏறிப் பொழப்பு நடத்துற கிராம அலுவலர கைய ஒடி, எதாவது சர்டிபிகேட் கேட்டா பேனாவுல மை இல்லன்னு சொல்லிட்டு, லஞ்சக் காசு கொடுத்தா ஒடனே கையெழுத்துப் போடுற ஆர்.ஐய ஊரவிட்டு வெளியேத்து, இப்படி அரசாங்கத்தையும், மக்களையும் ஏமாத்துற ஆளுகள விட்டுட்டு, நீ ஏண்டா சாகணும்" என்று ஒருவர் பேச, வந்த அதிகாரிகள் வாயடைத்து நின்றார்கள்.

"இம்புட்டு நாளா நாங்க தவிச்ச வாய்க்குத் தண்ணியில்லாம தட்டுக்கட்டிட்டு கெடக்குறோம் அப்பயெல்லம் வராம இப்ப பஸ்ஸ புடிச்சு வைக்கவும் வாரீங்களோ" நீங்க போங்க எங்களோட வாழ்க்கையை நாங்களே பாத்துக்கிறோம்.

"எங்களுக்கான விடுதலைய நாங்களே வாங்கிக்கிறோம். நாங்களே அணையக் கட்டுறோம். கொளத்த வெட்டுறோம். ஏரியத் தூர்வாருறோம். கடல்நீரக் குடிநீராக்க முயற்சி செய்றோம். ஆறுகள இணைக்கிறோம். நதிகளைச் சேக்குறோம். அரசியல் பேசாம அன்பாப் பேசினா எல்லாம் நடக்கும்யா. அதவிட்டு, காலம் பூரா பிரிவு பேசியே எங்கள பிரிச்சிப்புட்டீங்க... இதுவரைக்கும் எங்கள ஏமாத்துனது போதும், இனி எங்கள யாரும் ஏமாத்த முடியாது" என்று வீறுகொண்டு பேசினாள், பேச்சிக்கிழவி.

கிராமத்து மக்களை பயமுறுத்த வந்த போலீஸ் கூட்டம் அவர்கள் பேசுவதைக் கேட்டு விக்கித்து நின்றது.

"கவர்மெண்டு பஸ்ஸையும் பிடிச்சு வச்சுட்டு எவ்வளவு திமிரா பேசுறானுகன்னு பாரு. இந்தக் காலிப்பயககூட என்ன பேச்சு வேண்டியிருக்கு. லத்தி சார்ஜ் பண்ணி பஸ்ஸ எடுத்திட்டு போவோம்" என்று முன்னேறியது போலீஸ் கூட்டம். ஒரு போலீஸ் வீறுகொண்டு முன்னேறி பேருந்தில் ஏறி ஸ்டியரிங்கைத் திருப்பினார். உயரதிகாரிகளும் ஒரு வார்த்தைகூட பேசாமல் உறைந்துபோய் நின்றிருந்தார்கள். 'டுர்டுர்டுர்' என்ற உறுமல் சத்தத்தை மட்டுமே எழுப்பியது பேருந்து.

கீழே நின்றிருந்த மக்களும் போலீசும் பேருந்தை வேடிக்கை பார்த்தபடியே இருந்தார்கள். பேருந்தில் ஏறிய போலீஸ் தன் புஜபலம் முழுவதும் கொண்டு ஸ்டியரிங்கைத் திருப்ப அது 'அசைவேனா' என்றிருந்தது.

திடீரென இன்ஜினிலிருந்து புகை ஆவியாய் வெளியேறியது.

"என்னாச்சு?" உயர் அதிகாரி கேட்க, பதறியபடியே பேருந்தை நோக்கி முன்னேறியது, போலீஸ் கூட்டம்

"சார், ரேடியேட்டர்ல தண்ணி இல்ல. தண்ணி ஊத்துனாத்தான் ஸ்டார்ட் ஆகும்" போல என்று போலீஸ் சொன்னபோது,

"என்னது தண்ணியா?" என்று ஆச்சரியம் கலந்து, அதிர்ச்சியோடு வாய் பிளந்தார், அந்த மாவட்ட கலெக்டர்.

■ ■ ■

கவிஞர்

முத்துலிங்கம்

பொதுவாக, இசை ஒலி கேட்டு செடிகொடிகள் மயங்குகின்றன என அறிவியலோடு பலர் விளக்கியிருக்கின்றனர். அதுபோல் துன்பப்படுகிற மனத்திற்கு மருந்தாக இளையராஜா இசை இருக்கிறது என்று இக்கதையில் ராஜா செல்லமுத்து குறிப்பிடுகிறார்.

இளையராஜா இசை மட்டுமல்ல; மனதை வருடக்கூடிய இசை எதுவாக இருந்தாலும் அது இந்தி, தெலுங்கு போன்ற வேற்றுமொழி இசையாக இருந்தாலும் மனதிற்கு அமைதி தரக் கூடியவையாகத்தான் இருக்கும். இவர் இளையராஜா ரசிகர் என்பதால் அவர் இசையை உயர்த்திச் சொல்லியிருக்கிறார்.

இக்கதையில் நமக்கு ஒரு குறிப்புக் கொடுக்கிறார். “எத்தனையோ மருந்து மாத்திரைகளுக்குக் கட்டுப்படாத ஹைபிரஸர் இளையராஜாவின் இசைக்குக் கட்டுப்படுகிறது” என்று ஆணித்தரமாக உரைக்கிறார்.

இறைவனே ஏழிசைக்கு மயங்குபவன் என்றுதான் நமது இலக்கியங்களும் கூறுகின்றன. இறைவனே மயங்கும்போது ராஜா செல்லமுத்து மயங்கமாட்டாரா?

மனது சரியில்லை என்று புலம்பித்திரிபவர்களுக்கு மாத்திரைகளை அறிமுகப்படுத்துவதைவிட இளையராஜாவின் இசைப்பாடல்களை அறிமுகப்படுத்துங்கள் எத்தனையோ நோய்கள் விரட்டும் வேதிவினை அவர் பாடலில் உள்ளது என்று முத்தாய்ப்பாக முடிக்கிறார். இளையராஜா பாடலும் ஜன்னலோர இருக்கையும் என்ற இந்தக் கதை என்னைக் கவர்ந்த கதைகளில் ஒன்று.

●●●

இளையராஜா பாடலும் ஜன்னலோர இருக்கையும்

'ஜன்னல்' ஆகாயத்தைக் கம்பிகளுக்குள் அடைத்து வைத்திருக்கும் வெற்றிடம். வானத்தை அளந்து பார்க்கும் சாளரம். நான் எப்போது ரெயில் அல்லது பேருந்துகளில் ஏறினால் ஜன்னலோர இருக்கைதான் வேண்டுமென என் மனம் சஞ்சரிக்கும். ஜன்னலோர காற்று வீசும் வேகம், அது தொட்டுப்போகும் வருடல் எல்லாமே ஒரு தனி சுகம்தான்.

சில நாட்களுக்குமுன் சென்னையிலிருந்து மதுரைக்கு இரவு நேரப் பேருந்துப் பயணம்.

சட்டை ஈரம் படாமல் வேர்க்கும் வியர்வை. காது மூடாத சன்னமான குளிர். கோயம்பேட்டிலிருந்து மெல்லக் கிளம்பிய பேருந்து தாம்பரத்தைத் தாண்டியபோது, இளையராஜாவின் பாடலை மெல்லக் கசியவிட்டார் ஓட்டுநர்.

'சிரிச்சா கொல்லிமலக் குயிலு' என்று ஆனந்தத்தை அள்ளித் தெளிக்கும் அற்புதமான பாடல் காற்றில் கரைந்து வந்தது.

'கல்லாக் கெடந்து பூவானா... ரெண்டாந் தடவ ஆளானா' என்ற வரிகள் வந்தபோது, என் கிராம வாழ்வில் நான் தொலைத்த கல்லூரி நினைவுகள் என்னில் வந்து நிழலாடியது.

"ஏய் முத்து, இன்னைக்கு மட்டும் நான் ஜன்னலோரம் ஒக்காந்திருக்கேண்டா"

"ம்... ஹூகும்"

"டேய், இன்னைக்கு மட்டும்டா"

“முடியாது. இந்த ஜன்னலோரம் ஒக்காந்துட்டு நம்ம காலேஜ் வர்றவரைக்கு இளையராஜா ஐயா பாட்டக் கேட்டுட்டே இருக்கு அப்படியொரு சந்தோஷம்” வர்றதுல உணர்வுகள் மேலிடச் சொன்னேன்.

“அதான், தெனமும் கேட்டுட்டேதானே வர்ற” நண்பன் சங்கிலி விடாப்பிடியாகக் கேட்டான். நான் முடியவே முடியாதென்றேன்.

“டேய், இன்னைக்கு ஒரு நாள் மட்டும்டா”

“முடியாது” விடாப்பிடியாக ஜன்னலோரமே உட்கார்ந்திருந்தேன்.

‘பூங்காற்று திரும்புமா? எம் பாட்ட விரும்புமா?’ பாடல் பேருந்தில் கசிய ஆரம்பித்தது.

நண்பன் பேசியது எதுவும் என் காதில் விழவே இல்லை.

‘என்ன சொல்லுவேன்

என் உள்ளம் தாங்கல

மெத்த வாங்குனேன்

தூக்கத்த வாங்கல...’

என்ற வரிகள் வந்தபோது, இன்பத்தில் லயித்து பாடலில் கரைந்தது மனசு. தேவாரத்தில் கிளம்பிய பேருந்து மேட்டுப்பட்டி தாண்டி மல்லிங்காபுரம் வந்தடைந்தது.

“இதுதான் டைரக்டர் கஸ்தூரி ராஜா ஊரு”

“அப்படியா?”

“அப்ப தனுஷ், செல்வராகவன் எந்த ஊரு?”

“ஏப்பா, அப்பா பொறந்த் ஊரு இதுதான்னா, புள்ளைகளுக்கு புதுசாவா ஊர் இருக்கும். அவங்களுக்கும் இந்த ஊருதானப்பா” என்று பயணிகள் பேசிக்கொண்டனர்.

‘பண்ணப்புரம் எங்கே?

சென்னை நகர் எங்கே?

எங்கு சென்றாலும்

மண் ஒன்றுதான்’ என்று இளையராஜாவின் குரலிலேயே பாடல் வந்துபோது எங்கள் பஸ் பண்ணைப்புரத்தை வந்தடைந்தது.

“என்னவொரு ஒற்றுமை பாருப்பா! பண்ணைப்புரம் எங்கேன்னு இளையராஜாவே பாடுறாரு. அவர் ஊரு கரைக்கட்டா வருதே”

"அதுதான்பா ஆன்மாங்கிறது. அவரு எங்கே இருந்தாலும் நம்ம மண்ணுல பொறந்தவருதானே... என்ன பாட்டுகள்யா... அம்புட்டும் அப்படியொரு அழகு. இனிமை, ஒவ்வொரு பாட்டையும் இன்னைக்கெல்லாம் கேட்டுட்டே இருக்கலாம்" என்று இருவர் சொன்னபோது, பாடலில் லயித்துக்கிடந்த என் மனது பேசியவரைத் திரும்பிப் பார்த்தது.

பேருந்து பண்ணைப்புரம் தாண்டி கோம்பை என்ற சிற்றூரைத் தொட்டிருந்தது.

'ஊருசனம் தூங்கிருச்சு

ஊதக்காத்தும் அடிச்சிருச்சு

பாவி மனம் தூங்கலையே

அதுவும் ஏனோ தெரியலையே...' என்ற பாடல் ஆரம்பமானது.

'ஆஹா, என்ன பாட்டு...' ஜன்னலை விட்டு விலகாத நான் என் இருக்கையில் அமர்ந்தபடி காற்றில் கரையும் பாடலை ரசித்த படியே வந்தேன்.

சங்கிலி கடுங்கோபத்தில் நின்றிருந்தான்.

எல்லா நிறுத்தங்களிலும் ஆட்கள் ஏற ஏற பேருந்து இப்போது முன்னைவிட புடைத்திருந்தது.

"டேய்... முத்து, டேய்..." சங்கிலி கூப்பிடக் கூப்பிட நான் செவி சாய்க்காமலே உட்கார்ந்திருந்தேன்.

"தெனமும் ஜன்னலோரம் ஒக்காந்திட்டு எந்திரிக்கவே மாட்டேங்கிறான். அதுக்குத்தக்கன இளையராஜா பாட்டையும் போட்டு விட்டுறானுக. இவன் பேசாம, காலேஜ் வர்றவரைக்கு எவனையும் சட்ட பண்றதில்ல. இம்புட்டு சத்தம்போட்டுக் கூப்பிடுகிறேனே எதாவது கேக்குறானான்னு பாரு" என்று சங்கிலி சொல்ல, கூடியிருந்த நண்பர்களும் இதையே ஆமோதித்தார்கள்.

"கோம்பையத் தாண்டி சுக்குச் சுருணிமேடு என்னும் இடத்தை தாண்டியபோது 'ஊரு சனம் தூங்கிருச்சு' பாட்டு நிறைவுற்று

'ராசாவே ஒன்ன நான்

எண்ணித்தான்

பல ராத்திரி மூடல கண்ணத்தான்'

பாடல் ஒலிக்க ஆரம்பித்தது. நான் சிரித்தபடியே உட்கார்ந் திருந்தேன்.

‘மாக்கோலம் போட்டு மாவிளக்கேத்தி நீ கெடைக்க நேந்துக்கிட்டேன்’ என்ற சரணம் வந்தபோது கண்கள் மூடி ரசித்தபடியே இருந்தேன்.

‘சொல்லிவிடு வெள்ளி நிலவே சொல்லுகின்ற சேதிகளையே’ என்ற பாடல் ஒலித்தபோது என் தோளை ஒரு கை தட்டியது.

“டேய் தம்பி டேய்...” என தட்டிய போது உலுக்கி எழுந்தேன்.

“என்ன காலேஜ் போகலையா?”

“போகணும்”

“எங்கே?”

“ஏன் என்னாச்சு”

“டேய் காலேஜ் கடந்து, பஸ் கம்பம் வந்திருச்சுடா” என்று நண்பர் ஒருவர் சொன்னபோதுதான் பார்த்தேன். அவர் சொன்னது உண்மைதான் என்று தெரிந்தது.

“ஐய்யோ...”

“டேய் நீ தெனமும் இப்படி பாட்டுக் கேட்டுட்டே போனயின்னா படிப்பில கோட்டடிச்சுருவ””

“ஸாரி ஸார்”

“இன்னைக்கோட நெறயாத் தடவ இப்படிப் பண்ணியிருக்கே. பாத்துடா.”

“சரி...” என்றபடியே பேருந்தை நிறுத்தி அவசரமாகக் கீழே இறங்கி எதிர் திசையில் போகும் பேருந்தில் ஏறினேன்.

“சார் ஒரு காலேஜ்” என டிக்கெட் எடுத்தேன். அங்கும் ஜன்னலோர இருக்கை கிடைத்தது.

‘கருத்த மச்சான் கஞ்சதனம்

எதுக்கு வச்சான்

பருத்திக்குள்ள பஞ்ச வச்சு

வெடிக்க வச்சான்...’ பாடல் வந்தபோது இளையராஜாவின் பாடலில் இளகினேன்.

‘பஞ்சாங்கம் நீ பாரு பந்தக்காலு நீ போடு

உன் மார்பில் சாயாது

தூங்காது கண்ணு’ என்ற பாடல் வரிகள் வந்தபோது தலையில் கை வைத்து ஒருவன் தள்ளினான்.

"டேய்... காலேஜ் வந்திருச்சு...அஞ்சு நிமிசம் வாரதுக்குள்ள பகல் கனவுகாணுறானுக" எனத் திட்டி எழுப்பினார் கண்டக்டர்.

"ஸாரி ஸாரி..." என்றபடியே பேருந்தை விட்டு இறங்கினேன்

இப்படி நிறைய நாட்கள் எனக்கு நிகழ்ந்திருக்கிறது

இன்றும் ஒரு மணி நேர இடைவெளியில்தான் கல்லூரிக்குள் நுழைந்தேன்.

முன்பெல்லாம் எனக்கு முன்கோபம் அதிகமென்று முழக்கமிட்டிருக்கிறார்கள் நண்பர்கள்.

"டேய், எப்பவும் மூஞ்சிய உர்ன்னு வச்சிட்டு இருக்காதடா பிரஷர் வந்திரும். சந்தோசமா இரு. இளையராஜா பாட்டக் கேளு. கோபமும் பிரஷரும் கொறையும்" என்று மருத்துவர்போல நான் சொன்னதை நிறைய நண்பர்கள் கேட்டிருக்கிறார்கள்.

எத்தனையோ மருந்து மாத்திரைகளுக்குக் கட்டுப்படாத என் ஹைபிரஷர், ஐயா இளையராஜாவின் பாடலில் குறைந்தது என்பது மட்டும் மறுக்கமுடியாத உண்மை. மனதை வசியப்படுத்தி வியாதிகளை விரட்டும் வல்லமை தன் இசைக்கு இருக்கிறது என்று உணர்த்திய இளையராஜா ஐயாவுக்கு நன்றி.

மனது சரியில்லையென்று புலம்பித்திரிபவர்களுக்கு மாத்திரையை அறிமுகப்படுத்துவதைவிட இளையராஜாவின் பாடல்களை அறிமுகப்படுத்துங்கள். எத்தனையோ நோய்களை விரட்டும் வேதிவினை அவர் பாடலில் உள்ளது. இப்போது எனக்கு முன்கோபமும் இல்லை பின்கோபமும் இல்லை. ஏனெனில் இளையராஜா பாடல்களைத்தான் தினமும் கேட்கிறேன் என்று எனக்குள்ளே சிரித்துக்கொண்டேன்.

இரவுநேரப் பயணமும் ஜன்னலோர இருக்கையும் இசைஞானி இளையராஜாவின் பாடலும் என்றும் நிலைத்திருக்கும்.

பாடலை ரசித்தபடியே சென்னையிலிருந்து மதுரை நோக்கியே என் பயணம் தொடர்ந்து கொண்டிருக்கிறது.

■ ■ ■

கலைமாமணி மக்கள்குரல்

வீ.ராம்ஜீ

கற்பனை, எதார்த்தம் இரண்டிலும் பேனாவை ஓடவிடும் படைப்பாளிதான் ராஜா செல்லமுத்து. சுகத்தைக் காட்டிலும் சோகத்தை ஒற்றி எடுத்து அதைத் தன் எழுத்தில் அவர் காட்டுகிறபோது கொஞ்சம் நெஞ்சை கனக்கவைக்கும், விழியோரம் நீர்த்துளிகள் படரவைக்கும். இது அவருக்குக் கை வந்தது.

உள்மனதைத் தொடும் ஒரு நிமிஷம். சலனமின்றி சங்கடத்தில் ஆழ்த்தும் அவ்வரிசை சிறுகதைகளில் ஒன்றுதான் 'சித்தப்பா'.

முன்னிரவில் பேசினார், உடல் நலம் விசாரித்தார், பின்னிரவு கடக்கும் நேரம் மரணத்தை முத்தமிட்டார் என்பதுதான் கதையின் மையம்.

(அதை உணர்வுபூர்வமாக இதயத்தைக் கனமாக்கும் விதத்தில் வடித்திருக்கும்விதம் சித்தப்பா செல்வத்தை வாசகர்களும் மனக் கண்ணால் பார்க்க வைத்திருக்கிறார். மௌனத்தில் விசும்ப வைத்திருக்கிறார்.) உடல் சிலருக்குக் கோயில். சிலருக்கு உடைந்த வீடு. பத்திரப்படுத்தி உத்வேகப்படுத்துபவன் பாக்யவான் உடல் போனபோக்கில் வாழ்பவன் நோயாளியாவான். மனித வாழ்க்கை இந்த இரண்டு கோட்பாட்டுக்குள் முடங்கிவிடுகிறது. உடலையும் பேண வேண்டும் என்றதன் அவசியத்தை நாலடியில் சொல்லும் போதனை (சிறுகதையாகட்டும்) மணம் வீசும் ரோஜா மாலைகளில் ம(ர)ண வாசனை வீசியது. சில சித்தப்பாக்கள் பெற்ற அப்பாக்களைவிட உயர்ந்தவர்கள் முத்தாய்ப்பு வரிகள்... முன்பின் தெரியாத செல்வம் அன்புச் சித்தப்பாவுக்கு நம்மையும் மௌன அஞ்சலி செலுத்தவைத்திருக்கிறார். மரணம்பற்றிய தகவல் தெரியவந்ததும் அவருக்குள் எழும் அந்தத் தவிப்பு... பரிதவிப்பு இனம்புரியாத வேதனை கூடுவிட்டுக்கூடு பாய்ந்திருக்கிறார் ராஜா செல்லமுத்து. உயிரோட்டமான இவரின் எழுத்துகள் நீரோட்டமாகட்டும்.

●●●

சித்தப்பா

சித்தப்பா இந்த ஒற்றை வார்த்தைக்குள் ஓராயிரம் அன்பின் அடையாளங்கள் அடங்கியிருக்கின்றன.

சித்தப்பாக்களைப் பெறாதவர்கள் துரதிர்ஷ்டசாலிகள் என்றே எண்ணத் தோன்றுகிறது. எனக்கு அப்படியொரு நிலைமை வாய்க்கவில்லை.

கோபக்கோடுகளை அழித்துவிட்டு எல்லோரிடமும் பாசமாகப் பழகும் அந்தப் பண்பு, அத்தனைபேரையும் அரவணைத்துப் போகும் பழக்கம் இதையெல்லாம் எங்கிருந்து கற்றார்? என்பது யாருக்கும் தெரியாது. புன்னகையை முகத்திலிருந்து விலக்காமல் எப்படி வைத்திருந்தார் என்பது ஒரு புரியாத புதிர்.

செல்வம். தன் பெயர்போலவே செழிப்போடு வாழ்ந்தவர். உடம்பிலிருந்து வியர்வை வெளிவராத அரசாங்க உத்தியோகம் கொண்ட பணியில் நேர்மை. பணியின்போது தூய்மை. உடல் சிலருக்குக் கோயில். சிலருக்கு உடைந்த வீடு. உடலை பத்திரப்படுத்தி உத்வேகப்படுத்துபவன் பாக்கியவான். உடல் போனபோக்கில் வாழ்பவன் நோயாளியாவான். மனித வாழ்க்கை இந்த இரண்டு கோட்பாட்டுக்குள் முடங்கிவிடுகிறது.

உடலை வருத்தும் உழைப்போ? உடற்பயிற்சி செய்து உடம்பை கட்டுக்கோப்பாக வைத்திருக்கும் உத்தியோ இதையெல்லாம் புத்தியில் ஏற்றாமல் வாழ்வதுவரை வாழ்க்கையென வாழ்ந்தவர் அவர். அந்த மரண இரவில் என் மௌனங்கள் சத்தமிடவில்லை. அந்தப் பொழுதுக்கு என்ன ஆனதோ தெரியவில்லை. கரையும் எல்லா நாட்களைப்போலவேதான் அந்த நாளும் போனது. ஒரு

குறும்படத்தின் வெளியீட்டு விழாவிற்கான வேலையில் நான் மூழ்கிக் கிடந்தேன்.

'கிணிங்...கிணிங்' என் செல்போன் சிணுங்கியது. அப்போது மணி இரவு 8.38.

"ஹலோ"

"என்னப்பா எப்படியிருக்க...? கால் சுளுக்கு விழுந்திருச்சுன்னு சொன்னியே டாக்டரப் பாரு. ஒன்னோட ஃபங்ஷன் என்னாச்சு? கவிஞர் வைரமுத்து டேட் தள்ளிப்போட்டுட்டாரா? அவர் சொன்ன படியே செய்... ஒடம்ப பாத்துக்கப்பா..." கரிசனத்தோடு கேட்டார் சித்தப்பா.

"சரிப்பா. நான் வீட்டுக்குப் போய் கூப்பிடவா?"

"சரி" போனை கட் செய்தார்.

நான் வேலையை முடித்துவிட்டு வீடு திரும்பியபோது மணி இரவு 10.38. உடனே வீட்டிற்கு போன் செய்தேன். போன் ரிங்கானது. ஆனால் சித்தப்பா போனை எடுக்கவில்லை. அயர்ந்து தூங்கியிருப்பார்போல, விட்டுவிட்டேன். எனக்கு காலையில் திடீரென காலில் ஏற்பட்ட வலியால் துடித்துக் கிடந்தேன். பின் அந்த நேரத்தில் படுக்கைக்குச் சென்றேன். புரண்டு புரண்டு பார்த்தேன். விழிகளில் உறக்கம் ஒட்டுவேனா என்று அடம்பிடித்துக் கொண்டிருந்தது. ஒருவழியாக கண்ணசந்து தூங்கத் தயாராக நினைத்தபோது, 'கிணிங்... கிணிங்...' என் செல்போன் சிணுங்கியது.

"யாரது இந்நேரம்?" கண்ணைக் கசக்கியபடி போனை எடுத்தேன்.

"ஹலோ"

"அப்பாவுக்கு என்னமோ ஆச்சுடா, ஏதேதோ சொல்லுறாங்க எனக்குப் பயமா இருக்கு. நீ சிக்கிரம் கிளம்பி வா" சித்தியின் அழுகைக் குரல் என்னை என்னமோ செய்தது.

"ஹலோ... ஹலோ..." போன் கட்டானது. அப்போது கடிகாரத்தைப் பார்த்தேன். அதிகாலை 2.45. உடனே வீட்டிற்கு தம்பிக்கு போன் செய்தேன். அவன் எடுக்கவே இல்லை. மறுபடியும் சித்திக்கு போன் செய்தேன் அவர்களும் எடுக்கவில்லை. மீண்டும் மீண்டும் தம்பிக்கே போன் செய்தேன். பத்துப் பதினைந்து கால்களுக்குப் பிறகு அவன் போனை எடுத்தான்.

"எனக்கு அம்மை போட்டிருக்கு. நான் போகல வீட்டில இருக்கேன்" என்றான். எனக்கு அவனிடம் உண்மையைச் சொல்ல நா எழவில்லை.

சித்தப்பாவை காரில் ஏற்றிக்கொண்டுபோன கீழ்வீட்டுக்கார ஐயாவிடம் விவரம் கேட்டேன்.

"ஆமா... தம்பி. அவருக்கு உடம்பு ரொம்ப முடியலதான். ஒரு ஆஸ்பத்திரிக்குக் கூப்பிட்டுப் போனோம். அங்க முடியலன்னு சொல்லிட்டு வேற ஆஸ்பத்திரிக்கு கூட்டிட்டுப் போகச் சொல்லிட்டாங்க. அங்கதான் போய்ட்டு இருக்கேன்."

"ஐயா நான் வந்துதான் ஆகணுமா...?" பதறிப் போய்க் கேட்டேன்.

"அப்படித்தானிருக்கு தம்பி" அவர் சொன்ன அந்த வார்த்தையைக் கேட்டு லட்சம் துண்டுகளாய் உடைந்துபோனது இதயம். அந்த அதிகாலை எனக்கு அந்நியமாய்ப்பட்டது. தனிமையில் கிடந்து தவித்தேன். ஆறுதல் சொல்ல ஆளில்லை.

தைரியம் சொல்ல நட்பில்லை. வாய்விட்டு அழ வலிமையில்லை. இழந்த இழப்பைச் சொல்ல சொந்தமில்லை. அந்தத் தனியறையில் நான் தவித்த தவிப்புகள் கொஞ்சநஞ்சமல்ல. அது வார்த்தைகளுக்குள் வராத பெரிய வருத்தம்.

என்ன நடந்திருக்கும்? ஒருவேளை.. கடவுளே! எதுவும் நடந்துவிடக் கூடாது. கும்பிடாத சாமிகள் இல்லை. வேண்டாத வேண்டுதல்கள் இல்லை.

யாருமற்ற நமக்கு எல்லாமுமாய் இருந்தவர் சித்தப்பா. தவறு. இது உறவுமுறையில் இட்டு அழைக்கும் பெயர். சித்தப்பன் என்றாலும் அவரை அப்பாவென்றே அழைப்பது எங்கள் குடும்ப வழக்கம். பாசம் தள்ளிப்போய்விடுமோ என்று இப்படிக் கூப்பிடுவோம்.

அப்படிப்பட்ட மனிதனுக்கா இந்தக் கொடுமை எல்லாக் கடவுளையும் மன்றாடியது மனசு. சென்னை—மதுரை இந்த தூரங்களின் இடைவெளியை துக்கம் அடைத்தது. சிறிது நேரம் கழித்து மீண்டும் அந்த கீழ்வீட்டு ஐயாவிற்கே போன் செய்தேன்.

"தம்பி ஆஸ்பத்திரிக்கு வந்தேன். ச்சே... ச்சே..." உதறினார்.

"ஐயா சொல்லுங்க."

"என்னத்தச் சொல்றது தம்பி. முடிஞ்சுபோச்சு. வீட்டுக்கு கொண்டுபோங்கன்னு சொல்லிட்டாங்க."

அவர் சொன்ன இந்தக் கடைசி வார்த்தை சோகத்தைப் பிழிந்து என் நெஞ்சில் ஊற்றியது. அனிச்சையாக கீழே விழுந்தேன். எனக்கு என்னசெய்வதென்றே தெரியவில்லை. அப்போது அதிகாலை மணி 3.25யைக் கடந்திருந்தது. என்ன இது? இதே இரவு 8.38க்கு என்னை

நலம் விசாரித்தார். மருத்துவரைப் பார்க்கச் சொன்னார். இந்த ஆறு மணிநேர இடைவெளியில் ஒரு மனிதனின் ஒட்டுமொத்த வாழ்க்கையை இவ்வளவு சாதாரணமாக மரணம் கொண்டு போய்விட்டதே. தன் மனைவியிடம் ஏதாவது ரகசியங்களைச் சொல்லியிருப்பாரா? தன் மகன்களிடம் தான் சேர்த்து வைத்திருப்பதைச் சொல்ல நேரம் இருந்ததா?

எது? எதை? அவர் எங்கே? எங்கு வைத்துள்ளார்?. அவர் பணியாற்றிய அலுவலகத்தில் என்ன இருக்கும்? கொடுக்கல் வாங்கல்களில் என்ன செய்திருக்கிறார்? இதைக்கூட யாரிடமும் சொல்லவில்லையே. இத்தனை வருடம் வாழ்ந்த வாழ்க்கையை சிலநொடிகளில் மரணம் முந்திக்கொண்டதே. இது என்ன மனித வாழ்க்கை. இந்த உடல், பணம், பொருள், புகழ், ஆஸ்தி, அந்தஸ்து, சொத்து, சுகம், பந்தா, பகட்டு, கௌரவம் எல்லாம் பொய்தானோ? போராடிப் போராடி சேர்க்கின்ற பொருளும் புகழும் ஒருநாள் ஒன்றுமில்லாமல் போகுமா? இந்த அர்த்தமற்ற வாழ்க்கைக்கு மனிதன் ஏன் இப்படி அலைகிறான்?

விழிகளிருந்து உருண்டோடிய கண்ணீருக்கு அளவில்லை. அது கன்னங்களில் கரைந்துபோய்க்கொண்டிருந்தது. மரணம் சம்பவித்துவிட்டது. நான் போய்த்தான் ஆக வேண்டும். எப்படிப் போகலாம்? தெரிந்த நண்பருக்கு போன் செய்தேன்.

அவருக்கு விசயம் சொன்னேன்: “அண்ணே, நான் அய்யப்பனுக்கு மாலை போட்டிருக்கேன். மரணம் பற்றி பேசக்கூடாது” என்றான்.

“பிறப்பு கடவுளின் வழியென்றால், மரணமும் கடவுளின் வழியாத்தானே இருக்கவேண்டும். இதைப்பேச அந்த இறைவன் இடம் கொடுக்கவில்லைபோலும்.” அவனிடம் பேசுவதை நிறுத்திவிட்டு கீழ்வீட்டுக்கார ஐயாவின் மகன் சென்னையில்தான் இருந்தார். அந்த அதிகாலையில் அவரிடம் விசயத்தைச் சொன்னேன் பதறிப்போய் உதறி எழுந்தார்.

“தம்பி என்ன சொல்றீங்க”

“ஆமாங்க”

“என்ன கொடுமை இது?” நொந்தார்.

“அண்ணே... நீங்க எப்படிப் போறீங்க?”

“கார்ல நீங்களும் வாங்க”

“சரி”

உறவினர்கள் சித்தப்பாவுக்குத் தெரிந்த நண்பர்கள் காரில் ஏற சென்னையிலிருந்து காலை 6.45க்கு கிளம்பியது கார். வரவர என் சித்தப்பாவின் நினைவுகள் என்னுள் மேலோங்கி நின்றன.

மதுரை நெருங்கநெருங்க என் அழுகையின் அடர்த்தி அதிகமாகிக்கொண்டே வந்தது.

கார் சக்கரங்களைப் போல விரைந்தது என் நினைவுகள்.

திருச்சி, மணப்பாறை, விராலிமலை, துவரங்குறிச்சி, கொட்டாம்பட்டி, மேலூர். 'அய்யோ! இப்போது மதுரை வந்துவிடுமே' பதறியது இதயம்.

மதுரையைத் தொட்டபோது மருகியது கண்ணீர். 'ஏய், மதுரையே! எங்கோ பிறந்து, எங்கோ வளர்ந்த மைந்தனைக் கொன்று விட்டாயே. பாதி வயதில் குடும்பத்தைப் பரிதவிக்கவிட்டுப் போன மர்மம் என்ன? கடக்கும் மனிதர்களைக் கண் தேடுகிறது. இவ்வளவு மனிதர்கள் உயிரோடு நடமாடும்போது இவரை மட்டும் ஏன் இந்த மரணம் முந்திக்கொண்டது? ஐயோ! இனி, அவர் இந்த பூமியில் உயிருடன் இருக்கப்போவதில்லை? என்னைப் பற்றிய செய்திகள் செய்தித்தாள்களில் வந்தால் உடன் பணிபுரிபவர்களுக்கும் உறவினர்களுக்கும் அப்படியே ஒப்பிக்கும் இந்த மனிதன் இனி இங்கு இருக்கப் போவதில்லையா

கார் மதுரையைத் தொட்டு மாட்டுத்தாவணி பூ மார்க்கெட்டில் நின்றது. சென்னையிலிருந்து வந்தவர்கள் கீழே இறங்கினார்கள்.

'மாலை வாங்கிட்டுப் போகலாம்?' என்றபோது நிச்சயமாய் உறைத்தது அந்த மரணம். ஐயோ! அவரின் உடல் மரண மாலையைச் சுமக்கப்போகிறதா? என்ன கொடுமை இது? உணர்ச்சிகள் உறைய உட்கார்ந்துகிடந்தேன். மாலையை வாங்கிவந்து காரில் ஏற்றினார்கள். இவைகளெல்லாம் எங்கு பிறந்த பூக்களோ? என் வீட்டின் இறப்பிற்கு வருகிறதே? ஒருவேளை, இவைகளுக்கெல்லாம் முன்னமே இவரின் இறப்பு தெரிந்திருக்குமோ? கொண்டுவந்த ரோஜா மாலைகளில் மரண வாசம் வீசியது. கார் மீண்டும் வீடு நோக்கிப் புறப்பட்டது.

இதோ வந்துவிட்டோம், வீட்டின் திருப்பத்தில்.

கண்ணீர் அஞ்சலி போஸ்டரில் சிரித்தபடியே சித்தப்பா இருந்தார்.

அடக் கடவுளே! இந்த மரணம் உண்மைதான். உறுதி சொன்னது நெஞ்சு. காரைவிட்டு இறங்கி ஓடினேன். உள்ளூர் உறவுகளெல்லாம் உட்கார்ந்து கிடந்தனர்.

திராணியே இல்லாமல் படிகளில் ஏறினேன். அவரின் முகம் பார்க்கத் தெம்பில்லை. வாசலிலேயே கிடந்து மன்றாடியது மனசு. 'ஓ'வென கண்ணீர்விட்டு அழுதேன்.

“ராத்திரிதானே பேசுனீங்கப்பா… அதற்குள் உங்களுக்கு மரணமா?” அழுதாலும் நம்பமறுத்தது மனசு. அவரின் முகம் பார்க்கவே திராணியில்லாமல் வெளியேறினேன்.

‘அந்த சிரிச்ச முகத்த எப்படி மறப்பேன்?’ சித்தியின் அழுகைக் குரல் மேலோங்கி வந்தபோது என் அழுகையில் அடர்த்தி அதிகமானது. துவண்டுபோய் ஒரு ஓரமாய்க் கிடந்தேன்.

“மாப்ள, ஒரு படத்தோட நிப்பாட்டிட்டீங்க. அடுத்த படம் எப்ப?” என, ஒரு ஈனப்பிறவி கேட்டபோது, அவன் முகத்தில் காறித் துப்பவேண்டும்போல இருந்தது.

“அடப்பாவி” எந்த நேரத்தில எதக் கேக்குற? நீ மிருகமாடா?”

“ஒம்புள்ளைகளக்கூட அப்படி பார்த்ததில்லையே! அண்ணன் புள்ளைக அண்ணன் புள்ளைகன்னு அப்படித்தான் கிடப்பீங்க… இந்தா செல்லமுத்து வந்திருக்கான் பாருங்க. கண்ணத் தொறந்து பாருங்க..” என்று ஒரு பெண் அழுதபோது இன்னொரு மரணத்திற்கு என்னிடம் கண்ணீர் இல்லை என்ற அளவுக்கு வழிந்தோடியது.

அப்போது, சில சித்தப்பாக்கள் பெற்ற அப்பாக்களைவிட உயர்ந்தவர்கள் என்று எனக்குத் தோன்றியது.

■ ■ ■

இயக்குநர், நடிகர்
டி.ராஜேந்தர்

"முள்ளில் முளைத்த வானவில்" வேரில் பழுத்த பலாவாய் இனிக்கிறது. முள்ளில் திளைத்த ரோஜாவாய் மணக்கிறது.

கதையின் தொடக்கத்தில் வரும் வர்ணனையிலேயே கதாசிரியர் ராஜா செல்லமுத்துவின் கற்பனை வளம் வானத்தை வளைக்கிறது. வானவில்லாய் ஜொலிக்கிறது. நீர்தேடும் மரங்கள், கிளை, தழைகள் ஆட்டி ஆட்டி பேசும் இலைமொழி... வந்தமரும் பறவைகளின் மறுமொழி... என செல்லமுத்துவின் கதையில் வரும் மொழி அது நறுமொழி என விரியத் தொடங்கி, கதையைப் படிக்க ஆரம்பித்தது என் இருவிழி, சுவைத்தேன் வரிக்கு வரி, கண்டுகொண்டேன் நல்ல கதையாசிரியருக்கான முகவரி. இது ராஜா செல்லமுத்து எழுதியிருக்கும் '900'வது சிறுகதை.

தந்தை சின்னையா, தாய் பெருமாயி அவர்களது மகன் அண்ணாத்துரை, அவரது மனைவி அமுதவள்ளி, அடுத்த மகன் அன்பு, அவரது மனைவி கண்மணி, இளைய மகன் நல்லதம்பி கதாபாத்திரங்களை வைத்துக்கொண்டு நிறைவான கதையைச் சொல்லியிருக்கிறார். அண்ணாத்துரையின் மனைவி அமுதவள்ளி பேச ஆரம்பிக்கும்போது சாணிக்கூடையிலிருந்து தண்ணீர் சலசலவென வழியவழிய நின்று பேசுகிறாள். பேச்சின் இடையிலே சாணியைச் சுமந்துகொண்டே பேசுகிறாள். பேச்சின் முடிவிலே சாணியைக் கொட்டிக்கொண்டே பேசுகிறாள். கதையை நகர்த்தும்போதே திரைக்கதையை கண்ணில் படம்பிடித்துக் காட்டுகிறார். உள்ளப் பதிவை ஒளிப்பதிவு செய்துவைத்தாற்போல் மிளிர்கிறது. இவர் நல்ல திரைக்கதையாசிரியராய் தேர்ச்சி பெறுவதற்கான வாய்ப்பு தெரிகிறது.

"குடித்தனம் நடத்த வரும்போதே சிலர் கோடாலிக் காம்பாய் வருகிறார்கள்... கூடப் பொறந்த உறவை வெட்டுகிறார்கள்... கொடுக்கு இல்லாமலே தேளாய்க் கொட்டுகிறார்கள்... உதிர்க்கும் வார்த்தைகள் சுருக்சுருக்கென்று தைக்கிறது.

நறுக்குத் தெறித்தாற்போன்ற வசனங்கள்.

தந்தை சின்னய்யா, தன்னைப் பார்க்க வராத பிள்ளைகளை எண்ணி, வாழ்க்கை இது என்னைய்யா... என்று நொந்துபோகிறார்.

இது, ஒரு தந்தையின் கதையல்ல. பிள்ளைகளை ஆளாக்கிவிட்டு தொல்லைகளைத் தோளில்போட்டு சுமக்கும் பல தாய், தந்தையின் யதார்த்த நிலை.

சின்னய்யா உயிரோடு இருந்தபோது வராத உறவு அவரது சாவிலே வந்து சங்கமிக்கிறது. தன்னுயிரைக் கொடுத்து உயிரை உருவாக்கிய அப்பனின் காலடியில் விழுந்து கடைசியில் மூன்று பிள்ளைகளும் கதறுகின்றனர்.

தாய் பெருமாயி, தன் புருஷன் செத்ததை நினைத்து அழுததைவிட, மூன்று மகன்களும் ஒன்றாய்க் கிடந்து அழுததை நினைத்து ஆனந்தக் கண்ணீர்விட்டாள் என்று கதையை முடித்திருப்பது நெஞ்சத்தை கனக்க வைக்கிறது.

●●●

முள்ளில் முளைத்த வானவில்

அணைப்பட்டி — வைகைக்கரையோர அழகிய கிராமம்.

கரையோரமிருந்த மரங்களின் வேர்கள், நீரைத்தேடி வெகுதூரம் சென்றிருந்தன. வேருக்கு எட்டிய தூரம்வரை எந்த நீரும் அகப்படாததால், தன் தாகவேகத்தை பூமியில் வெடிப்புகளாய் வெளிப்படுத்தி தன் கிளை, தழைகளை ஆட்டிஆட்டி தன் இலை மொழிகளில் என்னென்னமோ சொல்லிக் கொண்டிருந்தன. வந்தமரும் பறவைகளும் அதற்கு மறுமொழி சொல்லி சமாதானப்படுத்திக் கொண்டிருந்தன.

வைகை மணல், தண்ணீர்த் தரையெங்கும் விரிந்திருந்தது. தண்ணீருடன் பேசிய கூழாங்கற்கள் வெயிலில் விறைத்துப்போய் கிடந்தன. அனுமார் கோயில் துளசியும், கன்னிமார்கோயில் மஞ் சளும் அந்தப் பகுதியையே நிறைத்துக்கொண்டிருந்தது.

அண்ணாத்துரை வெற்று வானத்தை பார்த்துக்கொண்டிருந்தான். நிலையில்லாத மேகங்கள், ஓரிடத்தில் நிற்காமல் அங்குமிங்கும் அலைந்து கொண்டிருந்தன. நிலைகுத்தி நின்றன அவனின் கண்கள். இமைகள் மட்டும் அனிச்சையாகவே அசைந்துகொண்டிருந்தன.

“என்ன காதுல விழுதா? இங்க ஒருத்தி கத்திட்டு இருக்கேன். வானத்தில அப்பிடியென்ன தெரியுது. அங்கனயே குறுகுறுன்னு பாத்திட்டு இருக்க.” சாணி கூடையிலிருந்து தண்ணீர் சலசலவென வழிய வழிய நின்று பேசினாள், அமுதவள்ளி

அண்ணாத்துரை, அண்ணாந்து பார்த்துக்கொண்டிருந்ததை விட்டுவிட்டு அமுதவள்ளியைப் பார்த்தான். அவள் பார்வையில் இளக்காரம் எக்கச்சக்கமாய்த் தெரிந்தது.

“ஒன்னைய என்னிக்கு கட்டிட்டு வந்தேனோ? அன்னைக்கே என்னோட சொதந்திரம் போச்சு. கண்ணியில சிக்குன எலி கெனக்கா மாட்டிட்டு முழிக்கிறேன். தல நாள்ல எங்க வீட்டுல கால்மிதிச்ச, எல்லாம் போச்சு. பெத்த தாய், தகப்பன கஞ்சி ஊத்தி காப்பாத்துவன்னு நெனச்சுதான் சொந்தத்தில கல்யாணம் பண்ணிட்டுவந்தோம். ஆனா நீ என்னடான்னா, வந்த மூணா நாள் எல்லாத்தையும் அத்துவிட்டுட்டு கூடப் பொறந்த அண்ணன் தம்பிகளுக்குள்ள சண்ட சத்தத்த மூட்டிவிட்டு எல்லாத்தையும் பிரிச்சுவிட்டுட்ட, பாதகத்தி மகளே! இப்ப, எங்க அப்பன் சாகப் பொழைக்க கெடக்கான். அவரப் போயி பாக்க வேணாம்னு சொல்ற. ஒன்னோட சொந்தபந்தம்னா மட்டும் வரிஞ்சுகட்டிட்டு ஓடுற. என்னோட தாய்புள்ளைகளப் பாத்தா ஒனக்கு நஞ்சுமாதிரி தெரியுதா?” என கொஞ்சம் தைரியமாகப் பேசினான் அண்ணாத்துரை.

“யார்யா பிரிச்சுவிட்டா? விட்டா எதுவேணும்னாலும் பேசுவபோல. நானா ஓங் குடும்பத்த பிரிச்சுவிட்டேன். ஒன்னோட குடும்பமென்ன, நல்ல குடும்பமா என்ன? கோலுமூட்டிக் குடும்பம். ஆளு இருக்கும்போது ஒரு பேச்சு, ஆளில்லாதபோது ஒரு பேச்சு. வந்த பொம்பளைங்களும் எவளும் வகையில்லாதவளுக. நீ, நானு, நம்ம குடும்பம், நம்ம புள்ளைக இதுபோதும். இல்ல அத்துவிட்டுட்டு போய்ட்டே இரு” என, சாணியை இடுப்பில் வைத்துக்கொண்டே பேசினாள் அமுதவள்ளி.

“ஏய், போடி.. சாணித் தண்ணியெல்லாம் வீடு நெறயுது. வியக்யானம் பேசிட்டு இருக்கா. என்னோட விதி ஒன்னையெல்லாம் கட்டிட்டு மாரடிக்கணும்னு புள்ளைக ஆகிப்போச்சுன்னு பல்லக் கடிச்சிட்டு இருக்கேன். இல்ல, என்னைக்கோ நீ ஒங்க அப்பன் வீட்டுக்குப் போயிருப்ப.” அண்ணாத்துரை தைரியம் கலந்து பேசினான்.

“இனிமே எதுவும் பேசுன, அவ்வளவுதான். மானங்கெட்டு மகிழி பூத்துப்போகும். பேசாதய்யா” என்று சாணியை கொட்டிக்கொண்டே பேசினாள் அமுதவள்ளி.

அணைப்பட்டி கிராமம், அன்று கொஞ்சம் அமைதியிழந்திருந்தது. வெயில் நேர வெக்கை கொஞ்சம் விலகி மசங்கத் தயாரானது வானம்.

“ஏம்மா, புள்ளைக ஏதும் வந்துச்சா?” உதட்டில் எச்சில் உலர்ந்த பேச்சில் கேட்டார் சின்னையா — அண்ணாத்துரையின் அப்பா.

“இல்ல...” உதடு ஒட்டாமல் பதில் சொன்னாள் பெருமாயி — சின்னையாவின் மனைவி.

"ம். கடைசிக் காலத்திலகூட பெத்தவங்கள வந்து பாக்கணும்னு எவனுக்கும் அக்கற இல்லையே... உசுரோட இருக்கும்போது பாக்காதவனுக செத்தப்பெறகு என்ன செஞ்சு என்ன பிரயோசனம்... பெத்தது பெத்த, பூராம் கடுவனுகளா பெத்து வச்சிருக்கிற... மருந்துக்குக்கூட ஒரு பொட்டயப் பெறலயே பெருமாயி... செத்தா ஒப்பாரி வைக்கக்கூட ஆளில்லையே...?" படுக்கையிலிருந்தபடியே புலம்பி அழுதார் சின்னையா.

அடுப்படியில் புகைந்துகொண்டிருந்த விறகை உள்ளே தள்ளிவிட்டு, 'ப்பூ... ப்பூ'வென ஊதினாள் பெருமாயி.

"பெருமாயி" கரகரத்த குரலில் கூப்பிட்டார் சின்னையா.

"ம்"

"கொஞ்சம் தண்ணி"

"இந்தா" ஓடிப்போய் தண்ணீர் கொண்டுவந்தாள்.

தண்ணீர் தாகத்தைவிட சின்னையாவுக்கு அன்பின் தாகம் அதிகமாயிருந்தது. அது தொண்டைக்குழிக்குள் கதக்கதக் என அடித்தது. கைகளில் தண்ணீரை வாங்கியதும் சின்னையாவின் கண்களில் கண்ணீர் பொங்கியது.

"ஏன், சின்னப்புள்ள கணக்கா அழுகுறீங்க?"

"இல்லையே. நான் எங்க அழுதேன். கண்ல பொக பட்டுருச்சு அதான்" என தழுதழுத்தார் சின்னையா.

"என்னோட ஆம்பளயப்பத்தி எனக்குத் தெரியாதா? விடுய்யா... வாழ்ந்தோம்; பெத்தோம்; பெருசா ஆகுறவரைக்கும் நம்ம றெக்கைக்குள்ள இருந்த பயக கல்யாணம் காச்சி முடிக்கவும், பெத்தவங்கள வயித்தில எத்திவிட்டு போய்ட்டாங்க. நாம கெட்டுப்போனாலும் நாம பெத்த உசுருக நல்லா இருக்கட்டுமே" அரையும்குறையுமான அழுகைப் பேச்சில் புலம்பினாள் பெருமாயி.

இரண்டு வயதான வாழைகளும் அழுது புலம்பின. அவர்களுக்கு ஆறுதல் சொல்லவோ, ஆற்றுப்படுத்தவோ நாதியில்லாமல் துடித்தன.

"பெருமாயி"

"ம்"

"நம்ம புள்ளைக, கல்யாணம் பண்றவரைக்கும் நல்லாத்தான இருந்தானுக. பொண்டாட்டிக வரவும் பூரா பயலுகளும் நம்மள அத்துவிட்டுப் போயிட்டானுகளே..."

“வந்த மருமக்கமாருக அப்பிடி ஒருத்தருக்கு ஒருத்தர் ஏடாசு (போட்டி — பொறாமை) போட்டுட்டு நம்ம பொழப்புல கை வச்சிட்டாங்களே”

“மத்தவங்க கூட பரவாயில்ல பெருமாயி, ஒன்னோட அண்ணன் மகள்னுதான் அமுதவள்ளிய கட்டிட்டு வந்தோம். அந்தப் பொண்ணும் இப்பிடி பண்ணுதே”

“அவளும் பொம்பளதான, அப்பிடித்தான் இருப்பாங்க. அவங்களும் புள்ளைகள பெத்து வச்சிருக்காங்கள்ல. அவங்களுக்கும் வயசாகுமில்ல.., அப்ப பாப்போம்.”

‘இவங்களோட பவுசி என்னன்னு பெருமாயி சொல்லச்சொல்ல அழுக்குப்படுக்கையில் கிடந்த சின்னையா கொஞ்சம் புரண்டுபடுத்தார்.

கிழவனுக்கு ஆதரவாய் தலைமாட்டில் உட்கார்ந்தாள் பெருமாயி.

அன்று அமாவாசை. வானம் முழுவதும் இருட்டைப் போர்த்தியிருந்தது. விண்மீன்கள்கூட வெண்ணிலவுக்கு ஆதரவாய் தன் வெளிச்ச விளம்பரத்தை சுருக்கிக்கொண்டு எங்கோ போய் ஒளிந்துகொண்டன.

“கண்மணி... கண்மணி” கணவன் அன்பு கூப்பிடவும்,

“என்னா, ஒங்க அப்பன போயி பாக்கணுமா? ஏதாவது ஒண்ணு கெடக்க ஒண்ணு ஆகிப்போனா, இந்த வெட்டையில யாரு செலவழிக்கிறது. நீயெல்லாம் அங்க போக வேணாம். மூத்த மகனும் மூத்த மருமகளும் இருக்காங்கள்ல. அவங்க போயி பாக்கட்டும். சம்பாரிச்சதெல்லாம் நமக்கா குடுத்தாங்க. அவங்க பேரன் புள்ளைக போய்ப் பாக்கட்டுமே. நமக்கென்ன வேர்த்தா வடியுது. ஒங்க அப்பன பாக்கத்தான் போவேன்னா, அப்பிடியே போயிரு. இங்கன தலவச்சுப் படுத்திராத” அன்புவை கடுமையாகச் சாடினாள் அவன் மனைவி கண்மணி.

“ஏய்,. பாவம்த்தா, கடைசிக் காலம். பெத்த பாவம் சும்மா விடாது”

“அவங்க மேல பாவம் பாத்தா ஆறு மாசத்து பாவம் நமக்குத்தேன் புடிக்கும். பேசமா போயிரு” திட்டிவிட்டு வெளியே சென்றாள் கண்மணி.

‘மியாவ்... மியாவ்...’ என பாவமாய் கத்திக்கொண்டே அன்புவை பார்த்துக் கொண்டிருந்தது பூனை. மெல்லவும் முடியாமல் விழுங்கவும் முடியாமல் திணறிக் கொண்டிருந்தான் அன்பு.

“ம்... எல்லாப் பொம்பளையும் ஒரே மாதிரிதான் இருக்காங்க. அண்ணனும் வந்து பாக்கல, அண்ணியும் வரல, தம்பிக ஏதும் வந்து பாப்பானுகளா ?” தனக்குள் பேசிக் கொண்டே உட்கார்ந்திருந்தான் அன்பு.

“பெருமாயி... பெருமாயி”

“ம்”

“இங்க வா” சின்னையா பயந்த குரலில் கூப்பிட்டார்.

“இந்த மனுசனுக்கு சாவு பயம் வந்திருச்சு. கையப் புடிச்சிட்டே இருக்கச் சொல்லுதபோல. என்ன ?” ஈரம் கலந்த குரலில் கேட்டாள் பெருமாயி.

“புள்ளைக எவனாவது வந்தானுகளா ?”

“இல்ல”

“ச்சே” உச்சுக் கொட்டினாள் பெருமாயி.

“மாசம் ஒருத்தன்தான பாக்கணும்னு பஞ்சாயத்தில பேச்சு. இந்த மாசம் கடைசிப்பையன் நல்லதம்பி மொற. அவன் வந்தாதான் உண்டு. இல்ல எவனும் இங்க வந்து எட்டிப் பாக்கமாட்டானுக” சொன்னாள் பெருமாயி.

‘கிர் கிர் கிர்’ என்ற இருட்டுப்பூச்சிகளின் சத்தம் அந்த ஏரியாவை பயமுறுத்திக் கொண்டிருந்தது.

“என்ன தேன்மொழி... எங்க அப்பன், ஆத்தாளுக்கு சோறு கொண்டுபோகலியா ?”

“போகணும்“

“போடி... எங்க அப்பன் வேற சாகப் பொழைக்க கெடக்காமே”

“ஆமா. இந்தா பாருங்க... நாளப்பின்ன ஏதாவது நல்லது கெட்டது ஆகிப் போச்சுன்னா நம்மால எல்லாம் அவ்வளவு செலவழிக்க முடியாது. ஏதோ ஊரப்போல நாலுபேரும் ஆளுக்கு ரெண்டு செலவழிச்சு விடுங்க. எளைய மகன் மொறையிலதான் கெழவன் செத்துப்போனாருன்னு யாராவது சொன்னா கிழிச்சு கேப்பைய நட்டுப்புடுவேன் நட்டு” என, மேல்மூச்சு கீழ்மூச்சு வாங்கப் பேசினாள் தேன்மொழி.

அதுவரையில் பெருமாயி, பெருமாயி என பினாத்திக்கொண்டிருந்த சின்னையா குரல் சற்றே தணிந்திருந்தது.

சற்றே வெளியில் போய் வீடு திரும்பிய பெருமாயிக்கு அது பெருத்த சந்தேகத்தை ஏற்படுத்தியது. சின்னையாவின் அருகே சென்றாள்.

“ஏங்க... ஏங்க... ஏங்க... ஏய்... கழுத” ஒவ்வொரு தடவை கூப்பிடும்போதும் பெருமாயின் குரலில் பதற்றம் பற்றிக்கொண்டிருந்தது.

“என்னங்க...” பெருமாயின் பெருங்குரல் அணைப்பட்டி கிராமத்தையே உடைத்துத் தள்ளியது.

சிறிதுநேரத்தில் சின்னையா இறந்த செய்தி, அணைப்பட்டி கிராமம் முழுவதும் பற்றிக்கொண்டது.

“ஏய், அண்ணாத்துரை... ஒங்க அப்பன் செத்துப்போனாராமே”

அண்ணாத்துரை, அதற்கு பதில் சொல்லாமலே இருந்தான்.

“ஏப்பா... ஒன்னையத்தான் கேக்குறேன்”

“ஒங்க அப்பன் செத்துப்போனாராமே” அண்ணாத்துரை ஆமா என்பதுபோல் தலையாட்டினான்.

“ஒந் தம்பி... அன்பு வாரானா?”

“தெரியல” என்பது போல் அதற்கும் தலையை மட்டுமே ஆட்டினான்.

“ஒங் கடைசித்தம்பி, நல்லதம்பிக்கு தெரியுமா?”

“ஆமா” என்பதுபோல் அதற்கும் தலையை மட்டுமே ஆட்டினான் அண்ணாத்துரை.

“என்னப்பா, எல்லாத்துக்கும் தலைய மட்டுமே ஆட்டிட்டு இருக்க?” கோபமாகக் கேட்டார் ஊர்ப் பெரியவர்.

“எனக்கு என்னங்க தெரியும். இந்தச் சீமச்சிறுக்கிகள கல்யாணம் பண்றவரைக்கும் ஒண்ணா, மண்ணா கெடந்த அண்ணன் தம்பிக, கல்யாணம் பண்ணவும் தொப்புள்கொடி ஒறவ துண்டிச்சுவிட்டாளுக. வந்த இவளுகளுக்குத் தெரியுமா? ஒரே தாய் மார்ல நாங்க பால்குடிச்சு வளந்த பாசம். அவ அவ வந்ததும் சட்டியும் பொட்டியும் கட்டிட்டு தனிக்குடித்தனம் கௌம்பிட்டாளுக. எப்பிடி அண்ணன், தம்பிக ஒத்துமையா வாழ்ந்த குடும்பம்னு தெரியுமா? தொண்டைக்குள்ள போறதக்கூட துப்பிக் குடுத்து வாழ்ந்திருக்கோம். அப்பிடியாப்பட்ட பயலுகள, முந்தான மந்திரம் போட்டு பிரிச்சுவிட்டாளுகளே” கொஞ்சம் போதையில் புலம்பினான் அண்ணாத்துரை.

“இப்ப என்னதான் முடிவு?”

“எழவு வீட்டுக்கே போகக்கூடாதுன்னு சொல்றா எம் பொண்டாட்டி”

“நல்லகதைய்யா. பெத்த தகப்பன் செத்துக்கெடக்கான். பொண்டாட்டி சொன்னாளாம்... பெரிய பொண்டாட்டி” பெரியவர் எச்சிலை உமிழ்ந்தபடியே சென்றார்.

“கண்மணி... எங்க அப்பன் செத்துட்டாராம்.”

“அதுக்கென்ன இப்போ. ஒலகத்தில நடக்காததா? நல்லாதான் வாழ்ந்தாரு, நல்லா அனுபவிச்சாரு, செத்துட்டாரு. கடைசிக் காலத்தில எல்லாருக்கும் இதே நெலமதான. போய்ச் சேரட்டும்.” எந்தச் சலனமும் இல்லாமல் பதில் சொன்னாள் கண்மணி.

அவளின் வார்த்தைகளில் அன்பு உடைந்தேபோனான்.

“இப்ப, நாம போறமா இல்லையா? பொணத்த தூக்குறவரைக்கும் அங்க போயி நிக்கவேணாம். செலவெல்லாம் நம்ம தலையில வந்து விழுந்திரும். இந்த மாச மொற நல்லதம்பியோடதுதான. அவரு பாத்துக்கிருவாரு” கடுமையாகப் பேசிவிட்டுச் சென்றாள் கண்மணி.

சின்னையா இறந்துபோய் சிலமணி நேரங்கள் முடிந்தும் அவரின் பிள்ளைகள் யாரும் வரவில்லை.

“என்ன ஒலகம்யா இது? சாகுறவரைக்கும் நல்லா புடுங்கித் தின்னுப்புட்டு பெத்த தகப்பன இப்ப ‘அம்போ’ன்னு போட்டுட்டுப் போயிட்டானுக. ஒத்தப் பயலுகளக்கூட காணாமே” வருத்தப்பட்டார் இழவு வீட்டிற்கு வந்த ஒருவர்.

“யம்மா... பெருமாயி அம்மா... எழவுச் செலவுக்கு ஏதாவது வச்சிருக்கியா? இல்ல காசு வேணுமா?”

“இருக்குப்பா. கால் ரூவா, அர ரூவான்னு கொஞ்சம் சேத்து வச்சிருக்கேன்” அழுதுகொண்டே பதில் சொன்னாள்.

“ஓம் மகனுக பொண்டாட்டி சொல்றத கேட்டுட்டு எவனும் வரமாட்டானுக போல” என்றார் வேறொருவர்.

இழவு வீட்டிற்கு ஊர் உறவுகள் வருவதும் போவதுமாய் இருந்தார்கள்.

“இங்க பாரு... நம்ம மொற சாப்பாடு குடுக்கிறதுதான். அத விட்டுட்டு சாவுச் செலவு முழுசும் செய்யணும்னு நெனச்ச அம்புட்டுத்தான். ஒன்னோட அண்ணன் தம்பிக வரட்டும், செய்யட்டும்.”

“எழவு வீட்டுக்கு அவங்க வந்திட்டாங்களான்னு பாத்துட்டுப் போகலாம். முந்திரிக்கொட்ட மாதிரி முந்திக்கிட்டுப் போயி முன்னால நிக்காத” நல்லதம்பியை எச்சரித்தாள் தேன்மொழி. மூன்று மகன்களும் மனைவிகள் கிழித்த கோட்டைத் தாண்டவே இல்லை. கட்டுப்பாட்டு கட்டளைக்குள் கட்டுண்டு கிடந்தனர். ஊரே சின்னையாவின் மரணத்தில் கூடி நின்றது.

“நீங்கெல்லாம் மனுசங்கதானடா... பெத்த தகப்பன் செத்துப்போயி கெடக்கான். இப்ப போயி சாவுக் கணக்கு பாத்திட்டு இருக்கீங்க. இன்னொரு தடவ அவரு ஒங்களுக்கு அப்பனாகப் போறதுமில்ல. நீங்களும் புள்ளையா பொறக்கப் போறதுமில்ல. போங்கடா... போயி, என்ன ஏதுன்னு பாருங்க. இல்ல பெத்த பாவம் ஒங்கள சும்மாவிடாது” என ஊரில் உள்ள ஒருவர் எச்சரித்தார்.

அதுவரையில் பொண்டாட்டிகள் கிழித்த கோட்டை லட்சுமணக்கோடாய் லட்சியம்செய்து கட்டளைக்குக் காத்த அண்ணன், தம்பிகள் அதை உடைத்தெறிந்துவிட்டு அப்பாவைப் பார்க்க ஓடி வந்தார்கள்.

“அப்பா... அப்பா... எங்கள விட்டுட்டுப் போயிட்டயேப்பா...” மூவரின் அழுகைக் குரலிலும் ஒரே ஈரமிருந்தது.

“எங்கள மன்னிச்சிருங்கப்பா. பொம்பளைங்க பேச்சக்கேட்டு இப்பிடி ஆகிட்டோம்'' என சின்னையாவின் கால்மாட்டில் விழுந்தனர். தன் உயிரைக் கொடுத்து உயிரை உருவாக்கிய அப்பனின் காலடியில் வாழைக்கன்றுகளாய் விழுந்து கிடந்தனர் மூவரும்.

பெருமாயி இப்போது, தன் புருசன் செத்ததை நினைத்து அழுததைவிட மூன்று மகன்களும் ஒன்றாய்க் கிடந்து அழுவதை நினைத்து ஆனந்தக்கண்ணீர் விட்டாள்.

உயிரோடு இருக்கும்போது இணையாத உறவுகள், தன் தகப்பனின் மரணத்தில் இணைந்தனர்.

அப்போது சுவரில் சாத்திவைக்கப்பட்டிருந்த சின்னையாவின் முகம் மூன்று மகன்களையும் பார்த்துச் சிரிப்பதுபோலவே இருந்தது.

■ ■ ■

இயக்குநர், நடிகர்

கே.பாக்யராஜ்

வெவசாயம் செய்யறதும் வெசத்தைக் குடிக்கிறதும் ஒண்ணுதான்போல. 'விவசாயிகளின் பொழப்பு' சிறுகதையில் நண்பர் ராஜா செல்லமுத்துவின் வீரியமான இந்த வார்த்தைகள் தற்போதைய விவசாயிகளின் வாழ்வுநிலையையும் நாட்டு நடப்பையும் மிகத் தெளிவாக தோலுரித்துக் காட்டுகிறது.

அதோடு, கதை நெடுக வார்த்தைப் பிரயோகங்கள் பிரவாகமாக எந்த ஒப்பனையுமின்றி, நிர்வாணமாக ஓடியவண்ணமிருந்தது. ராஜா செல்லமுத்துவோ, கதைகள் எழுதும் எண்ணிக்கையில் 850ஐ தாண்டியும் இன்னும் மராத்தானை நிறுத்தாமல் தொடர்கிறார்.

இவர் பாக்யா இதழில் பங்கெடுத்தவர் என்பது இதழுக்கும் பெருமை. எழுத்துலகில் இவரது பெருமை நிலையாக நீடிக்குமென வாழ்த்துவதில் பெருமைகொள்கிறேன்.

●●●

விவசாயிகள் பொழப்பு

"கண்ணுக்கெட்டிய தூரம்வரை வானம் வெயில்பந்தல் போட்டிருந்தது.

"விர்விர்" என அடித்த காற்றில் 'சர்சர்ரென' பறந்து கொண்டிருந்தது புழுதிக்காற்று.

வானம் பார்த்த பூமியில் அங்கொன்றும் இங்கொன்றுமாய் முளைத்திருந்தன கடலைச் செடிகள்.

"ஏய் கோவாலு…"

"என்னண்ணே கூப்பிட்ட கருத்தப்பனுக்கு தூரக் காற்றில் பதில் குரல் கொடுத்தான் கோபால்.

"என்னப்பா மொளச்சிருக்கிறது மூணு கடலச் செடி. அதுல ஆட்ட வேற மேய விடுறியே" வருத்தப்பட்டுச் சொன்னான் கருத்தப்பன்

"இன்னைக்கெல்லாம் இங்கன மேஞ்சாலும் ஒத்தச் செடியக் கடிக்க மாட்டான் என்னோட மணி. இது ஆடியில்லண்ணே இவன் மனுசன விட புத்திசாலியானவன்" ஆட்டைத் தடவிக் கொண்டே பதில் சொன்னான் கோபால்.

கடைவாயில் ஒழுகிக் கொண்டிருந்த நுரையை இழுத்து மீண்டும் வாய்க்குள் கொண்டுபோய் மென்று கொண்டிருந்தது அந்த செம்மறி ஆடு. வயிறு ஒட்டுக்கிடந்தாலும் கடலைச் செடியில் வாய் வைக்கவே இல்லை. வயிற்றுக்கும் தொண்டைக்குமான இடைவெளியில் பசிகாற்று பந்துபோல் உருண்டு உருண்டு போனது கோபால் தூரத்தை நோக்கிப்பார்த்தான்.

புழுதி மண்ணில் ஒரு புல்பூண்டுகூட முளைக்கவில்லை. பொட்டலாய் வெடித்துக் கிடந்தது பூமி.

கோபாலுக்கு தொண்டை வறண்டிருந்தது எச்சில் வற்றி இறுகிக்கிடந்த நாக்கை மேலுதட்டில் ஈரப்படுத்தி கீழுதட்டில் தாகம் தீர்த்தான்.

"த்தேய் மணி…" என்று செம்மறியாட்டைக் கூப்பிட்டான்.

'ம்மே… ம்மே…' என்று தன் செல்ல மொழியில் சிணுங்கி, அது தன் சொந்த உடல்மொழியில் பதில் சொன்னது.

"தண்ணி தவிக்குதாடா" அதன் தொண்டையைத் தடவினான். தாகம் தொக்கி நின்ற தொண்டைக்குழிக்குள்ளிருந்து சத்தம் வர கொஞ்சம் தாமதமானது. ஈனக்குரலில் 'ம்மே… ம்மே…' எனக் கத்திக்கொண்டே இருந்தது.

கோபால் தண்ணீர் கிணற்றை எட்டிப் பார்த்தான். அதில் தரை தெரிந்தது.

"ச்சே, என்னைக்கு மழ தண்ணி பேயப் போகுதோ? காடு கரையெல்லாம் வெள்ளாம வெளஞ்சு நாம் எப்ப ஒரு மனுசனா நிமிந்து நிக்கிறதோ, நெனைச்சாலே ஒடம்பெல்லாம் வலிக்குது" என்றபடியே, கோபால் அண்ணாந்து வானம் பார்த்தான் வெற்று மேகங்கள் வெளியில் அலைந்துகொண்டிருந்தன.

சுள்ளென சுட்டெரித்து நின்றுகொண்டிருந்தது ஈரமில்லாத சூரியன்.

கோபால் அண்ணாந்து பார்க்கும்போது செம்மறியாடும் தலைதூக்கி மேலே பார்த்தது. அப்படி அது மேலே பார்க்கும்போது அதன் கழுத்தில் கட்டியிருந்த மணி 'சல்…சல்…' என்ற சத்தத்தோடு கீழே இறங்கியது.

கடலைக் காட்டை கடைசிவரைக்கும் பார்த்தான். ஆங்காங்கே சிலசெடிகள் மட்டுமே முளைத்திருந்தன. "இங்கன கடலய வெதச்சதுக்கு, இத வெலைக்குப் போட்டிருந்தாக்கூட கொஞ்சம் காசு கையில் வந்திருக்கும். இப்ப இருக்கிறதையும் வெதச்சிட்டு வெறுங்கையோட நிக்கிறது மட்டுமில்லாம, மேக்கொண்டும் கடன்காரனா நிக்கிறோம். பருவமழைய நம்பி வெத வெதச்சது நம்மோட தப்புதான். விதி மனுசங்கிட்ட மட்டுமில்ல இயற்கையோடயும் வெளயாடிருச்சு" என்று புலம்பிக்கொண்டே புழுதிக்காட்டில் 'பொதக் பொதக்' என நடந்துகொண்டிருந்தான்.

மணியும் அவன் பின்னாலேயே தன் கழுத்துமணியை ஆட்டியபடியே நடந்து வந்தது.

“கோவாலு”

“என்னண்ணே”

“கிளம்பிட்டியா?”

“ஆமா”

“செத்த இருந்திட்டு போப்பா” என்றான், புழுதியை உழுது கொண்டிருந்த கருத்தப்பன்.

“இந்தா வாரேன்” கருத்தப்பனை நோக்கி நடந்து கொண்டிருந்தான் கோபாலு. கூடவே மணியும்.

அங்கொன்றும் இங்கொன்றுமாக வளர்ந்திருந்த புல்லை சிறிதுபிடுங்கி மணியிடம் கொடுத்தான்.

அதுவரை பசியோடிருந்த மணி புல்லை‘வெடுக் வெடுக்’கென பிய்த்துத் தின்ன ஆரம்பித்தது.

“கழுத... மனுசனவிட ஒனக்கு சோகம் ரொம்ப இருக்கோ. கீழ குனிஞ்சு ஒரு செடியும் திங்கமாட்டீங்கிறயே” அதன் தலையை தடவிக் கொடுத்துக்கொண்டே புல்லைக் கொடுத்தான்.

‘கரக் கரக்’ என தின்றுகொண்டே வந்தது மணி.

கருத்தப்பன் வேர்க்க விறுவிறுக்க உழுதுகொண்டிருந்தான்.

“என்னய்யா... வெத்துப் புழுதியப் போட்டு இப்படி உழுதிட்டு இருக்க”

“என்ன செய்றது கோவாலு. சமஞ்ச பொண்ண ரொம்பநாள் கல்யாணம் பண்ணாம வைக்கிறதும், வெள்ளாமக்காட்ட வெள்ளாம செய்யாம தரிசாப் போடுறதும் ஒண்ணுதான். உழுது போடுவோம்; இறுகிக் கெடக்கிற மண்ணு உழுதாச் சிரிக்கும்ல; எவ்வளவு வெளச்சல பாத்தா நிலம்னு தெரியுமா? இன்னைக்கு பொட்டலா வெடிச்சுக் கெடக்கு. நாம கெட்டுப்போனாலும் மண்ணு மனசு கெட்டுவிடக்கூடாது கோவாலு. அதுக்குத்தான் உழுதுட்டு இருக்கேன். மத்தபடி ஒண்ணுமில்ல” என்றபடியே உழுதுகொண்டிருந்தான்.

ஏரில் பூட்டப்பட்ட காளைகளின் வாயில் நுரை தள்ளியபடியே இருந்தது. அதன் நடையில் ஒரு தளர்ச்சி தெரிந்தது.

“மாட்டுக்கு தண்ணி காட்டுனயா கருத்தப்பா... இல்ல கோவாலு, செத்த உழுதிட்டு வீட்டுக்குப் போகலாம்னுதான் எதுவும் கொண்டுவராம வந்திட்டேன்.”

“முன்னையெல்லாம் உழுதம்ன்னா கலப்ப மண்ணுல தண்ணி ஊறும். இங்கனயே தண்ணியும் குடிக்கும். புழுதி சகதியாகி

அப்படிக் கிளம்பும். நாரையும் கொக்கையும் வெரட்டியே நம்ம தொண்டடத்தண்ணி வத்திப்போகும். இன்னைக்கு என்னடான்னா ஒரு காக்காகூட வரமாட்டேங்குதுல்ல. காலம் ரொம்ப மாறிப்போச்சு கருத்தப்பா...”

“ஆமா. எல்லாம் டிராக்டர்ல உழுதாலும் நாம ஏன் இன்னும் மாடக் கட்டி ஏர்ல உழுகிறோம். இயற்கையோட எணஞ்சு வாழணும்னுதான கோவ்ாலு.”

“இப்பவெல்லாம் யாருங்க இயற்கையப் பாக்குறது. பணம் சம்பாரிக்க என்ன வழியோ அத மட்டும்தான் பாக்குறாங்க.”

“ஆமா... மனுசங்க, பூரா மரத்தையும் வெட்டி வீடு, வாசல்னு கட்டி காடு கரைய அழிச்சுப்புட்டாங்க. எவனோ சொகுசு வாழ்க்கை வாழ நாமெல்லாம் வேதனைப்படுறோம். மழைய நம்பி வாழ்க்கை நடத்துற விவசாயிக பொழப்புல மண்ணள்ளிப் போட்டவனுகளுக்குத் தெரியுமா? விவசாயம் பண்ணுனாத்தான் இங்க மனுசங்க உசுசு வாழ முடியுமுன்னு. கெடுத்து கீவழியாக்கிப் புட்டானுகப்பா...” உழுவதை விட்டுவிட்டு புலம்பல் வார்த்தைகளை விதைத்தான் கருத்தப்பன்.

“டவுன்ல இருக்கிறவங்க, எதையோ வேலயச் செஞ்சு பொழச்சுருவாங்க. இந்த பூமிய நம்பி வாழ்ற நம்ம கதிதான அம்போன்னு போயிருச்சு. காலம் வரும் கருத்தப்பா.”

“விவசாயத்த செய்றவன்தான் கடவுள், அவன் வெளைவிக்கிறது தான் நம்ம உசுரக் காப்பாத்துன்ற ரோசன வரும்போதுதான், அம்புட்டுப் பயலுக்கும் சுரீர்னு ஒறைக்கும். அதுவரைக்கும் கோட்டு சூட்டு போட்டவன், இங்க பெரிய ஆளுன்னு நெனைச்சிட்டு இருப்பானுங்க. சகதியும் சேறும்தான் பெருசுன்னு, பொட்டுன்னு ஒறைக்கும்போது ஒணர்வான்யா” என்று கோபம் கொப்பளிக்க கொப்பளிக்கப் பேசினான் கோபால்.

செம்மறி ஆடும் உழவுக் காளையும் ஒன்றையொன்று தன் நாக்கால் நக்கிக்கொண்டு ஏதோ சமாதானம் செய்துகொண்டிருந்தன.

உச்சியில் நின்றிருந்த சூரியன் மெல்ல மெல்ல மேற்கில் மறைய ஆயத்தமானது.

சுழன்று சுழன்று அடித்துக்கொண்டிருந்தது சூறாவளிக் காற்று.

கோபாலும் கருத்தப்பனும் இரண்டு கைகளையும் எடுத்துக் கண்களை மூடிக் கொண்டார்கள்.

செம்மறி ஆடும் உழவு மாடுகளும்கூட தன் கண்ணாம் பட்டையை மூடிமூடித் திறந்தன. புழுதித்திரையை விரித்து வறட்சி வரைபடத்தை வரைந்து கொண்டிருந்தது புழுதிக்காற்று.

"என்ன காத்து... கருத்தப்பா போவமா?"

"ம்..." என்று அரைமனதாகச் சொன்னான் கருத்தப்பன்.

பாதி உழுதிருந்த காட்டை பாவமாய்ப் பார்த்தான். பாளம் பாளமாய் வெடித்துக்கிடந்தது மண். ஏரிலிருந்து மாட்டை அவிழ்த்துவிட்டான். பெரிய சுமையிலிருந்து விடுபட்டதாய் பெருமுச்சுவிட்டபடியே கலப்பையிலிருந்து சுழன்றன காளைகள்.

செம்மறி ஆடும் உழுது களைத்த மாடுகளும் ஒன்றோடொன்றாய் நடக்க ஆரம்பித்தன.

தோளில் தொங்கிக்கொண்டிருந்த துண்டை எடுத்து முகம் முழுவதும் அப்பிக்கிடந்த மண்ணைத் துடைத்தான் கருத்தப்பன்.

"கோவாலு"

"சொல்லுண்ணே"

"வெவசாயம் செய்றதும் வெசத்தக் குடிக்கிறதும் ஒண்ணுதான் போல. பெருச்சாளிய அடிமடியில் கெட்டுனது கெனக்கா, இந்த நெலத்த வச்சிட்டு இருக்கிறது எனக்கு ரொம்ப உறுத்துதுப்பா. பேசாம வெலைக்குக் குடுத்திரலாம்னு பாத்தா, எல்லாம் அடிமாட்டு வெலைக்குக் கேக்குறானுக. மெல்லவும் முடியாம முழுங்கவும் முடியாம இத வச்சிட்டு திண்டாடுறேன்" எனத் திணறினான் கருத்தப்பன்.

"என்னமோ ஒனக்கு மட்டும்தான் வேதன இருக்கிறது மாதிரிசொல்ற. காஞ்ச மண்ணுல கடலயப் போட்டுட்டு கண்ணுல தண்ணியோடதான் நானும் நிக்கிறேன். நீயும் நானும் மட்டுமில்ல; வெவசாயம் செய்ற எல்லா ஆளுகளோட நெலமையும் இப்படித்தான். மனசுவிட்டா ஒரே எடத்தில் மறுகி நின்னுருவோம். எதித்து வரும்னு மண்ண நம்புன எல்லாருமே இங்க இப்படித்தான்" என்றான் கோபால்.

இருவரும் பேசிக்கொண்டே கிட்டத்தட்ட ஊருக்குள் வந்து சேர்ந்தார்கள்.

செம்மறி ஆடும் உழவு மாடுகளும்கூட இணைபிரியாமலே வந்துகொண்டிருந்தன.

வறுமை பாய் விரித்திருந்த தெருக்களில் இருவரும் நடந்து சென்றார்கள்.

"ஏய் மணி, வா... வீட்டுக்குப் போகலாம்" ஆட்டை தன் பாதையில் திருப்பினான் கோபால்.

உழவு மாடுகளோடு தன் வீட்டுப்பக்கம் சென்றான் கருத்தப்பன்.

நடுஇரவு ஓவியமாய் நின்றிருந்தன, ஈரம்காணாத தெரு மரங்கள்.

“ஊ… ஊ… ” என அபசகுணமாக கத்தி, ஊளையிடும் நாய்களை அடிச்சி விரட்டினாள் கருத்தப்பனின் மனைவி அன்னம்மாள். மறுபடியும் மறுபடியும் அது ஊளையிடுவதை நிறுத்தவே இல்லை.

“என்னைக்குமில்லாம ஏன் இப்படி நாய் க கத்துதுக”என்றபடி படுக்கையில் விழுந்தாள் அன்னம்மாள்.

“ஏங்க… ஏங்க… நாய், ஏன் இப்படிக் கத்துதுன்னு பாருங்க” கருத்தப்பனை உசுப்பினாள் அன்னம்மாள்.

கருத்தப்பனின் உடல் சில்லிட்டிருந்தது.

“என்னங்க… என்னங்க…” அன்னம்மாளின் அலறல் அந்த ஊரையே கூட்டியது.

“ச்சே… இப்படியா செய்வான். மழ தண்ணியில்லன்னா மனுசன் ஏன்யா சாகணும். இவன் செத்தா மழ வந்திருமா? படுபாவிப்பய… புள்ளகுட்டிகள விட்டுப்புட்டு இப்படி வெசத்தக் குடிச்சிட்டு நீட்டி நிமிந்திட்டான். இவனோட சாவ சாச்சியா வச்சு வானம் மழய கொண்டுவந்துருமா? இல்ல வருணபகவான் இங்க வந்து எறங்குவாரா? பைத்தியக்காரன்” திட்டித் தீர்த்தது ஊர்.

இழவு வீட்டிற்கு கோபாலும் மணியும் வந்து சேர்ந்தார்கள்.

மறுநாள் அடக்கம் செய்யப்பட்டான் கருத்தப்பன்.

அதன்பிறகு கோபாலும் மணியும் விரக்தியுடன் எங்கோ போய்க்கொண்டே இருந்தார்கள்.

■ ■ ■

இயக்குநர்

ஆர்.வி.உதயகுமார்

உறவுகளால் பாலம் அமைப்போம்!

கணவன் மனைவி உறவு என்பது புரிதலுடன்கூடிய ஒரு மெல்லிய நூலிழை போன்றது. ஆனால் அந்த நூலிழைக்கு ஆயிரம் யானைகளைக் கட்டியிழுக்கும் பலமுண்டு. பிறர்பால் ஈர்ப்பு என்பது திருமணம்செய்த அனைத்து ஆண்களுக்கும் பெண்களுக்கும் பொதுவானது.

இந்த ஈர்ப்புக்கு இரும்புக் கம்பியையும் தகர்த்தெரியும் மூர்க்கத்தன்மையும் உண்டு. முன்னால் சொன்னது பாசம் பின்னால் சொன்னது காமம். ஒழுக்கத்தோடு வாழும் காமம், நல்ல குடும்பத்தையும் சந்ததிகளையும் வளர்க்கும். தடம் மாறும் காம உணர்வுகள் பெரும் ஆபத்தில் முடியும்.

இதை ஒரு மெல்லிய இழையாய் 'கணவர் பெயர்' என்ற சிறுகதைவாயிலாக உணர்த்தியுள்ளது. தம்பி ராஜா செல்லமுத்துவின் கதைசொல்லும் முதிர்ச்சிக்கு அச்சாரம். வாழ்த்துகள் தம்பி!

●●●

கணவர் பெயர்

"நீங்க ரொம்ப அழகாயிருக்கீங்க" என்றான் ரவி.

"தேங்ஸ்" என்றாள் மீனா.

"ஏங்க ஒங்களுக்கு கல்யாணம் ஆகியிடுச்சா" ரவி கேட்ட இந்த வார்த்தைக்கு பதில் சொல்லமுடியாமல் நெளிந்தாள் மீனா.

"ம்ஹூம்.." என தலையை மட்டுமே ஆட்டினாள்.

"அதான, பாத்தா இருவது வயசு கொமரிப்புள்ள மாதிரியே இருக்கீங்க, ஒங்களுக்கு கல்யாணம் ஆகியிருக்காதுன்னு எனக்குத் தெரியும். நான் நெனச்சது கரைக்டா இருக்கு" அசடு வழிந்தான் ரவி.

"பாக்க அப்படியா இருக்கேன்"

"பெறகு... அம்மன் கோயில் செலையை அச்சடித்தது மாதிரி அப்படியே இருக்கீங்க"

"பேசாம இருங்க ரவி. எனக்குப் புல்லரிக்குது"

"மேடம்... ம்ஹூம்... மீனா..." என்று பெயர் சொன்னதும் உற்சாக உச்சத்தில் ஏறி உட்கார்ந்துகொண்டாள் மீனா.

"மீனா... நீங்க எப்பிடி இந்தமாதிரி ஒடம்ப ஸ்லிம்மா வச்சுக்கிறீங்க. ஐஸ்வரியா மாதிரி" ஐஸ் வைத்தான் ரவி.

"அதுவெல்லாம் ஒண்ணுமில்ல ரவி. எல்லாம் மனசுதான் காரணம். நாம மனச எவ்வளவு சுத்தமா வச்சுக்கிரமோ அப்படித்தான் நம்ம ஒடம்பும் இருக்கு. எம் மனசு சுத்தமா இருக்கு அதான் எப்பவும் இளமையாவே இருக்கு. அவ்வளவுதான் ரகசியமெல்லாம் ஒண்ணுமில்ல."

புடவைத் தலைப்பை சரி செய்தாள். சட்டையை கழுத்துவரை கஷ்டப்பட்டு இழுத்துவிட்டாள்.

"ரவி, நீங்க கல்யாணம் பண்ணலியா?" மீனாவின் இந்தக் கேள்விக்கு பதில் சொல்லமுடியாமல் தவித்தான் ரவி.

"ம்... இல்லையே! என்னை பாத்தா கல்யாணம் ஆனது மாதிரியா இருக்கு?" சந்தேகமாய் சொன்னான்.

"ஆமாங்க. ஒங்களப் பாத்தா இருபதஞ்சு வயது இளைஞன் மாதிரிதான் இருக்கு" என்றாள் மீனா.

ரவிக்குள் இளமை ஊஞ்சலாடியது.

தலைமுடியைச் சரி செய்தான்.

இருவரும் ஒரு பார்க்கில் உட்கார்ந்திருந்தார்கள்.

இவர்களுக்குள் நட்பு ஏற்பட்டு சரியாக நாற்பத்தெட்டு மணிநேரம் மட்டுமே ஆகியிருந்தது. அலுவலகத்தில் ஒரே நேரத்தில்தான் வேலைக்குச் சேர்ந்திருந்தார்கள்.

"எங்க தங்கியிருக்கீங்க? என்றான் ரவி.

"ஒரு லேடீஸ் ஹாஸ்டல்ல... நீங்க?"

"ஒரு மென்ஸ் ஹாஸ்டல்ல."

இருவரும் தகவல்கள் பரிமாறிக் கொண்டார்கள்.

"நம்ம ஆபிஸ் எப்படியிருக்கு?"

"ம்... இருக்கு. இப்பத்தான ஜாய்ன் பண்ணிருக்கோம். போகப்போகத்தான் தெரியும்" அப்போது ரவியின் செல்போன் சிணுங்கியது.

"ஹலோ, என்னங்க.... எங்க இருக்கீங்க?" ரவியின் மனைவி சித்ரா பேசினாள்.

"ம்ம்..." தடுமாறினான்.

"நான் ஆபிஸ் வேலையா மேனேஜர்கூட டிஸ்கஸ் பண்ணிட்டு இருக்கேன்" போனை கட் பண்ணினான் ரவி.

பதற்றத்துடன் இருந்த ரவியிடம் மீனா கேட்டாள். "ஏன்? என்னாச்சு... யார் போன்ல?"

"இல்ல என் பிரண்டு பீர் குடிக்கக் கூப்பிட்டான். நான் வரலன்னு சொல்லிட்டேன்" சமாளித்தான்.

"ஓ அப்படியா?" என்று சொல்லியதும் மீனாவின் செல்போன் சிணுங்கியது.

“ஹலோ... மீனா எங்க இருக்க?” என்றான் மீனாவின் கணவன் விக்டர்.

“நான் ஆபிஸ் வேலையா வெளிய வந்திருக்கேன். கொஞ்ச நேரம் கழிச்சுக் கூப்பிடட்டுமா?” போனை கட் செய்தாள் மீனா.

“யாருங்க” என்றான் ரவி.

சற்று பதற்றத்துடன், “என்னோட ஃபிரண்டு சாந்தி. சினிமாவுக்கு கூப்பிட்டா... வரலன்னு சொல்லிட்டேன்” மீனாவும் சமாளித்தாள்.

இருவரும் அன்று மாலை பேசிவிட்டு விடைபெற்றனர்.

மறுநாள் வழக்கம்போல அலுவலகம் வந்தனர். வேலைகளைச் செய்துகொண்டிருந்தனர்.

அன்று அலுவலகத்திற்கு ஒரு வயதான பெண்மணி வந்தார். நேரே மீனாவிடம் வந்தார்.

“அம்மா எம்பேரு பார்வதி. எங்க வீட்டுக்காரரு போன வருசம் செத்துப் போயிட்டாரு. அவருக்குப் பணம் தரேன்னு சொன்னாங்க. அதான் வந்தேன்மா” என்றாள் பார்வதி.

அந்த பாட்டியைப் பார்த்தாள் மீனா.

“அம்மா, ஒங்க வீட்டுக்காரர் பேரு என்ன?”

வெட்கப்பட்டாள் பார்வதி.

“இல்லம்மா... வீட்டுக்காரர் பேரச் சொல்லமாட்டேன்” முரண்பட்டாள் பார்வதி.

“பெறகு எப்படிம்மா பேர் எழுதுறது? பேர் சொல்லுங்க” என்று மீனா எவ்வளவோ சொல்லிப் பார்த்தும் பார்வதி பாட்டி தன் கணவன் பெயரைச் சொல்லவே இல்லை.

அலுவலகத்தினுள் பார்வதி கணவருடன் வேலைசெய்த சிவனாண்டி வந்தார்.

“என்னம்மா... பார்வதி, வீட்டுக்காரர் பேரச் சொல்ல மாட்டீங்கிறாங்களா?

“ஆமா சார்” என்றாள் மீனா.

“இப்ப இல்லம்மா எப்பவுமே பழைய ஆளுக, புருஷன் பேரச் சொல்லமாட்டாங்க. புருஷன்மேல இருக்கிற பாசம், பக்தி அப்படி. கிராமத்தில இருக்கிறவங்க புருசன்பேர சொல்லவே மாட்டாங்க. டவுன்ல இருக்கிறவங்க புருசன் இருக்கிறதாவே சொல்லமாட்டாங்க. அதாம்மா கிராமத்துக்கும் டவுனுக்குமுள்ள வித்தியாசம்” என்று அவர் சொன்னதும் மீனாவுக்கு சுருக்கென்றது.

“பார்வதி வீட்டுக்காரர் பேரு மருதையா. அவர் பேர்ல பாருங்க” என்றதும் பார்வதி வெட்கப்பட்டாள். கிழவி, தன் புருஷன்மீது வைத்திருக்கும் மரியாதையையும் அன்பையும் பார்த்து நெகிழ்ந்துபோனாள் மீனா.

சிறிதுநேரத்தில் பார்வதிக்கு உண்டான எல்லா வேலைகளையும் மீனா செய்து கொடுத்தாள்.

அன்று மதிய உணவு இடைவெளி அலுவலகம் முடிந்தது. ரவி, நேராக மீனாவிடம் வந்தான்.

“மீனா... இன்னைக்கு சினிமாவுக்குப் போகலாமா?” என்றான்.

மீனா, இதுவரை சட்டைக்குள் ஒளித்துவைத்திருந்த தாலியை எடுத்து வெளியில் போட்டிருந்தாள்.

“என்ன மீனா... நீ கல்யாணம் பண்ணுன பொண்ணா?”

தலையசைத்தாள் மீனா. அப்போது ரவியின் செல்போன் சிணுங்கியது.

“ஹலோ என்னங்க சாப்பிடப் போகலையா?” என்றாள் ரவியின் மனைவி சித்ரா.

“டார்லிங்... இப்ப போகணும். நீ சாப்பிட்டாயா?” என போனில் மனைவியிடம் கொஞ்சினான்.

“நீங்க கல்யாணம் ஆனவரா?”

“ஆமா” என தலையசைத்தான் ரவி.

ஒருவருக்கொருவர் ஏமாற்றிய இருவரும் வெளிச்சத்திற்கு வந்தார்கள். வெட்கித் தலைகுனிந்து விலகினார்கள்.

மதிய இடைவெளிக்குப்பின், பார்வதிக்கிழவி தன் கணவனுக்குண்டான எல்லா தொகையையும் வாங்கிக்கொண்டு விடைபெற்றாள்.

“அம்மா... ஒன்னப்பாத்தா என் பொண்ணு மாதிரியே தெரியுது. எம் புருஷன்பேர ஒரு பேப்பர்ல எழுதித்தாம்மா. யாராவது கேட்டா அதக் காட்டலாம்ல” என்றாள் வெள்ளந்தியாக.

“சரியம்மா...” மீனா தன்னிலை மறந்தவளாய் தன் கணவன் பெயரை எழுதினாள்.

“ச்சே...” என்று அவளுக்குள்ளே சிரித்துக்கொண்டு வேறொரு பேப்பரில் பார்வதியின் கணவர் பெயரான ‘மருதையா’ என்று எழுதிக் கொடுத்தாள்.

■ ■ ■

இயக்குநர்
விக்ரமன்

நண்பர் ராஜா செல்லமுத்துவின் 'சைவப்புலி' என்ற கதை எளிய நடையில் இனிமையாகவும் தெளிவாகவும் எழுதப்பட்டு இருந்தது. இந்தக் கதை முடிவில், ஒவ்வொருவரும் பாடம் கற்றுக் கொள்வது நிஜம். மனதை வருடும் இந்தக் கதையின் முடிவு, நமக்கு ஒரு நல்ல படிப்பினையைத் தரும்.

சைவப்புலி

"க்கூ... க்கூ... க்கீ... க்கீ...

சரக்... சரக்... சரக்...சரக்...

இந்த சங்கீதக்குரலின் சத்தங்கள் மரங்களடர்ந்த, உள்காடு மலைக்கிராமத்தை ஒரு மர்மமாகவே வைத்திருந்தது. ஈரம் சுமந்துவரும் மேகாற்று — வெப்பத்தை வெளியேற்றும் கீகாற்று என, வீசும் காற்றில் உள்காடு கிராமம் ஒருவிதமான உயிர்ப்போடு இருந்தது.

பேசும் குரலின் சத்தம் எங்கோ எதிரொலித்து பேசியவனிடமே திரும்பிவரும் மாயவித்தையும் அங்கு நடக்காமலில்லை. புலி உறுமினாலும், சிங்கம் கர்ச்சித்தாலும் வெளியில் வரும் ஒலி மீண்டும் மிருகங்களின் முகத்திற்கே திரும்பி வருவதால் அவை எல்லாம் ஒருவிதமான அச்சத்தோடே காடுகளில் உலவிக் கொண்டிருந்தன.

எண்ணி இருபது வீடுகள்கூட இடம்பெறாத உள்காடு கிராமத்திற்கு முரளி வந்தார். அவரின் கன்னங்களை உரசி, உயிருக்குள் குளிரூட்டியது ஈரமேகங்கள். இரண்டு கைகளையும் பரபரவென தேய்த்து சூடேற்றி கழுத்துக்கும் கன்னத்திற்கும் உள்ளங்கைச்சூடு ஏற்றினார்.

கிளைகளை ஆட்டிய மரங்கள், தலைகுனிந்து தரைதொட்டு அவரை வரவேற்றது.

"யப்பா என்னவொரு கிராமம்... அடடா, சொர்க்கம் எங்க இருக்குன்னு தேடிட்டு இருக்கோம்; இந்த மண்ணுல இப்படியொரு அதிசயத்தப் பாக்க மறந்திட்டமே" பூமிப்பரப்பில் பூத்திருந்த உள்காடு மலைக்கிராம பூக்களைப் பார்த்து ஆனந்தம் அடைந்தார் முரளி. மனித வாடையைவிட அங்கு மிருக வாடையே மிஞ்சி நின்றது.

"ஏய் பளியா!.." என்று கூவிய ஒருவனின் கூக்குரல் வெட்டவெளியில் தூரப்போய் தொலைந்து, "பளியா, பளியா, பளியா...". என்ற நிறைய பதிப்பாக கூப்பிட்டவன் செவிகளுக்கே திரும்பி வந்தன. எதிரொலித்த குரலை முரளியும் கேட்டார். '

'பளியனா? இவனத்தான நாமளும் தேடி வந்தோம்!"

புருவங்கள் நெற்றிக்கு மேலே நிமிர்ந்து, மேல்தலையை முத்தமிட்டு மீண்டும் இமைகளுக்கு மேலே வந்து இடம்பெற்றன.

"ஏலேய் பளியா!" என்ற மறு குரலெடுக்கும்போது முரளி கூப்பிட்டவன் முன்னால் வந்து நின்றார்.

"என்ன சாமி ஏதாவது வேணுமா?" மலைக்கிராம முரட்டு மொழியில் முப்பத்திரெண்டு பற்களும் முன்னுக்கு வரக் கேட்டான் முள்ளிடுக்கி.

"இப்ப நீங்க கூப்பிட்டீங்களே பளியன் . அவனத்தான் பாக்க வந்தேன்."

"ஓ! அப்பிடியா சாமி, அவன் ராத்திரி வேட்டைக்குப் போனான். இன்னும் திரும்பலயே. என்ன வெவரம்னு தெரிஞ்சுக்கலாமா?" கரைப்பற்களில் விழுந்த வார்த்தைகளை கரையாமல் சொன்னான் முள்ளிடுக்கி.

"ஒரு மிருகம் கேட்டிருந்தேன், அதான்"

"ஓ... அது நீங்க தானா? அதுக்குத்தான் சாமி காடுமேடெல்லாம் அலஞ்சிட்டு இருக்கான்"

"கெடைக்குமா?"

"கெடைக்குமாவா? பளியன் கால்வச்சா காரியத்த முடிக்காம விடமாட்டான். வந்தா பொருளோடதான் வருவான். இல்ல எத்தன நாள் ஆனாலும் இந்தச் செங்காட்டுக்குள்ளயேதான் திரிவான் சாமி, இங்க ஒக்காருங்க" என்று, ஒரு மரநாற்காலியைக் காட்ட ஈர மண் கிழிய சர்ரென இழுத்தான் முள்ளிடுக்கி.

"ஏதாவது காப்பித்தண்ணி குடிக்கிறீங்களா?"

"வேணாம்."

"சாப்பிடுங்க சாமி" என்ற முள்ளிடுக்கி, வெளியில் புகையும் விறகு அடுப்பை நோக்கி விரைந்தான். மழை மேகங்களுக்கு ஊடே புகை மேகங்களும் போய் நூலாய் நுழைந்துகொண்டிருந்தது. கொதிப்பேறிக் கிடந்த கடுங்காப்பி ஒருவிதமான இனிப்பு வாசத்தோடு காற்றில் கரைந்துகொண்டிருந்தது. மரநாற்காலியில் உட்கார்ந்த முரளி கழுத்தைத் தூக்கி வானம் பார்த்தார். மரங்களடர்ந்த வெட்டவெளிக்கு மேலே பஞ்சுமேகங்கள் மிதந்து கொண்டிருந்தன.

ப்பூ... ப்பூ... என விறகு அடுப்பை ஊதிய முள்ளிடுக்கி, அங்கிருந்த கருப்பட்டியை தட்டிப்போட்டு காபி தயாரித்தான்.

"தம்பி"

"சாமி"

"கிராமத்து மக்கள் எல்லாம் எங்க போயிட்டாங்க. ஒரு ஆளையும் கண்ல பாக்க முடியலையே?"

"காட்டுக்குள்ள போயிருப்பாங்க சாமி"

"மொத்தம் எத்தன பேரு இங்க இருக்கீங்க?"

"எண்ணிச் சொன்னா இருபது பேரு இருப்போம்ங்க"

"அம்புட்டுத்தான் ஆளுகளா?"

"சாமி, பேசுற மனுசங்க அம்புட்டுத்தான்.. பேசாத சீவராசிகள் இங்க நெறயா இருக்கு சாமி" என்றபடியே, ஈயத் தம்ளரில் ஆவி பறக்க காபி கொடுத்தான். முள்ளிடுக்கி. கையில் கடுங்காப்பி தம்ளரை வாங்கிய முரளிக்கு அது இதமாயிருந்தது. வீசும் பனிக்காற்றில் இறுகிப் போயிருந்த கன்னத்தில் ஈயத் தம்ளரை இதமாகவைத்தார். இதமான சூடுபட்டதும் கன்னம் கொஞ்சம் உயிர்ப்பானது.

சலசலவென ஏதோ சத்தம் கேட்க, "பளியன் வந்திட்டான், பளியன் வந்திட்டான்" என்று முள்ளிடுக்கி கத்தியபோது பட்டுத்தெறித்த அவனின் குரலோடு சில பறவைகளின் குரலும் சேர்ந்து எதிரொலித்தன.

முகத்தை மறைக்கும் தலைமுடியை கொஞ்சம் ஒதுக்கியபோது, அப்பவும் முகம் முழுவதும் முடியாகவே இருந்தான் பளியன். பரட்டைச் செடிக்குக் கைகால் முளைத்ததுபோலவே நடந்துவந்தான். அவன் கையில் ஒரு மிருகக் குழந்தை பொசுக் பொசுக் என கண்களை மூடித் திறந்து கொண்டிருந்தது.

முரளிக்கு மூச்சு முட்டியது. பளியன் கையிலிருந்த வரிப்புலியைப் பார்த்த பிறகுதான் அவருக்கு உயிரே வந்தது.

"யப்பா, இது எவ்வளவு நாள் கனவு, இன்னைக்குத்தான் நமக்கு கெடச்சிருக்கு. பளியா சீக்கிரம் கொண்டு வா. என்கிட்ட குடுடா" என்று கூப்பிட்ட முரளியின் உள் நெஞ்சு பளியனை நோக்கி முன்னேறியது.

"க்க்க்... கக்க்... கக்க்... " என்ற கனத்த சிரிப்போடு முரளியிடம் வந்தான் பளியன்.

"சாமி, நீ கேட்டது இதுதான?"

"ஆமா" என்று ஆசையோடு தலையாட்டினார் முரளி.

“இந்தா சாமி, ஒன்னோட புள்ள” என்று, இரண்டு கைகளிலும் ஏந்தி அந்த வரிப்புலிக்குட்டியை முரளியின் கையில் வாரி வழங்கினான் பளியன். ஆசையோடு அதை வாங்கியபோது முரளியின் சந்தோசம் அவர் முகத்தில் முகாமிட்டிருந்தது.

“பளியா... எனக்கு ரொம்ப சந்தோசமா இருக்கு”

“சாமி மனுசங்களோட சந்தோசம்தான் வாழ்க்கை. ஒரு உசுரு இன்னொரு உசுர, உசுரா நெனைக்கிறது தப்பில்ல சாமி”

“இந்தப் புலிக்குட்டிய வாங்கிட்டுப் போயி என்ன பண்ணப் போற சாமி.”

பளியனின் பளிச்சென்ற சொல் முரளியை என்னவோ செய்தது.

“பளியா, இதுதான் என்னோட கொழந்த, ரொம்ப நாளா ஒரு புலிக்குட்டிய எடுத்து வளக்கணும்னு ஆசப்பட்டேன்; முடியலப்பா. நானும் எங்கெங்கயோ தேடியலைஞ்சேன். கெடைக்கல. சுத்தி விசாரிச்சதுல ஒம்பேரத்தான் எல்லாம் சொன்னாங்க. ஒன்கிட்ட சொன்னேன்; இந்தா காரியம் கைமேல கூடி வந்திருச்சு. இப்பத்தான் என்னோட உசுரு என்கிட்ட இருக்கு.”

முரளியின் குரல்பட்டபோது புலிக்குட்டி பொசுக் பொசுக்கென கண் திறந்து மூடியது.

“சாமி இந்தக் காட்டுக்கு எப்படி வந்தீங்க?”

பஸ், காரு, வண்டின்னு கண்டுபிடிச்சு கண்டுபிடிச்சு இந்தக் காட்டுக்கு வந்தேன் என்ற முரளி, பையிலிருந்த பணத்தை பளியனிடம் அள்ளிக் கொடுத்துவிட்டு அந்தக் கருங்காட்டை விட்டு மெல்ல நகர்ந்தார்.

காடு அதிரக் கத்தியது; குட்டியைத் தொலைத்த தாய்ப்புலி. உடன் சேர்ந்து கத்தின. அதே காட்டுமிருகங்கள்.

சுரந்த பால்க்காம்பை முள்ளில் குத்திக் கீறியது. கோரைப் பற்களைக்கொண்டு வீசும் காற்றைக் குத்திக்கிழித்தது ரணம்கொண்ட போராட்டம் நடத்தியது. குட்டியைத் தொலைத்த தாய்ப்புலி அதன் முகத்தில் மூர்க்கம் முகாமிட்டிருந்தது. புலிக்குட்டியை வாங்கிய முரளி காடுவிட்டுக் கடந்தார். அவர் காலடித்தடத்தை மோப்பம் பிடித்தன சில மிருகங்கள்.

முரளி காட்டுவழியே நடந்து இன்னொரு இடம் தொடும்போது காட்டின் கடைசிக்காற்றை, புலிக்குட்டி தன் மீசையின்வழியே நுகர்ந்து மூக்குவழியே வெளித்தள்ளியது.

முரளி உள்காட்டிலிருந்து அவரின் ஊருக்கு வந்தார். வரிப்புலியை வாரியணைத்துக் கொண்டே வீட்டிற்குள் நுழைந்தார். ஆள் அரவமற்ற ஒற்றை வீடு. உறவினர்களை உதறித் தள்ளிவிட்டு ஒண்டிக்கட்டையாய் வாழும் தனி மனிதன்.

“முரளி என்ன கொண்டு வந்திருக்க” சுற்றியிருப்பவர்கள் சுற்றறிக்கை வாசித்துக் கேட்டனர்.

“ம் சொல்லணுமா?”

“சொன்னா நல்லதுதான?”

“புலிக்குட்டி” என்று முரளி சொன்னபோது,

“ஐயய்யோ... புலிக்குட்டியா?”

“ஆமா, ஏன் பயப்படுறீங்க?”

“புலின்னா பயமா ?”

“பயமாவா... காட்டுல வாழ்ற மிருகத்தப் போயி வீட்டுல கொண்டுவந்து எப்படி வளக்க முடியும்? வினாக்கள் பறந்தன” விடைகளைக் கேட்ட திசைகளில் எல்லாம் விட்டெறிந்தார்.

“புலின்னா கறி சாப்பிடுங்கிற பயமா?”

“ஆமா. பெறகு புலியென்ன புல்லா திங்கும். கறிதான திங்கும். அதுவொரு மாமிசம் திங்கிற மிருகம்தான?” கேள்வி கேட்டவர்கள், எல்லாம் முரளியை முகாமிட்டு புகார் மனுக்களை அவர் முன்னால் வீசினார்கள். புன்முறுவலோடு அத்தனைக்கும் பதில் சொன்னார் முரளி.

“நிச்சயமா, என்னோட புலி மாமிசம் திங்காது. அத நான் ஒரு சைவப் புலியாவே வளர்க்கப் போறேன் “ என்று சூளுரைத்தார்.

“என்னது சைவப் புலியாவா?”

“ஆமா. நான் வளத்துக் காட்டுறேன்” சபதமேற்று புலியை வளர்க்க ஆரம்பித்தார்.

அன்று முதல் முரளியின் படுக்கையில் ஒன்றாய்க் கிடந்தது குட்டிப்புலி.

பால்புட்டியில் பாலூற்றிக் கொடுத்தார். தன் சின்ன வாய் திறந்து பச்... பச்... பச்... என்று குடிக்க ஆரம்பித்தது. அதன் வரி விழுந்த தலையை லாவகமாக தடவிக் கொடுத்தார். தன் வீரக்காதுகளை விறைப்பாக மேலே தூக்கி ஈட்டிக் கண்களைக் கொண்டு முரளியை அப்படிப் பார்த்தது.

“என்னடா செல்லம் அப்படிப்பாக்குற? பால்குடி பால்குடி.... செல்லப் பேச்சு பேசியபடியே அதன் சின்ன வாயில் பாலூட்டினார்.

மடியில் கிடந்த புலிக்குட்டி கொஞ்சம் மல்லாந்து படுத்து தன் அன்பை முரளியிடம் வெளிப்படுத்தியது. நாட்கள் நகர்ந்தன, மாதங்கள் ஓடின. புலி வளர்ந்தது .

வளர்ந்த புலிக்குட்டிக்கு 'வீரா' என்று பெயர் சூட்டியிருந்தார்.

'வீரா' என முரளி கூப்பிடும் குரல் கேட்டு எங்கிருந்தாலும் விருட்டென ஓடிவந்து அவர் முன்னால் நிற்கும். முரளியின் பின்னால் ஒரு நாய் போலவே வாலாட்டித் திரியும்.

"ஏய்யா முரளி, இவ்வளவு பெரிய புலிய வீட்டுல வளத்திட்டு இருக்கியே, யாரையாவது அடிச்சு தின்னுடப் போகுதுப்பா"

"யோவ் என்னோட புலி சைவப்புலியாக்கும். இது ரத்தவாடை பாக்காது. மாமிசம் ஆகாது. பயப்படாதீங்க" என்று முரளி சொன்னாலும் யாரும் நம்பாமல் அவரை விட்டு நழுவியே இருந்தனர்.

அக்கம்பக்கம் உள்ளவர்கள் புகார் தெரிவித்தும் சைவப்புலியைக் கண்ட ப்ளூகிராஸ்காரர்கள்கூட பெரிதாக எதுவும் சொல்லவில்லை புகார் கடிதங்கள் குவிந்தாலும் சைவப்புலி சாது, ஏதும் செய்யாதென்றே சான்றிதழ் கொடுத்தார்கள் மிருகநல ஆர்வலர்கள்

காய்கறிகள், பழங்கள் என்றே தின்று தீர்த்தது புலி. ஊர் உலகில் உள்ளவர்களுக்கெல்லாம் இந்த 'சைவப்புலி' ஒரு காட்சிப் பொருளானது.

வந்துவேடிக்கை பார்ப்பவர்களின் பட்டியல் தினமும் கூடிக்கொண்டே போனது. அந்தப் பகுதி முழுவதும் "சைவப்புலி முரளி" என்றே சொல்லப்பட்டார் முரளி

"எல்லாம் பழக்கம் தாங்க, நாம எப்படி மொதல்ல இருந்து வாழ்க்கைய நகத்துறமோ அதுதான் கடைசி வரைக்கும் ஒட்டிட்டு வரும். இப்பப் பாருங்க மாமிசம் சாப்பிடுற புலியக்கூட நம்ம முரளி காய்கறி பழங்கள் சாப்பிடுற சைவப்புலியா மாத்திப்புட்டாரே. எல்லாம் நம்ம பழக்கத்தில இருந்துதான் வருது" என்று ஊர் உலகமே உச்சிமெச்சிக் கொண்டாடியது.

ஒரு நாள் இரவு

"டேய் வீரா..." என்று முரளி அழைத்த போது அகலமாகத் தன் சைவ வாயைத்திறந்து ஏதோ சொல்லி தன் அன்பை அதன் மொழியில் ஆமோதித்தது.

"வா சாப்பிடு", என்று தன் அருகே கூப்பிட்டு காய்களை நறுக்கிக் கொண்டிருந்தார்.

பக்... பக்... பக்கென... காய்கறிகளைக் கவ்வி தன் சைவப் பற்களைக் கொண்டு "கரக் கரக்" என்று மென்று தின்று கொண்டிருந்தது.

'வீரா நல்லா சாப்பிடுடா' அதன் தொங்கும் தாடைச் சதையைப் பிடித்துத் தொட்டுப்பார்த்து ப்ரியம் பேசினார் முரளி.

புலி தன் கடைவாயில் நுரை வழியவழிய தின்று கொண்டிருந்தது. காயை நறுக்கிக்கொண்டும் பேசிக் கொண்டுமிருந்த முரளியின் கையில், பட்டன கத்தி ஆழமாய் இறங்கியது. வெட்டிய வேகத்தில் கையிலிருந்து குபுகுபுவென ரத்தம் பீறிட்டது.

காய்கறிகளைத்தின்று கொண்டிருந்த வீரா, மெல்ல எழுந்து போய் தன் எஜமானனின் ரத்தத்தை தன் சைவ நாக்கால் நக்கியது. அவ்வளவு தான் இது வரையிலும் வீரா சாப்பிடாத சுவையில் அது இருந்தது. சப்... சப்... என முரளியின் கையில் வழியும் ரத்ததை நக்கிய 'வீரா' படாரென்று பாய்ந்து அவரின் குரல் வளையைக் கவ்வியது

"ஐயய்யோ, வேணாம், வேணாம் என்னைய விட்டுரு என்னைய விட்டுரு" கதறினார். கெஞ்சினார், அந்த சைவப் புலி முரளியை விடவே இல்லை. அடைக்கப்பட்ட வீட்டிற்குள் முரளியின் சத்தம் அறையைவிட்டு வெளியே வரவேஇல்லை. கொஞ்ச நேரத்தில் மொத்தமும் முடிந்தது. முரளி எலும்புக் கூடானார்.

சைவப்புலியின் உதடுகளில் முரளியின் ரத்தம் ஒட்டியிருந்தது. தன் அசைவ நாக்கால் அதை மேலும் கீழும் ஒட்டியொட்டி எடுத்தது. காய்கறிகள் கீழே சிதறிக்கிடந்தன. ஒன்றைக்கூட அது திங்கவில்லை. மேலும் மேலும் முரளி போல மனிதர்களின் ரத்தம் சதை வேண்டுமென்று உறுமியது. அதற்குள் எப்போதுமில்லாத ஒரு தினவு முளைத்தது. இப்போது அதன் நடையில் ரௌத்திரம் தெரிந்தது.

பூட்டிய கதவை முட்டிமுட்டி வெளியே வர எத்தனித்தது. புலி ஓங்காரமிட்டுக் கத்தியது.

சுற்றியிருப்பவர்கள் சைவப்புலியின் செல்லச்சிணுங்கல் என்று சத்தம் செய்யாதிருந்தார்கள். ஓரிடத்தில் இல்லாமல் அங்குமிங்கும் நடமாடிக் கொண்டிருந்தது.

பெரிய குரலில் உறுமிய வேகத்தில் தலைநிமிர்ந்து பார்த்தது முரளியும் புலியும் சேர்ந்தெடுத்த ஒரு புகைப்படம் சுவற்றில் தொங்கிக் கொண்டிருந்தது. அதைப்பார்த்த புலி, அந்தப் புகைப்படத்தை நோக்கித்தாவியது. புகைப்படத்திலிருந்த முரளியின் உருவத்தைத் தன் கூரிய நகத்தால் பிராண்டியது. தன் கோரப்பற்களால் கீறியது. வெறிகொண்டு அதைக் கடித்துக் குதற ஆரம்பித்தது.

சைவப்புலி அசைவமானது.

■ ■ ■

நடிகர்
நாசர்

இருவகை எழுத்தாளர்கள் இருக்கிறார்கள். ஒன்று, சமூகத்தில் நடக்கும் நிகழ்வுகளின் தாக்கத்தால் எழும் மன அழுத்தத்திலிருந்து தப்பித்து, கற்பனை உலகிற்குக் கடத்திச் சென்று உல்லாசப்படுத்தி, மனதை லேசுப்படுத்தி மீண்டும் அடுத்துவரும் நாட்களுக்காக இயந்திரகதியாய் தயாராகிக்கொள்ள எழுதுபவர்கள்.

மற்றொன்று, சமூகத்தில் நடக்கும் நிகழ்வுகளின் தாக்கத்தால் எழும் அதே மன அழுத்தத்திலிருந்து எழும் வலியை மற்றவரோடு பகிர்ந்து, பெருமலையாய் எஞ்சி நிற்கும் சமூகப் பிரச்சனைகளை அவற்றிற்கான தீர்வுகளைக் காண அல்லது கோபம் கொள்ள அக்கறைக் கொள்ள எழுதுபவர்கள்.

'கண்ணாடி விண்மீன்களின்' ஆசிரியர் ராஜா செல்லமுத்து எவ்வகை என்று, இக்கதை வாசித்த பிறகு நீங்களே முடிவு செய்யலாம். முறையாய் திரைப்படம் பயின்றவர் இயக்குநர் இமயத்தோடு பயணித்துக் கொண்டிருப்பவர். நகருக்குப் புலம் பெயர்ந்தாலும் மண்ணின் மணம் மாறாதவர் வாழ்த்துகள்!

●●●

கண்ணாடி விண்மீன்கள்

விண்மீன்கள் பூத்துக்கிடக்கும் வெட்டவெளி வானத்தை தன் வீட்டுவாசலின் முன்நின்று அண்ணாந்து பார்த்துக்கொண்டிருந்தாள் அன்னம்.

'மினுக் மினுக்'கென மின்னிக்கொண்டிருந்தன விண்மீன்கள். ஒன்றுசேராத துண்டு மேகங்கள் திசைக்கொன்றாய் அலைந்து திரிந்தன. மேகங்களின் நகர்வுக்கு ஊடே 'பளிச் பளிச்'சென வெளிச்சம் உமிழ்ந்தபடியே 'சர்'ரென வந்துகொண்டிருந்தது விமானம் .

"அம்மா, ஏராபிளான் வந்துருச்சு... சீக்கிரம் ஓடி வா" அழுகையும் கண்ணீரும் கலந்து சொன்னாள் அன்னம்.

"இந்தா வரேன்" அம்மா விருமாயி வீட்டுக்குள்ளிருந்து வேகு வேகுவென ஓடிவந்தாள்.

அவள் கையில் சோறு சாப்பிட்டதன் அடையாளம் அப்பியிருந்தது.

"ஒங்க அப்பன் எங்க?"

"தெரியலம்மா... நீ வேற, மொதல்ல ஏராபிளான பாரு, அப்பன் எங்கயாவது நின்னு பாத்திட்டுதான் இருக்கும்."

விருமாயி கழுத்தைச் சாய்த்துக்கொண்டு அண்ணாந்து பார்த்தாள். வெளிச்சம் சுமந்துவந்த விமானம் இப்போது விருமாயி வீட்டுக்கு மேலே ஊர்ந்து வந்தது.

"அம்மா... நம்ம வீட்டுக்குமேல வருதும்மா" அன்னம் குதித்தாள்.

"அக்கா பரிமளா, பரிமளா அக்கா... அக்கா... நீ எப்ப வருவ? சீக்கிரம் வாக்கா" அன்னம் கண்ணீரோடு கத்தினாள்.

ஓர் இடத்தில் துண்டுப்பீடியை பிடித்துக்கொண்டிருந்த காளியும் விமானம் போகும் ஆகாயத்தை வியப்போடு பார்த்தான். அவன் உதட்டில் ஒட்டியிருந்த பீடியின் கங்கு 'சுர்'ரென அவன் உதட்டைச் சுடுவதுகூட அவனால் உணர முடியவில்லை. அவன் கண்களிலும் கண்ணீர் கனத்துக் கிடந்தது.

"பரிமளா, நீ எப்ப வருவ? காளியின் உதடுகள் அவனை அறியாமலே அனிச்சையாகவே உளறின.

"அம்மா... இந்த வண்டியிலதான் பரிமளா போனா? எப்ப திரும்பி வருவாம்மா... அக்கா இருக்குற எடத்துக்கு வானத்தில போற வண்டியிலதான் போகமுடியுமா? நாம எப்பம்மா அக்காவ பாக்க போகப் போறோம்?"

கன்னங்களில் வழியும் கண்ணீரைத் துடைக்காமலே விருமாயியிடம் கேட்டாள் அன்னம்.

விருமாயி வாய் திறக்காமலே இருந்தாள்.

"ஏம்மா பதிலே சொல்லமாட்டேங்கிற?"

அன்னம் விருமாயியை உரித்தெடுத்தாள். அவர்கள் வீட்டிற்கு மேலே பறந்த விமானம் இப்போது தொலைதூரத்தில் ஒரு புள்ளியாய்த் தெரிந்துகொண்டிருந்தது.

"பரிமளா" விருமாயியின் உதடுகள் தன் மூத்தமகளின் பெயரை ஈரத்தோடு உச்சரித்தது.

விமான வெளிச்சம் மறையும்வரை காளியும் வானத்திலிருந்து கண்ணை எடுக்காமலே இருந்தான்.

விருமாயியும் அன்னமும்கூட இப்போதுவரை வானத்தை மட்டுமே பார்த்துக் கொண்டிருந்தார்கள்.

"அம்மா, பரிமளம் எப்ப வருவா?"

"தெரியலையே..."

"நீ ஏன், அக்காவ ஏராபிளான்ல ஏத்திவிட்ட? ம்ம்ம்..." அவள் அழுகையின் நீளம் இன்னும் அதிகமாகிக்கொண்டே போனது.

"ஒங்க அப்பனத்தான் கேக்கணும்" விருமாயி அழுகையோடு சொன்னாள்.

காளியும் கண்ணீரோடே வந்தான். அவனைக் கண்டதும் அன்னம் ஓடிப்போய் அவன் காலைக் கட்டிக்கொண்டாள்.

"அப்பா, ஏன் அக்காவ ஏராப்பிளான்ல அனுப்புன? ம்ம்ம்... வீட்டுக்கு கூட்டிட்டு வாப்பா, நான் அக்காவப் பாக்கணும்,

போயி சீக்கிரம் கூட்டிட்டு வா ம்ம்ம்...” அவளின் அழுகை கூடிக் கொண்டே போனதேயொழிய குறைந்தபாடில்லை.

“சொல்லுப்பா.. பரிமளத்த எப்ப கூட்டிட்டு வருவே?” சொல்லு... சொல்லுப்பா...”

அன்னத்தின் கண்ணீர் காளியை கரைத்தது. ஏற்கனவே ஈரம் சுமந்த அவன் கண்களிருந்து இப்போது இன்னும் அதிகமாய் கண்ணீர் முட்டிக்கொண்டு வந்தது. அவனால் வாய் திறந்து பதில் சொல்ல முடியவில்லை.

விருமாயியும் அழுதாளேயொழிய அன்னத்தின் கேள்விக்கு அவளாலும் பதில் சொல்ல முடியவில்லை. இரண்டுபேரும் பேசாமல் இறுகிப்போய்க் கிடந்தார்கள். அன்னம் மேலும்மேலும் அழுதுகொண்டே இருந்தாள்.

“ஏய்! ஏன்? வீட்டு வாசல் முன்னாடி நின்னுட்டு இப்படி அழுதிட்டு இருக்கிங்க..” கேள்வியாய்க் கேட்டான் பக்கத்து வீட்டு ரங்கசாமி.

காளியும் விருமாயியும் அப்போதும் வாய் திறக்கவே இல்லை.

“அக்கா.. அக்கா..” அன்னத்தின் அழுகையைப் பார்த்த ரங்கசாமிக்கு இவர்கள் அழுகையின் அர்த்தம் தெரிந்தது. “ஓ, இதுக்குத்தான் அழுகையா? இப்ப அழுது என்ன பண்ண? காசு பணம்னு பச்ச மண்ண இப்படிச் செஞ்சீட்டீங்களேடா...”

“பாவிப்பயகா அழுங்க, ஒங்க கண்ணீர்ல கொஞ்சங்கூட ஈரமிருக்காது” ரங்கசாமி திட்டிக்கொண்டே சென்றான்.

“காளி, தலையில் அடித்து அடித்து அழுதான்.

‘பரிமளம்...’ என்றபடியே, எதிரிலிருந்த சுவரில் அப்படியே சாய்ந்து கொண்டான்.

விருமாயி, காளி முதுகில் ஒட்டிக்கொண்டாள். அன்னம் மட்டும் அழுதுகொண்டே இருந்தாள்.

“ஏய்.. என்னய்யா சின்னப்புள்ளைக மாதிரி இப்படி தேம்பித்தேம்பி அழுதிட்டு இருக்கீங்க. ஆனது ஆகிப்போச்சு அடுத்து நடக்குறது என்னன்னு பாருங்க” தேற்றிவிட்டுச் சென்றார். இன்னொரு பக்கத்து வீட்டுப் பழனிச்சாமி.

காளி சாய்ந்திருந்த சுவற்றில் ‘பரிமளம்’ என்று கரிக்கட்டையில் எழுதியிருந்தது கொஞ்சம் அழிந்திருந்தது. விருமாயி அதைப் பார்த்தாள். மகள் பெயரை தன் கைகொண்டு தடவினாள். பெயரிலேயே ‘பரிமளம்’ பளிச்சென வெளிப்பட்டாள்.

வெயில் இலையைச் சுருட்டிக்கொண்டு அந்தி பூக்கும் ஒரு மாலை நேரம்.

‘சர்...சர்’ரென உப்புசோப்பையும் தேங்காய் நாரையும் கொண்டு பாத்திரங்களை துலக்கிக் கொண்டிருந்தாள் பரிமளம்.

“ச்சூ, அங்கிட்டுப் போங்க.. அப்பிடியே பாத்திரங்கள்ல வாய்வைக்க வந்திருவீங்க. போங்க போங்க...” தண்ணீர் கையைக் கொண்டு பன்றிகளை விரட்டினாள் பரிமளம்.

‘குர்...குர்’ரென முனகியபடியே பன்றிகள் பரிமளத்தை வலம் வந்தன. சாக்கடையில் புரண்டு எழுந்த சகதி உடம்பெல்லாம் அப்பிக் கிடந்தது.

“ச்சே... போங்க” பரிமளம் விரட்ட விரட்ட மீண்டும் அங்கேயே தேங்கி நின்றன.

பழைய சோறு, குழம்பை ஒரு கிடங்கில் ஊற்றினாள். ‘குர்...குர்’ரென அத்தனை பன்றிகளும் பள்ளத்தில் இறங்கின. அப்போது அன்னம் பஞ்சுமிட்டாயோடு ஓடி வந்தாள்.

“அக்கா பஞ்சுமிட்டாய்”

“கையெல்லாம் இப்படி இருக்கு. நான் எப்பிடிச் சாப்பிடுறது. நீயே ஊட்டி விடு.”

அன்னம், அக்காவின் கழுத்தை கட்டிக்கொண்டு அவளின் தோள்வழியே சாய்ந்து பஞ்சுமிட்டாயை ஊட்டிவிட்டாள்.

“எப்படி இருக்கு”

“ம்... பரிமளம் ருசியில் தலையை மட்டுமே ஆட்டினாள்.

எங்கோ சென்ற காளி வேர்க்க விறுவிறுக்க நடந்து வந்தான்.

“அம்மா எங்க?”

“அம்மா, பக்கத்து வீட்டுக்குப் போயிட்டுவாரேன்னு சொல்லுச்சுப்பா” காளியின் கண்கள் விருமாயியைத் தேடின.

“பரிமளம்”

“சொல்லுப்பா”

“அடுத்து எத்தனையாவது போற?”

“பதினொன்னு முடிஞ்சுப்பா! அடுத்து பன்னென்டு”

“அன்னம் நீ”

“நான் ஒன்பது முடிஞ்சு பத்துப்பா. ஏன் ஒனக்குத் தெரியாதா?”

அன்னம் சொன்னதும் காளி லேசாகச் சிரித்தான். பரிமளம் பாத்திரங்களை துலக்கிக் கொண்டிருந்தாள்.

“பரிமளா?”

“என்னப்பா”

“நீ எப்படிப் படிப்ப?”

“ஸ்கூல்ல நான்தான் பர்ஸ்ட். நான் நல்லா படிக்கிறேன்னு எல்லா டீச்சர்களும் சொல்லுவாங்கப்பா”

“நீ அன்னம்”

“நானுந்தாம்பா”

“ஏய்... பொய் சொல்ற. நீ நல்லாவே படிக்கமாட்டியாமே” ஒங்க டீச்சர் சொன்னாங்க.”

“நீதான் படிக்க மாட்ட” பரிமளத்தை விரட்டினாள் அன்னம்.

துலக்கிக்கொண்டிருந்த பாத்திரத்தைப் போட்டுவிட்டு பரிமளம் எழுந்து ஓடினாள்.

“ஏய்.. ஏய்..” இருவரும் விரட்டி ஓடி விளையாடிக் கொண்டிருந்தார்கள்.

விருமாயி வெறுமனே நடந்துவந்தாள். அவள் முகத்தில் சுரமில்லாமல் இருந்தது. எதையோ இழந்ததுபோன்ற தவிப்பு அவள் நடையிலேயே தெரிந்தது. இரண்டு குழந்தைகளும் விளையாடுவதைப் பார்த்த விருமாயிக்கு சந்தோசம் தலையை முட்டினாலும் கண்களில் கண்ணீர் எட்டிப் பார்த்தது.

“என்ன செய்யலாம் விருமாயி”

விருமாயி பதில் பேசாமலே இருந்தாள்.

“எனக்கும் ஆசையா என்ன? நல்ல படிக்கிறபுள்ள இன்னும் ஒரு வருசம் படிச்சுட்டா ஏதாவது வேலவெட்டிக்குப் போகும். ஆனா ஒடனே அனுப்பனும்னு சொல்றாங்களே. நீ சொல்லு. நீ சொன்னா ஒடனே அனுப்பலாம்.”

காளி சொன்னதற்கு விருமாயி பதில் சொல்லமுடியாமல் தவித்தாள்.

“மழத் தண்ணியில்ல, வெவசாயக் கூலி வேல செய்ய முடியல, வேற வேலவெட்டிக்கும் போகமுடியல., கடன் கேட்டா யாரும் தரமாட்டேங்கிறாங்க. அடுத்துப் படிக்கவைக்க வேற வழியில்ல. அரசாங்கப் பள்ளிக்கூடம்தான். இருந்தாலும் வயிறு இருக்கே! ரெண்டும் பொம்பளப் புள்ளைங்க. ஒரு குண்டுமணி தங்கம்கூட

இல்ல. நாளைக்கே ரெண்டுபேத்தையும் கல்யாணம் பண்ணிக் குடுக்கணும்னா என்ன பண்றது. நாம வயித்தக் கழுவவே வருமானம் சரியா இல்ல. பெறகு என்னைக்கு சேத்துவைக்க முடியும். வேற வழியில்ல விருமாயி...

“ம்ம்...” அரை மனதாகச் சொன்னாள் விருமாயி.

“என்னத்த யோசிக்கிறீங்க. படிச்சிட்டுப் போயி வேலபாக்குதுன்னு நெனைச்சுக்குங்க. நல்லநேரம் எப்பவாவது ஒரு தடவதான் வரும். அப்படி வரும்போது நாமதான் அத கெட்டியா புடுச்சுகிரணும். விட்டோம்னா பெறகு ரொம்பக் கஷ்டம்” பயமுறுத்தினான் கண்ணன். வெளிநாட்டுக்கு ஆட்களை அனுப்பும் தரகன்.

“இல்லங்க, பாவம் சின்னப்புள்ளன்னுதான் யோசனையா இருக்கு. வீட்டுல எதுவும் இல்லன்னாலும் மனசுல ரொம்ப சந்தோசமா வாழ்ந்திட்டு இருக்கோம். அதான் கொஞ்சம் யோசன” விருமாயி மெல்லச் சொன்னாள்.

“ஒங்க வீட்டுல ஒரு பாட்டி இருந்தா பரிமளம் பாக்கமாட்டாளா? அப்படின்னு வச்சுங்கங்களேன். என்ன கொஞ்சம் சீக்கு உள்ள பாட்டி படுக்கையிலேயே எல்லாம் நடக்கணும். அவங்களுக்கு சோறு ஊட்டுறது, குளிப்பாட்டி விடுறது, அப்புறம் போனது வந்தது பாக்குறதுதான. இதுக்கு மாசம் பத்தாயிரம் ரூவா சம்பளமும் குடுத்து, சாப்பாடும் போட்டு தங்க ஓசியில வீடும் குடுக்கிறாங்க. அஞ்சாறு வருசம் இருந்துச்சுன்னா லபக்கு லபக்குன்னு காசு சேரும். பொம்ளைப் புள்ளைங்களவேற வச்சிருக்கீங்க பாத்துக்கங்க” உசுப்பேற்றினான் கண்ணன்.

“சரி, கூட்டிட்டுப் போங்க” காளி மனதை கெட்டிப்படுத்திச் சொன்னான்.

“ரெண்டுநாள்ல பாஸ்போர்ட் விசாவெல்லாம் எடுத்து கூட்டிட்டுப் போறேன். இந்தாங்க, ஒரு நாலாயிரம் ரூவா அட்வான்ஸ் வச்சுக்கங்க.” என்று புது இரண்டாயிரம் ரூபாய் நோட்டுகளை நீட்டினான்.

காளிக்கு அதை வாங்க கை நடுங்கினாலும் நடுக்கத்தோடே வாங்கிக்கொண்டான்.

அன்னமும் பரிமளமும் அப்படி விளையாடிக் கொண்டிருந்தார்கள். அதைப்பார்த்த விருமாயிக்கு என்னவோபோல் ஆனது. ஒருநாள் இரவு மேகங்களினூடே மௌனமாய் நகர்ந்து கொண்டிருந்தது நிலா.

அக்காவும் தங்கையும் ஒன்றோடென்றாய்க் கிடந்தார்கள்.

“பரிமளம் பரிமளம்” விருமாயி மகளை எழுப்பினாள்.

"என்னம்மா?" கண்களைத் துடைத்துக்கொண்டு தூக்கக் கலக்கத்தோடு எழுந்தாள் பரிமளம்.

"சொல்லும்மா"

"ஒண்ணுமில்லடா, அப்பாவுக்கு இப்ப வேலவெட்டி கெடைக்கல. அம்மாவுக்கு ஊருக்குள்ள சரியா வேலயில்ல. பரிமளம்..."

"நான் என்ன பண்ணனும்மா"

"இல்லடா. நீ துபாய்க்குப் போ, அங்க ஒரு பாட்டிக்கு தொணையா மட்டும்தான் இருக்கணுமாம். நல்ல சாப்பாடு தாராங்களாம். இங்கயிருக்கது மாதிரியே அங்கயும் நீ இருக்கலாம். போனா நம்ம கஷ்டம் தீரும்டா" சொல்லிக்கொண்டே விருமாயி பொலபொலவென அழுதாள்.

"அம்மா, இந்த வருசம் படிப்பு" பரிமளம் சொன்னதும் காளி பதில் ஏதும் பேசாமல் இருந்தான்.

"சரி. நான் போறெம்மா. தங்கச்சிய நல்லா பாத்துக்கங்க, படிக்க வையி நாம இந்த பூமியில பொழைக்கணுமில்லம்மா"

விருமாயி அழுதுகொண்டிருந்தாள்.

"இப்பவே போகணுமாம்மா"

'ஆமா' தலையை மட்டுமே ஆட்டினாள் விருமாயி.

நடுச்சாமத்தில் அன்னத்தையும் குடும்பத்தையும் விட்டுப் போனவள்தான். இன்றோடு மூன்று மாதங்கள் ஆகிப்போயின. ஒன்றிரண்டு தடவை போனில் மட்டுமே பேசியிருப்பாள் அன்னம். வீட்டில் தினமும்தான் அழுதார்கள். ஆனால் இன்று விமானத்தைப் பார்த்தபிறகு என்னவோ தெரியவில்லை. அன்னத்தின் அழுகை இருவரையும் ஏதோ என்னவோ செய்தது.

குடும்பமே பரிமளத்தை நினைத்து அழுதுபுலம்பினார்கள். அன்று இரவு முழுவதும் நட்சத்திரங்களைப் பார்த்தபடியே விழித்துக்கிடந்தான், காளி.

அன்னத்தின் அழுகை காலை வரையும் நீண்டது, அந்த அதிகாலைப் பொழுதில்,

"அப்பா"

"என்ன அன்னம்?"

"பரிமளா, எப்ப வருவாப்பா, எனக்கு அக்கா நியாபகமா இருக்குப்பா. அக்காவ கூட்டிட்டு வாப்பா"

இரவு முழுவதும் அழுதவளின் அழுகை விடிந்ததும் நிற்கவில்லை.

பொழுது விடிந்ததும் வேகுவேகுவென கண்ணன் வீட்டிற்கு விரைந்தான் காளி.

கதவைத் தட்டினான்.

"யாரது..." கண்ணன் கண்கள் கசக்கி எழுந்தான்.

"என்ன காளி என்னாச்சு?"

"இந்தா, நீ குடுத்த நாலாயிரம். எம்புள்ள இன்னைக்கே வரணும். கால் வயித்து கஞ்சி குடிச்சாலும் குடும்பத்தோடவே எம் மகள வச்சுக்கிருவேன்" கோபமாய்ப் பேசினான், காளி.

"சொல்ல மறந்திட்டேன். நேத்து வீடியோ கால்ல ஒன்னோட பொண்ணு பேசுச்சு. இந்தா போன், ஒங்க வீட்டுல கொண்டுபோய் குடு" என்று துபாய்க்கு போன் போட்டான். வீடியோவில் பரிமளா தோன்றினாள். இதைப்பார்த்த காளிக்கு சந்தோசம் பெருக, போனைக்கொண்டு வீட்டிற்கு ஓடினாள்.

"இந்தா அக்கா" என செல்போனைக் காட்டினாள் காளி.

"அக்கா, எங்க இருக்க..." அன்னம் அழுதுகொண்டே கேட்டாள்.

"துபாய்ல அன்னம்"

"அது எங்க இருக்கு?"

"எனக்குத் தெரியாது. ஒரு ராத்திரி ஏராபிளான்ல கூட்டிட்டு வந்தாங்க அன்னம்" கண்கள் பனிக்கச் சொன்னாள் பரிமளம்.

"வேல கஷ்டமாக்கா"

"இல்ல அன்னம், ஒரு பாட்டிய பாத்துக்கிரணும். பாத்ரூம் போறதில இருந்து குளிக்கவைக்கிறதுவரைக்கும் நான்தான் செய்றேன். காசு தாராங்கள்ல... நாம இந்த பூமியில் பொழைக்கனுமே அன்னம்" அழுதுகொண்டே சொன்னாள் பரிமளம்.

இதைப் பார்த்துக்கொண்டிருந்த காளியும் விருமாயியும் ஒரு வார்த்தைக்கூட பேசவில்லை. கண்ணீர் மட்டும் வழிந்துகொண்டே இருந்தது.

"என்னப்பா பேசமாட்டீங்கிற?"

காளி தேம்பினான்.

"பரிமளம், நீ இங்க வந்திரு, ஒங்க அப்பா வாங்குன காச திருப்பிக் குடுத்திட்டாரு. நீ வந்திரு பரிமளம்" விருமாயி அழுதாள்.

“இல்லம்மா, நான் வரல. நாம வாழணுமேம்மா... நான் அங்க வரலம்மா, இங்கயே இருக்கேன்.”

அப்போது, “ஏய் சனியனே, துபாய்க்கு வந்ததும் பெரிய ராணின்னு நெனப்போ? அங்க பாரு, பாட்டி பாத்ரூம் போய்ட்டாங்க. போ, போய்ச் சுத்தப்படுத்து...” ஒரு பெண் பரிமளத்தை விரட்டினாள், பரிமளம் ஓடினாள்.

“ஏய்... ஏய்... எம்பொண்ண சனியன்னு சொல்றியா?”

“பரிமளம், நீ வீட்டுக்கு வந்திரும்மா...” விருமாயி வேகமாய் ஆவேசம்கொண்டு அழுதாள். பேசிக்கொண்டிருந்த விடியோகால் பட்டென கட் ஆனது.

“அக்கா” என அன்னம் சத்தமிட்டாள்.

அப்போது கண்ணாடி வானத்தில் பூத்துகிடந்த விண்மீன்களுக்கு ஊடே ஒரு விமானத்தின் விளக்கு புள்ளியாய்த் தெரிந்தது.

அன்னம் வீட்டைவிட்டு வெளியே ஓடிவந்தாள்.

“அம்மா, ஏராபிளான் வருது. ஓடி வாம்மா...” அவளைப் பின் தொடர்ந்து காளியும் விருமாயியும் வெளியே வந்தனர். மூவரும் அண்ணாந்து பார்த்தார்கள்.

ஆகாயம் முழுவதும் ‘மினுக் மினுக்’ கென மின்னிக் கொண்டிருக்கும் விண்மீன்களுக்கு ஊடே ஒரு விமானம் பறந்து வந்துகொண்டிருந்தது.

அதைப் பார்த்து காளியும் விருமாயியும் சேர்ந்து அழுது கொண்டிருந்தார்கள்.

அன்னம் கூக்குரலிட்டு அழுதாள்.

“பரிமளம், நீ எப்ப வருவ?”

■ ■ ■

நடிகர்
ராஜேஷ்

அருமை நண்பர் கோவிந்தராம் அவர்களால் செல்லமுத்து எனக்கு அறிமுகமானார். இசைஞானி இளையராஜா அண்ணனின் சொந்த ஊரான பண்ணைப்புரம்தான், செல்லமுத்துவின் ஊர் என்பதை அறிந்து மட்டற்ற மகிழ்ச்சியடைந்தேன். பொதுவாகவே மதுரை மாவட்டத்தைச் சேர்ந்த மக்களுக்கு நல்ல கலைரசனை உண்டு. ஏனெனில் நான் பதினான்கு ஆண்டுகள் மதுரை மாவட்டத்தில் வாழ்ந்தவன்; அதன் காரணமாக அவர்களுடைய கலைரசனையை நான் நன்கு அறிந்தவன்.

மதுரை மாவட்டத்தினுடைய மண்ணின் ரசனை, செல்லமுத்துவின் மரபணுவிலும் இருக்கிறது. நல்ல கற்பனை எதார்த்த வாழ்வை, மண்ணின் கதாபாத்திரங்களை, மிகவும் நேசித்து ரசித்து இருக்கிறார். அந்த ரசனை, அவர் எனக்குக் கொடுத்த மறுகுசோளம், என்ற சிறுகதையில் நன்கு அறிய முடிகிறது. தமிழர்களின் வாழ்க்கையையும், அவர்களுடைய சிந்தனைகளையும், துன்பங்களையும் துயரங்களையும் முதலாளிகளின் சுரண்டல்களையும், மிகவும் எதார்த்தமாக, அவருடைய தங்க வரிகளில் படம் பிடித்துக்காட்டியிருக்கிறார். ஒவ்வொரு கோதுமையிலும் உன்னுடைய பெயர் எழுதப்பட்டிருக்கும். அதைத்தான் நீ சாப்பிடுகிறாய் என்கிறது ஒரு மதம். ஆனால் செல்லமுத்துவின் மறுகு சோளக்கதையில் வருகின்ற மூக்கம்மாவிற்கு மட்டும், மறுகு சோளத்தில் அதுவும் குறைந்த அளவு மறுகுசோளத்தில் மட்டும் பெயர் எழுதப்பட்டிருக்கிறது. ஆனால் நில முதலாளிக்கு மட்டும் 90% சதவிகிதம் மறுகுசோளத்தில் அவருடைய பெயர் எழுதப்பட்டிருக்கிறது என்று காட்டப்பட்ட இடத்தில் கூலித் தொழிலாளர்கள் எந்த அளவிற்கு சுரண்டப்படுகிறார்கள், கொள்ளையடிக்கப்படுகிறார்கள் என்பதைச் செல்லமுத்து மிகச் சிறப்பாக எடுத்துக்காட்டியிருக்கிறார். மறுகுசோளத்தில் குறைந்த அளவு எழுதப்பட்டுள்ள பெயரை, அதுவும், என்னதான் மூக்கம்மாவிற்கு படைப்பு பகவான் எழுதிவிட்டாலும், அதைக்கூட மூக்கம்மாவை அனுபவிக்க விடாமல், வர்ண பகவான், கெடுத்து கொன்றுவிட்டான். இந்த இடத்தில் முதலாளியைவிட கடவுள் காட்டியிருக்கிறார். உஞ்சவிருத்தி பிராமணர்களின் கதாபாத்திரமாகத்தான் மூக்கம்மா இந்தக் கதையில் வருகிறார். உஞ்ச விருத்தியை மேற்கொண்டவர்தான் குசேலர். உஞ்சவிருத்தி

பிராமணர் என்பவர் காலையில் எழுந்தவுடன் வயல்வெளிகளுக்குச் செல்லுவார். அங்கு சிதறிக் கிடக்கும் நெல்மணிகளை 'கிருஷ்ணா கிருஷ்ணா' என்று கூவிக் கொண்டே பொறுக்கி எடுப்பார். மாலை வரை பொறுக்கி எடுத்துக்கொண்டு வீட்டிற்கு வருவார் அல்லது தன்னுடைய குடும்பத்திற்குத் தேவையான நெல்மணிகளை பொறுக்கி எடுத்தவுடன் வீட்டிற்கு வந்து விடுவார். 'கிருஷ்ணா' என்று கூவிக்கொண்டே பொறுக்கி எடுத்து நெல்மணிகளை வீட்டிற்குக் கொண்டுவந்து உரலில் போட்டு உலக்கையால் குத்தி எடுத்து, வந்ததை சமைத்து சாப்பிடுவார், அந்த பாத்திரம்தான் மூக்கம்மாவின் பாத்திரம். தப்பிக்கிடக்கும் சோளத்தில் இருக்குதய்யா, எங்க பொழப்பு, தப்பாம சோளம் அறுக்கிறவங்க தப்ப விடுங்க சோளத்தை. நீ அழுதா பால் குடுக்க ஒக்காருவேன் மறுகுசோளம் போயிருமே" என்ற வரிகளில் கூலித் தொழிலாளப் பெண்களின் வறுமையை படம்பிடித்துக் காட்டும்பொழுது, கவிஞராகவும், இயக்குனராகவும், வயதான நடிகை S.R.ஜானகியாகவும், இயக்குனர் சத்தியஜித்ரேவாகவும் தெரிகிறார் செல்லமுத்து.

நான் பாடல, நெத்திவேர்வ, நெலத்தில விழும்போது உதட்டுல வார்த்த தன்னால வந்து ஒக்காருதுய்யா" என்ற வரிகளில் சுயபச்சாதாபம் ஒளிந்திருக்கிறது. 'காடுகரை ஏதுமில்லை, வீடு வாசல் சொந்தமில்லை, விட்டுப்போன கதிருல தான் நம்ம பொழப்பே பொதஞ்சிருக்கு என்ன பண்ண? நம்ம கவலைகள் ஆத்தத் தானய்யா இந்தப்பாட்டு வருது' என்ற வரிகளில் அவலச் சுவையை படம்பிடித்து இசைவடிவில் தெளிக்கிறார் செல்லமுத்து. இதை ஆங்கிலத்தில் பைரானிக் அன் ஹாப்பினஸ் என்று கூறுவார்கள். (உம்) பதிபக்தி என்ற திரைப்படத்தில் நடிகர் திலகம் சிவாஜிகணேசன் பாடுகின்ற 'வீடு நோக்கி ஓடிவந்த என்னையே' என்ற பாடல் போல் உள்ளது. ஏழைகளுக்குத் தருவதற்கென்றே கதிர்களை ஒளித்து வைத்திருக்கின்றன பயிர்கள் என்ற வரிகளில் முதலாளிகளின் பயிர்களுக்கு இரக்கமும் தர்மசிந்தனையும் இருக்கிறது என்று மறைமுகமாகக் கூறுகிறார். சின்னத்தாயிப்பாட்டி என்றோ பாடியது நினைவில் வந்தது என்ற இடத்தில் திரைப்படத்தில் வருகின்ற பிளாஷ் ரிப்ளெக்ஸ் போன்று சொல்லியிருக்கிறார். பல இடங்களில் வார்த்தை பிரயோகம் நன்றாக இருக்கிறது.

●●●

மறுகு சோளம்

'ஏய் யாரு காட்டுக்குள்ள?'

'நான் தாங்க மூக்கம்மா'

'ம்.... மூக்கம்மாவா?'

'ஆமாங்க....'

'கூட யாரு... ஒரு பொடிப் பயலும் இருக்கானே'

'எம் பேரன்ங்க... பள்ளிக்கூடம் லீவு... அதான் கூட வந்தான்...'

'சரி சரி பாருங்க'

அனுசரணையாய்ச் சொல்லிச் சென்றான் காட்டுக்காரன்.

கொண்டை சீவப்பட்ட இரும்புச் சோளத் தட்டைகள், தன் தங்கக் கிரீடங்களை இழந்து மொட்டையாய் நின்றிருந்தன. தொப்பூழ்க் கொடி போல் மொச்சைக் கொடிகள் சோளத் தட்டைகளைப் பிடித்துக் கொண்டிருந்தன. மொச்சைக் காய்களும் பறிக்கப்பட்டு கொடிகள் வெறிச்சோடிக் கிடந்தன.

ஆத்தா- நான், இன்னும் சில பெண்கள் மறுகு சோளம் பொறுக்கிக் கொண்டிருந்தோம். (மறுகு என்பது அறுவடை செய்யப்பட்ட வயற்காடுகளில் தப்பிப் போய் கீழே சிதறிக்கிடக்கும் நெல் — வரகு — சோளக்கதிர், அவரை, துவரை உள்ளிட்ட தானியங்களைத் தேடிச் சேகரித்து எடுப்பது)

'முத்து'

'என்னத்தா?'

‘இங்கென என்னமோ பெரிய பொந்தா இருக்கு பாத்து ராசா’ பாம்பு கீம்பு கெடக்கப் போகுது’

‘சரியாத்தா’

ஆத்தா சொன்னதிலிருந்து பச்சைக் கொடியைப் பார்த்தால் கூட என் கண்ணிற்குப் பாம்பு மாதிரித் தெரிந்தது. பிள்ளைத் தொட்டில் போல பின்னால் துணியை கட்டிக்கொண்டு தப்பிய சோளக் கதிர்களைத் தேடித் தேடி நிரப்பிக் கொண்டிருந்தோம்.

‘வெள்ளாம பூமியில

விட்டுப் போன கதிருகள

சொல்லாமப் பொருக்க மாட்டோம்.

சுட்டும் திங்கமாட்டோம்...

மகராசன் மொதலாளி வராமப் போனாலும்,

மறுகு சோளத்த மறச்சும் வைக்க மாட்டோம்...

மறுவார்த்த பேசமாட்டோம்...

தப்பிக் கெடக்கும் சோளத்தில

இருக்குதய்யா எங்க பொழப்பு....

தப்பாம சோளம் அறுக்கிறவங்க

தப்ப விடுங்க சோளத்த...

எங்கண்ணு நீ உறங்கு.... அழுகாம நீ உறங்கு

நீ அழுதா பால் குடுக்க ஒக்காருவேன்...

மறுகு சோளம் போயிருமே...

கண்ணுறங்கு... கண்ணுறங்கு...

அழுகாம கண்ணுறங்கு....’

என்ற நாட்டுப் பாடலைப் பாடினாள், சின்னத்தாயி பாட்டி.

‘பாட்டி பாட்டெல்லாம் பெலமா இருக்கு’

‘எங்கய்யா நான் பாடுனேன்.”

நெத்தி வேர்வ, நெலத்துல விழும் போது உதட்டுல வார்த்த தன்னால வந்து ஒக்காருதுய்யா.

காடு கரை ஏதுமில்ல... வீடு வாசல் சொந்தமில்ல... விட்டுப் போன கதிருல தான் நம்ம பொழப்பே பொதஞ்சிருக்கு என்ன

பண்ண?' நம்ம கவலைகள் ஆத்தத் தானய்யா இந்தப் பாட்டு வருது' என்று சின்னத் தாயிப்பாட்டி தலையில் வண்டு கட்டிக் கொண்டே பேசினாள்.

க்கூகூ... க்கூகூ... கிரீச்... கிரீச்...

சர் சர் சர் சர் என்ற சத்தங்கள்; அறுவடை செய்த இரும்புச் சோளக் காட்டுக்குள் கேட்டுக் கொண்டிருந்தன.

காய்ந்து கிடந்த சோளக் சருகுகள் கால்களில் பட்டவுடன் ஒருவித சத்தத்தை ஏற்படுத்தியது.

'முத்து'

'என்னத்தா'

'எம்புட்டு சோளம் பெறக்குன?'

'அரைமடி'

'ம்....'

'ஆத்தா'

'என்னய்யா'

'இங்கன மொச்சக் காய் கெடக்கு உருவவா?'

'எங்கன?'

'இங்க வா'

'ஆத்தா ஓடி வந்தாள்.

இங்க தான் ஆத்தா... மொச்சச் செடியில் உருவாமல் விட்ட மொச்சக் காய்களைப் பார்த்ததும் ஆத்தா உச்சுக் கொட்டினாள்.

ஆமாய்யா... இதை உருவாம மறந்திட்டாங்க போல என்று ஆத்தா சர்ரென அங்குக் கிடந்த மொச்சக் காய்களை உருவி மடியில் போட்டாள்.

அறுவடை செய்த காடுகளில் கிடக்கின்றன எத்தனையோ பசித்த வயிறுகள்.

ஏழைகளுக்குத் தருவதற்கே கதிர்களை ஒளித்து வைத்திருக்கின்றன பயிர்கள். ஒரு பக்கம் ஆடு, மாடுகள்

மொடக்... மொடக்கென சோளத் தட்டைகளைத் தின்று கொண்டிருந்தன

மசங்குற நேரமானது. வானம் பொருமலாய் வேறு இருந்தது.

‘ஆத்தா மழ கிழ வருமோ?’

‘அப்பிடித்தான் வானம் இருட்டிக்கிட்டு வருது... வடக்குப் பக்கம் கரேர்ன்னு மேகம் குமியுது. மழ வெரசா வந்தாலும் வரும்... மழ வர்றதுக்குள்ள வீட்டுக்குப் போயிருவமா’

‘ஆமாத்தா கரட்ட ஒட்டி இருக்கோம்.

வீட்டுக்குக் கொள்ளத் தூரம் போகணும். மழயில நனைஞ் சமுன்னா தடுமன் கிடுமன் புடுச்சுக்கிரும்’

‘ஆமாய்யா போயிருவோம்’

ஆத்தா மடியை அவிழ்த்தாள்.

‘ஏய் சின்னத்தாயி, அன்னக்காமு, பழனியம்மா... வாங்கடி வீட்டுக்குப் போலாமா?

‘ஆமாத்தா... மழை வர்றது மாதிரி இருக்கு போயிருவோம்’ என்று எல்லோரும் ஒருமித்த குரலில் சொன்னார்கள்.

எல்லாம் களத்தில் ஒன்று கூடினோம். எல்லாரும் மறுகு பொருக்கியசோளத்தக் கொட்டினார்கள்.

தோட்டக்கார முதலாளி வந்தான்.

‘என்ன மூக்கம்மா மழைக்கு முன்னாடியே வீட்டுக்குப் போகப் போறீங்களா?

‘ஆமாங்க’

ஆடு, மாடு, கோழியெல்லாம் மழையில நனஞ்சு போகும். நான் போனாதாங்க எல்லாத்தையும் அடைக்க முடியும்.

எங்க வீட்டு ஆம்பள வேற ஊருக்குப் போயிருச்சு. பேரனும் கூட வந்திட்டான் அதான்’

‘ம்....’ என்று சொல்லிக் கொண்டே எல்லோருடைய மறுகு சோளத்தையும் மூன்று பாகங்களாகப் பிரித்தான் காட்டுக்காரன்.

‘ரெண்டு பங்கு எனக்கு. ஒரு பங்கு ஒங்களுக்கு எடுத்துக்கங்க’ என்று ஒரு பங்கை சோளம் பொருக்கியவர்களிடம் தள்ளினான்.

‘ஐயா ரெண்டு பங்கு எங்களுக்குத் தரக்கூடாதா? சோள மோட்டு கால்ல குத்தி ரத்தம் வருது.... பெறக்குன கொஞ்சக் சோளத்துல அம்புட்டையும் நீங்கள அள்ளிக்கிட்டீங்களே’ பாவமாய்ச் சொன்னாள் மூக்கம்மா.

‘ம்... பேசுவ மூக்கம்மா நீ.... பேசுவ.... காட்டுக்குள்ள ஒங்கள நொழய விடாம வெரட்டி விட்டுருக்கணும். இப்ப சோளத்தையும்

பொறுக்கிக்கிட்டு எங்கிட்டயே கேள்வி கேக்குறீங்களா? கொதித்தான் காட்டுக்காரன்.

'இல்லய்யா இத உருவி எடுத்தா அரைப்படி சோளம் கூட வராது. திருகையில திரிச்சு எடுத்தா காப்பிடி தான் வரும்'

ஒரு நேரத்துக் கஞ்சிக்கு வழி பண்ணியிருக்கேன்ல' சந்தோசமாப் போங்க என்று சோளத்தை அள்ளிக் கொண்டு ஆட்களை விரட்டினான் காட்டுக்காரன்.

'விடு மூக்கம்மா வருசம் பூராம் மொதலாளிகளுக்குத் தான ஒழைக்கிறோம். அவங்கதான் நல்லா இருக்காங்க. தப்பிப்போன சோளத்தக் கண்டுபிடிச்சு பெறக்குறோம். அதுக்கே இவ்வளவு பங்கு வைக்கிறாங்க' என்ன செய்ய நம்ம பொழப்பு அவ்வளவு தான்' என கவலைப்பட்டாள் சின்னதாயிப் பாட்டி.

பளிச்சென்று மின்னல் வெட்டியது. டமடமவென மேகங்கள் மோதின. டொக் டொக் டொக்கென சின்னச் சின்னதாய்த் தூறல் விழுந்தது.

சிறிதுநேரத்திற்கெல்லாம் படபடவென பெரிய மழை பெய்யத் தயாரானது.

'ஏய்... மழை புடிச்சுக்கிருச்சு... வாங்க மரத்தடியில போய் நின்னுட்டு மழை வெறிச்சதும் போவோம்' என்றாள் சின்னத்தாயிப் பாட்டி.

மறுகு சோளத்தை அள்ளிக் கொண்டு ஆளுக்கொரு திசையில் ஓடினோம்.

மழை 'சோ'வென பெய்து கொண்டிருந்தது.

'டம டம டம'வென இடி இடித்தது. 'பளி பளிச்'சென்று மின்னல் மின்னியது.

சிறிதுநேரத்தில் நின்று கொண்டிருந்த சின்னத்தாயிப் பாட்டி 'ஐயய்யோ' என்று கீழே விழுந்தாள்.

'பாட்டி' என எல்லோரும் அவர் அருகே ஓடினோம்.

மின்னல் தாக்கி கருகிப் போய் கீழே கிடந்தாள் சின்னத்தாயிப் பாட்டி அவள் பங்கு மறுகு சோளங்கள் கீழே சிதறிக் கிடந்தன.

'போனாரே போனாரே என்னவரு

என்ன விட்டுப் போனாரே...

மறுகு சோளம் பெறக்க விட்டு

மரணமாகிப் போனாரே....

உசுரு பொழைக்க வேணுமின்னா

காடு கர போக வேணும்...

கா வயிறு கஞ்சி குடிக்க நான்

கஷ்டப்பட்டு ஆக வேணும்.

சீக்கிரமா கூப்பிட்டுக்கய்யா

இந்த சீவன... இந்த வயசுலயும் போதுமய்யா பட்ட வேதன...'

என்று சின்னத்தாயிப் பாட்டி என்றோ பாடியது நினைவில் வந்தது.

"ஐயய்யோ ஆத்தா" என எல்லோரும் ஒருமித்த குரலில் அழுதபடியே,

செத்துப் போன பாட்டியைத் தூக்கிக் கொண்டு காட்டு வழியாக நடந்து வந்தோம்.

'சோ'வென மழை பெய்து கொண்டிருந்தது.

வரும் வழிநெடுக அறுவடை செய்யப்பட்ட இரும்புச் சோளக் காடுகள், கம்பெனி சோளக் காடுகள், மொச்சைக் கொடிகள் என காடுகள் நிறைய இருந்தன.

'ஆத்தா... நாளைக்கு இங்க மறுகு சோளம் பெறக்க வருவமா? என்றேன்.

'ஆத்தா என்னைப் பார்த்து அழுதாள்.

'வேண்டாம்' என்பது போல் தலையாட்டினாள்.

சின்னத்தாயிப் பாட்டியைப் பிணமாகத் தூக்கிக் கொண்டு காடுவழியே நடந்து வந்தோம்.

வானில் பளிச் பளிச்சென மின்னல் வெட்டியது.

டமார்... டமார்.... டமாரென இடி இடித்தது.

'சோ' வென மழை பெய்து கொண்டிருந்தது.

பொருக்கி வந்த மறுகு சோளத்தில் மழைநீர் பட்டுப்பட்டு, அதிலிருந்து கண்ணீர் சிந்துவதுபோல மழைத்தண்ணீர் சிந்திக்கொண்டிருந்தன.

■ ■ ■

இயக்குநர்
பாண்டியராஜன்

கதையில் திருஷ்டிப் பூசணிக்காயை உடைத்து பகுத்தறிவைப் புகுத்தியிருக்கும் இயக்குநர் ராஜா செல்லமுத்து, விரைவில் திருஷ்டிபடும் அளவு வெற்றிக்கதவை உடைக்காமல் திறக்க வாழ்த்துகிறேன்.

...

திருஷ்டிப் பூசணி

"இன்னைக்கு அமாவாசை. பூசணிக்காய் ஒடைக்கணும்!" என்றார் விநாயகமூர்த்தி. ஹோல்சேல் கடை வியாபாரி.

"ஏண்ணே... மாசாமாசம் ஒடைக்கணுமா என்ன?" என்று கேள்வியாய்க் கேட்டான் உடனிருக்கும் சின்னப்பர்.

"ஆமா, மாசாமாசம் அமாவாசை வருதில்ல. செத்தவங்களுக்கு தர்ப்பணம் குடுக்கிறமாதிரி, கடை கண்ணியில வியாபாரம் செய்றவங்க, கண் திருஷ்டி படாம பூசணிக்காய் ஒடைக்கிறது ஐதீகம். அதுமட்டுமில்லாம; நம்மோட வியாபாரம் செழிச்சு வளரணும்னு கடவுள்ட்ட வேண்டிக்கிற நாளும்கூட அமாவாசைதான். இது சாதாரண நாள் இல்ல. அமாவாசைக்கு சக்தி அதிகம். அன்னைக்கு நிலாவோட நிழல் பூமியில படாது. என்னென்ன நல்லகாரியம் பண்ணனுமோ அவ்வளவையும் இந்த நாள்ல பண்ணலாம். அதனாலதான் அமாவாசைய தேர்ந்தெடுக்கிறாங்க." என்றார் விநாயகமூர்த்தி.

"அப்பிடின்னா பௌர்ணமியும் தான சக்தி வாய்ந்ததா இருக்கு" என்றான் சின்னப்பர்.

"ஆமா முழுநிலா இருக்கும்போது இருக்கிற சக்தி வானத்தில முழுசா நிலாவே இல்லாமப் போனாலும் அதுக்குச் சக்தி அதிகம். பூஜ்யம் வெறும் மரியாதை இல்லாத நம்பராக இருக்கலாம். அதுக்கூட இன்னொரு எழுத்துச் சேரும்போது அதுக்கு இருக்கிற மரியாதையே அதிகம்தானே. அப்பிடித்தான் பௌர்ணமியும் அமாவாசையும்" என்றார் விநாயகமூர்த்தி.

"என்னண்ணே, கேக்கும்போதே புல்லரிக்குது"

ராஜா செல்லமுத்து

“இல்லையா பின்னே... இயற்கை எல்லாமே ரகசியம்தான். பௌர்ணமியில கடல் அலை வழக்கத்தைவிட அதிகமாகப் பொங்கும். அமாவாசையில அமைதியாய் இருக்கும். இதுதான் இயற்கை. இதை யாரும் காசு குடுத்து கட்டுப்படுத்தவோ, கட்டளை போட்டு தடுத்து நிறுத்தவோ முடியாது. இது ஆண்டாண்டு காலமா இந்த பூமியில நடந்திட்டே இருக்கு”.

“என்னண்ணே... ஏதோ கல்லாவுல ஒக்காந்து சில்லறைய எண்ணுற ஆளுன்னு நெனச்சிட்டு இருந்தா. சயின்ஸ பொளந்து கட்டுறீங்க” வாய்பிளந்தான் சின்னப்பர்.

“இதெல்லாம் ஒவ்வொரு மனுசனுக்கும் தெரியவேண்டிய விசயமுடா. அந்தக் காலத்திலயே நம்ம முனிவர்கள், ரிஷிகள், சித்தர்கள் எல்லாம் சொன்ன வானசாஸ்திரத்தத்தான் இப்ப நம்ம விஞ்ஞானம்னு சொல்லிட்டு இருக்கோம். கம்ப்யூட்டரும் சேட்டிலைட்டும் சொல்லாத பல ரகசியங்கள நம்ம ஊரு சித்தர்கள் சொல்லிட்டுப் போயிருக்காங்க என்னைக்கோ ஒருநாள் செவ்வாயை செம்மைநிறமான கோள்னு புலிப்பாணிச்சித்தர் சொல்லிட்டுப் போயிருக்காரு.”

“அண்ணே அமாவாசைக்கு ஒரு பூசணிக்காய் ஒடைக்கவான்னு கேட்டதுக்கு இந்த உலகத்தோட வரலாற ஒட்டு மொத்தமாச் சொல்லிட்டீங்களே”

“டேய்... எந்த வேல செஞ்சாலும் அதைப்பத்தி முழுசாத் தெரிஞ்சுட்டுத்தான் எறங்கணும். எதுவுமே தெரியலங்கிற புத்தி நமக்கு இருக்கக்கூடாதுடா”

“சரிண்ணே, பூசணிக்காய ஒடச்சுட்டு வரவா?”

“போடா போ... Time and Tide wait for no menன்னு சொல்லுவாங்க” என்றார் விநாயகமூர்த்தி.

“என்னண்ணே... இங்கிலீஷெல்லாம் பேசுறீங்க?” அப்பிடின்னா என்ணண்ணே”

“அதுவா, நேரமும் கடல் அலையும் யாருக்காகவும் காத்திட்டு இருக்காது”

விநாயகமூர்த்தி பேசுவதைக் கேட்டு வியந்துபோனான் சின்னப்பர்.

“ஒரு பூசணிக்காய ஒடைக்க விஞ்ஞானமெல்லாம் பேசுறார் அண்ணன்” புலம்பிக்கொண்டே வெளியே வந்தான் சின்னப்பர்.

பூசணிக்காயை எடுத்தான் சின்னப்பர். குங்குமம், மஞ்சள் தடவினான். அதில் பொட்டிட்டான். கற்பூரத்தை அதன் மேலே வைத்தான்.

“ம்... இந்த பூசணிக்காய கொழம்பு வச்சு சாப்பிட்டா எப்பிடி இருக்கும். இதப் போயி திருஷ்டிக்கு ஒடைக்கணும்னு எவன் சொன்னான்”.

“இத ரோட்டுல ஒடைக்கிறதுனால எத்தன பேரு பைக்கில போறவங்க கீழ விழுந்து ஆக்சிடண்ட் ஆகுறாங்க.” என்று அவனாய் புலம்பியபடியே பூசணிக்காயை வெளியே கொண்டு வந்தான்.

விநாயகமூர்த்தி வந்தார். பூசணிக்காயின்மீது சில்லறை காசுகளை வைத்தார். இதன் மேலிருந்த கற்பூரத்தைக் கொளுத்தினார்.

“ஏண்ணே, இதுல ஏன் காசு வைக்கிறீங்க?” என்றான் சின்னப்பர்.

“நாம சம்பாரிக்கிற காசப் பாத்து யாரும் பொறாமப்படக்கூடாது. இருக்கிற காசும் நம்ம கையவிட்டுப் போகக்கூடாதுன்னு சொல்றதுக்காகதான் இந்த திருஷ்டிப் பூசணிக்காய் மேல காசு வைக்கிறோம். இதுனால நம்மோட கண் திருஷ்டி அப்பிடியே கரஞ்சு போயிரும்” என, பூசணிக்காய்மீது வைக்கும் காசிற்கும் காரணம் சொன்னார் விநாயகமூர்த்தி.

“அப்பப்பா இதுக்கெல்லாம் காரணம் தெரிஞ்சு வச்சிருக்காரு” என, அவனாகப் பேசியபடியே எரியும் பூசணிக்காயை தெருவில் உடைக்க கொண்டு வந்தான்.

சுற்றுமுற்றும் பார்த்தான். டமாரென கீழே தூக்கிப்போட்டு உடைத்தான். செக்கச்சிவந்த பூமி தாறுமாறாய் உடைந்ததுபோல வெடித்துச் சிதறியது பூசணிக்காய். சிறிதுதூரம் உருண்டு சென்று உட்கார்ந்து கொண்டன சில்லறைக் காசுகள். இப்படியாய் அடுத்த தெருவில் இருந்த நிறைய அலுவலகங்கள், வீடுகளில் பூசணிக்காயில் சில்லறை காசுகள் வைத்துத் தெருவில் உடைத்திருந்தார்கள்.

உடைத்த அலுவலகங்கள் எல்லாம் தங்கள் திருஷ்டியை போக்கிக் கொண்டன.

தூரத்தில் உடைந்துகிடக்கும் திருஷ்டி பூசணிக்காயை சம்மந்தன் புரட்டியபடியே வந்துகொண்டிருந்தான். உடைந்துகிடந்த பூசணிக்காயைத் தாண்டினால் தோசமென்று அந்த வழியாக வந்தவர் தாண்டித்தாண்டி சென்றார்கள். ஆனால் இதையெல்லாம் சட்டைசெய்யாமல் சம்மந்தன் பூசணிக்காயை புரட்டிப்புரட்டி அதில் கிடக்கும் சில்லறை காசுகளை எடுத்துக் கொண்டிருந்தான்.

இப்படியாய், சம்மந்தன் திருஷ்டி பூசணிக்காயில் திரட்டிய சில்லறை காசுகள் அவன் வைத்திருந்த துணிப் பையை நிறைத்திருந்தது.

சிறிதுநேரத்திற்கெல்லாம் சம்மந்தன் வீட்டிற்குப் போனான். அவன்வீட்டில் வறுமையின் நிறம் வாசல்வரை நிறைத்திருந்தது.

அவனை அம்மா உள்ளே கூப்பிட்டாள். பையை வாங்கினாள். அதிலிருந்த சில்லறை காசுகளைக் கொட்டினாள். குங்குமம் பூசிய முகமாய் எல்லாக் காசுகளும் காட்சியளித்தன.

அத்தனையும் எண்ணினாள். சந்தோஷத்தில் பூரித்தாள். "டேய் சம்மந்தம் போன மாசத்தவிட இந்த மாசம் வசூல் அதிகமா இருக்குடா" என்றாள் அம்மா.

சம்மந்தன் கொஞ்சமாய் சிரித்தான்.

" சம்மந்தா..."

"என்னம்மா"

"இன்னைக்கு அமாவாசையில்ல"

"ஆமாம்மா"

"மார்க்கெட்டுக்குப் போயி பூசணிக்காய் வாங்கிட்டு வா" என்றாள்.

திருஷ்டிக்காக பூசணிக்காயில் வைத்து உடைத்துச் சிதறிய சில்லறை காசுகளை எடுத்துக்கொண்டு சமையலுக்கான பூசணிக்காய் வாங்கச் சென்று கொண்டிருந்தான் சம்மந்தன் இன்னும் இரண்டு தெருக்களில் சில்லறையோடு பூசணிக்காயை உடைத்துப் போட்டிருந்தார்கள்.

■ ■ ■

எழுத்தாளர், திரைப்பட இயக்குநர்
எம்.ரத்னகுமார்

சளைக்காமல், சலிக்காத சாறுள்ள பல சிறுகதைகளை ஈன்று தள்ளிய சிறுகதைச் சித்தன், என் மண்ணின் சக எழுத்தாளன், அன்புத்தம்பி செல்லமுத்துவிற்கு என் மண்ணின் சார்பாக, மக்களின் சார்பாக உளமார்ந்த இனிய நல்வாழ்த்துகள்.

தேனி மாவட்டத்தில் பிறந்த எங்களுக்கே, எம் மாவட்டத்தின் சிறப்பினை உணர்த்திய உன்னதமான சிறுகதை, தேனி.

மண்ணின் சிறப்பை மானுடம் போற்ற சிறுகதையை ஆயுதமாக ஏந்திய நீ, சீருடன் பயணிக்க உதவிய, மனமார வாழ்த்திய அனைத்து உயர்ந்த உள்ளங்களையும் போற்றி வாழ்த்தி வணங்குகிறேன்.

•••

தேனி

“கண்ணு எப்ப ஊர்ல இருந்து வந்த?” கரிசனையாய்க் கேட்டாள் ஆத்தா.

“இப்பத்தான் ஆத்தா வந்தேன். நல்லா இருக்கியா?”

“இருக்கேன்ப்பா” நீதான் இங்க வந்து ரொம்ப நாளாச்சு? ஏன் ராசா இங்க வரமாட்டேங்கிற. ஒன்னைய எப்பவும் நெனச்சிட்டேதான் இருப்பேன்” கலங்கினாள் ஆத்தா.

“அழாதாத்தா” ஆத்தாவின் கண்களைத் துடைத்துவிட்டேன்.

சுருங்கிய அவள் தோல்சுருக்கங்கள், ஆயிரம் அர்த்தங்களை என்னுள் விதைத்துவிட்டன.

“ஊருக்கு வந்து ரொம்பநாளாச்சு. போய்யா... ஊரச் சுத்திப்பாரு. நீ போனபோது இருந்த ஊரு இப்ப இல்லய்யா? எல்லாமே மாறிப்போச்சு. போ, சுத்திப்பாரு. இங்க இருக்கிற சொர்க்கத்த விட்டுட்டு எங்கய்யா போன. இங்க இல்லாத வசதி யாய்ப்பா டவுன்ல இருக்கு. டவுன்ல இருக்கிறவன்க எல்லாம் எச்சிக்கையில காக்கா வெரட்ட மாட்டானுக. வாயில வர்றதெல்லாம் பொய், புரட்டு. எல்லாம் பித்தலாட்டக்காரனுகய்யா. முழிச்சிருக்க முழியத் தோண்டுவானுக. நம்பவச்சு கழுத்தறுப்பானுக. துரோகம் பண்ற ஆளுகதான் அங்க அதிகம் இருப்பானுக. அந்த ஊர்ல எப்படிய்யா இம்புட்டுக் காலம் தள்ளுன” வெள்ளந்தியாய் கேட்டாள் ஆத்தா.

ஆத்தா கேட்டதற்கு மறுவார்த்தை ஏதும் பேசமல் வீட்டைவிட்டு வெளியே வந்தேன்.

‘ஆத்தா சொன்ன அத்தனை காயங்களையும் உள்வாங்கிக் கொண்டுதான் வாழ்ந்து கொண்டிருக்கிறேன். இவ்வளவு கரெக்டா

ஆத்தா எப்படிக் கண்டுபிடித்தாள். உண்மை எப்போதும் சாவதில்லை. பொய் எப்போதும் வாழவிடுவதில்லை' என்ற நிஜத்தோடு வெளியே வந்தேன்.

டீசல் கலக்காத சில்லென்ற காற்று. எங்குப் பார்த்தாலும் பச்சைப் பசேலென்ற பயிர்கள். வானம் முட்டும் மேற்குத்தொடர்ச்சி மலைகள். சின்னச்சின்னதாய் தூறல் சிந்தும் மேகங்கள். தேகம் தொடும்போது அப்பிடியொரு சிலிர்ப்பு. எங்கும் இயற்கை நட்டு வைத்த தரிசனங்கள். இவ்வளவு கொள்ளையழகையும் விட்டுவிட்டு நாம எங்கு சென்றோம்.

தொழில். தொழில், இதுதான் என் கிராமத்தின் தொப்பூழ்க் கொடி அறுத்ததா? என் அழகு கிராமத்தைக் கடந்து இந்த வாழ்க்கைதான் என் தொடர்பறுத்ததா? நினைத்தால் நெஞ்சுக் குழிக்குள் ஒரு நெருடல். கண்களில் கனக்கும் கண்ணீரைத் துடைத்தபடியே தொலைதூரம் பார்த்தேன். மேற்குமலைத் தொடர்ச்சியின்மேல் கேரளாவைத் தாங்கிய மலையில் மின்சாரம் தயாரிக்கும் காற்றாலைகள் காற்றில் வேகமாய்ச் சுழன்று கொண்டிருந்தன.

'ச்சே, என்ன அழகு? இந்த பூமியைவிட்டு நான் பிரிந்ததே பெரிய பாவம். பொருளாதாரம்... பணம்... தொழில்.... அந்தஸ்து.... புகழ்... இந்த நிலையற்ற தேவைகளுக்கா என் புண்ணிய தேசத்தைத் தொலைத்தேன். புருவங்களில் வந்தமரும் பட்டாம்பூச்சிகளின் சிலிர்ப்பை மறந்தேனே... தாடைதட்டிப்போகும் தட்டான்பூச்சிகளின் சிறகடிப்பை இழந்தேனே... நான் என் சொந்தபூமியில் இல்லாதது தான் பாவம். இங்கு வாழ்பவர்கள் கொடுத்துவைத்தவர்கள். இந்தப் பூமியை விட்டுப் பிரிந்தவர்கள் பாவம் செய்தவர்கள்தான்.' எண்ணியபடியே ஓடை மணலில் நடந்தேன்.

"மாப்ள எப்ப வந்தீங்க?"

"இப்பதான் மாமா"

"தொழில் எப்பிடி இருக்கு?"

"இருக்கு"

"ம்... மாமா இப்ப என்ன பண்றீங்க?

"என்ன பண்றனா? தேனி மாவட்டத்தில ஓடுற ஆறுகள் முல்லை, வைகை, வராக நதி அப்டின்னு இங்க சுத்திப் பார்க்க 23 எடமிருக்கு. வைகை ஆறு, முல்லைப் பெரியாறு, சோத்துப்பாறை, சுருளி அருவி, கும்பக்கரை அருவி, மேகமலை, வெள்ளிமலை, போடிமெட்டு, குரங்கணி, மஞ்சளாறு, தலையார் அருவி..."

"என்ன மாமா சொல்ற?"

“இரு மாப்ள முடிச்சுக்கிறேன்... இங்க இருக்கிற பிரபலமான கோவில்கள் குச்சனூர் சனீஸ்வரன் கோயில், வீரபாண்டி கண்ணீசுவர முடையார் கோயில், வீரபாண்டி கௌமாரியம்மன் கோயில், பெரிய குளம் பாலசுப்ரமணியம் கோயில், சின்னமனூர் பூலாநந்திசுவரர் கோயில், வீரப்பஅய்யனார் கோயில், போடி பரமசிவம் கோயில், சித்திரபுத்திரநாயனார் கோயில், வேலப்பர் கோயில், உத்தமபாளையம் காளாத்தீஸ்வரர் கோயில், தேக்கடி கண்ணகி கோயில்னு இப்படி எவ்வளவோ. இயற்கையை உள்ளடக்கிய ஊர் தேனி சார்” என்று தேனியின் பெருமையை மூச்சுவிடாமல் சொன்னார் சங்கிலி மாமா.

“மாமா என்னாச்சு. சார் போடறே?”

“என்னாச்சா? இன்னுமா ஒனக்குப் புரியல?”

“புரியலையே”

“மாப்ள நான் தேனி மாவட்டத்தோட டூரிஸ்ட் கைடுப்பா”

“ஓ... டூரிஸ்ட் கைடா?”

“ஆமா...”

“கைடுன்னு ஒரே வார்த்தையில சொல்லவேண்டியதுதானே. அதவிட்டுட்டு ஏன் அத்தனபேரையும் ஸ்கூல்புள்ளமாதிரி சொன்னீங்க?”

“எல்லாம் ஒனக்குத்தாண்டா சொன்னேன். நீ ஊர விட்டுப் போயி ரொம்ப நாளாச்சில்ல. இந்த சொர்க்கத்தையெல்லாம் மறந்திருப்பியோன்னு நெனச்சேன்...”

“வெள்ளியை உருக்கி ஊத்துனமாதிரி ஓடி வர்ற சுருளித் தண்ணி, கொமரிப் பொண்ணுக தலையில வகிடெடுத்துச் சீவுனமாதிரி இருக்கிற போடிமெட்டு, தேவாரம், பண்ணைப்புரம், கோம்பை, பாளையத்தப் பாக்குற, குறவன் குறத்தி சிலை, ராமக்கல்மெட்டு, கதவுகல்லு, புள்ளாரூத்து, கோயில் காடு, ஏழுமாமரம் இப்பிடி இருக்கிற நம்மோட தேனி மாவட்டத்த எப்பிடி மாமா மறக்க முடியும். அது உசுருல ஓட்டுனது. எப்பவும் என்னோட ரத்தத்திலேயே கலந்திருக்கும். என் மனசோட நெறஞ்சிருக்கும்” மாமா

சங்கிலி மாமாவிற்குச் சட்டென்று சிரிப்பு வந்தது.

“எங்க நீ இதையெல்லாம் மறந்துபோயிட்டயோன்னு நெனச்சேன்.”

“இல்ல மாமா. எப்பிடி மறக்க முடியும். இதெல்லாம் எப்பவும் எனக்குள்ள ஓடிக்கிட்டேதான் இருக்கு.”

“மாப்ள சீக்கிரமே இங்க வாடா. இந்த சொர்க்கபூமியை விட்டுட்டு எங்கபோயி என்னத்தத் தேடுற... எல்லாமே இங்க இருக்கு” ஆதரவு சொன்னார்.

"சரி மாமா.... நிச்சயம் வாரேன்"

அப்போது சங்கிலி மாமா செல்போனுக்கு "டிரிங் டிரிங் டிரிங்" என ஒரு கால் வந்தது.

"ஹலோ யார் பேசுறது?"

"நாங்க சென்னையில இருந்து தேனிக்கு வந்திருக்கோம். இங்க இருக்கிற எடங்களச் சுத்திப் பாக்கணும். நீங்க நல்ல கைடுன்னு சொன்னாங்க. எங்க கூட வரமுடியுமா?" என்றனர் எதிர்முனையில் இருந்தவர்கள்.

"ஓ! கண்டிப்பா வாரேனே. தேனி மாவட்டத்தில இருக்கிற எல்லா எடமும் எனக்கு அத்துப்படி. கண்டிப்பா நான் சுத்திக் காட்டுறேன்." உறுதி சொன்னார் சங்கிலி.

அப்போது என்னுடைய செல்போனும் சிணுங்கியது.

"ஹலோ முத்துவா?"

"ஆமா!"

"ஒங்களோட ப்ராஜெக்ட் விஷயமா பேசணும் வாரீங்களா?"

"ஓ.கே. சார்"

"இப்ப எங்க இருக்கீங்க"

"தேனியில"

"சென்னைக்கு சீக்கிரம் வாங்க" கட்டளைக் குரல் வந்தது.

அவசரம் அவசரமாக வீட்டிற்கு விரைந்தேன்

"ஆத்தா... நான் மெட்ராஸுக்குப் போகணும்."

"என்னைக்கு ராசா?"

"இன்னைக்கு" இதைக் கேட்டதும் மறுகியவள், இன்னைக்கே போகணுமா "சூதானமாப் போயிட்டு வாய்யா" என்றாள்.

"சரி ஆத்தா"

வீட்டிற்குள் சென்றவள் தட்டுடன் வந்தாள் என் நெற்றியில் திருநீறு வைத்துவிட்டாள்.. அவள் கண்களில் ஈரம் சொட்டியது.

"சரி வாரேன்த்தா" தலையாட்டினாள் ஆத்தா

சங்கிலி மாமா, மெட்ராஸ்காரர்களுக்குத் தேனியின் அழகைச்சுற்றிக் காண்பித்துக் கொண்டிருந்தார். என் சொர்க்கத்தை உதறிவிட்டு நான், தேனியிலிருந்து சென்னைக்குக் கிளம்பினேன்.

■ ■ ■

இயக்குநர்

பேரரசு

எந்த ஒரு கதையும் புதிய கோணத்தில் சித்தரிக்கப்படும்போது அது படிப்போரின் மனதில் முழுமையாக ஆளுமை கொள்ளும். என் நண்பர் ராஜா செல்லமுத்து அவர்களின் சிறுகதையான இந்த 'விஞ்ஞான ஒப்பாரி'யும் அந்த ஆளுமையைச் சார்ந்ததுதான்.

தற்போதைய அதிவேக விஞ்ஞான வளர்ச்சி நம் சமூக வாழ்வியலை எங்கே கொண்டுபோய் நிறுத்தப்போகிறது என்பதை உணர்த்துகிறது இந்தச் சிறுகதை. சில கற்பனைகள் உண்மையாகும்போது நம் மனதுக்கு சந்தோசம் ஏற்படும். ஆனால் ர்ராஜா செல்லமுத்துவின் இந்தக் கற்பனை உண்மையாகிவிடுமோ என்ற பயம் ஏற்படுகிறது. ஒட்டுமொத்த சொந்தங்களின் வாழ்த்துகளை நேரடியாக ஏற்கும் நாட்களே திருமண நாள், சடங்குகள் என இப்படி பல திருநாள்கள் உண்டு. அதுபோல, ஒட்டுமொத்த சொந்தங்களின் ஆறுதலையும், அரவணைப்பையும், துக்கத்தில் பங்குகொள்வதையும் நேரடியாகப் பெறும் தருணமே சிலரின் மரணம். இவைகளெல்லாம் நேரடியாக இருந்தால்தான் மனிதநேயம் உணரப்படும். விஞ்ஞான வளர்ச்சி ஆறுதலைக்கூட தூரத்தில் வைத்துவிடுமோ என்ற சோகத்தைத்தான் இந்தச் சிறுகதை ஒப்பிக்கிறது. நடந்துவிடுமோ என்று பயந்தாலும் நடக்கப்போகும் நாளைய நடைமுறையைத்தான், நண்பர் ராஜா செல்லமுத்து அவர்கள் இந்தச் சிறுகதையில் பெரும் கவலையாக வெளிப்படுத்துகிறார்.

●●●

விஞ்ஞான ஒப்பாரி

"தெய்வநாயகம் ரொம்ப நல்ல மனுசன்ங்க. இப்படி படீர்னு போய்ச் சேருவாருன்னு நெனச்சே பாக்கல."

ஒப்பனைக்காரத் தெரு முழுவதும் இதே பேச்சாவே இருந்தது. அந்தப் பகுதி முழுவதும் பந்தல் போடப்பட்டிருந்தது.

அந்தத் தெரு முழுவதும் பந்தலடியிலேயே குழுமியிருந்தார்கள். ஆளுக்கொரு பேச்சென்று பேசியதில், இன்னதென்று தெரியாமல் சத்தம் வெளிவந்து விழுந்துகொண்டிருந்தது.

வார்த்தைகளும் ஒப்பாரிச் சத்தமும் ஒருமித்துக் கேட்டுக்கொண்டே இருந்தன.

"தெய்வநாயகம் ரொம்ப நல்ல மனுசன்ங்க. இப்படி படீர்ன்னு போய்ச் சேருவாருன்னு நெனச்சே பாக்கல."மறுபடியும் இதே பேச்சு.

பந்தல் முழுவதும் அதே பேச்சு...

"இதெல்லாம் பேச்சுக்கு வேணும்னா நல்லா இருக்கும்ங்க."

"வயசு இருக்குல்ல. அவருக்கென்ன இப்பதான் இருபத்திமூணு முடிஞ்சு இருபத்திநாலு நடக்குதோ? ஆண்டு அனுபவிச்சுட்டுதான போய்ச் சேந்திருக்காரு. நல்லா நடமாடிட்டு இருக்கும்போதே முடிச்சுக்கிரணும்ங்க. அப்படி இப்படின்னு படுத்துட்டா அம்புட்டுத்தான். குடிக்கிற கஞ்சி கூட்டுல சேராத அளவுக்கு பேசுவாங்க. இப்ப, இவரு போய்ச் சேர்ந்ததுதான் உத்தமம்" என்ற சிவதாசின் பேச்சை மறுக்காமல் ஒப்புக்கொண்டார் சிகாமணி,

"நீ சொல்றது நூத்துக்கு ஐநூறு சதவீதம் உண்மையான வார்த்தை. வயசான காலத்துல வருகிற கேவலமும் அவமானமும் கொஞ்சநஞ்சமில்ல. தெய்வநாயகம் வசதியான ஆளு. காசு, பணமிருக்கு.

கௌரதியா போய்ச் சேந்திட்டாரு. மத்த ஆளுகளுக்கு இந்த வசதியான எறப்பு கெடைக்குமா? இப்படி சந்தானம் பந்தானமாத்தான் போகமுடியுமா? வாழ்றதுக்கு மச்சம் வேணும்னா, போய்ச் சேர்றதுக்கு தலையெழுத்து சரியா இருக்கணும். தெய்வநாயகத்துக்கு ரெண்டுமே சரியா அமஞ்சிருக்கு."

"அவருக்கு மொத்தம் எத்தன புள்ளைங்க"

"அஞ்சு"

"என்னது அஞ்சா?"

"ஆமா. அந்தக் காலத்து ஆளுக இல்லையா? அஞ்சு ஆறெல்லாம் சாதாரணம்"

"எல்லா புள்ளைகளும் நல்ல வசதிங்க"

"எல்லாம் இங்கதான் இருக்காங்களா?"

"இல்லையே, ரெண்டுபேரு பாரின்ல இருக்காங்க. மூணுபேரு இங்கதான் இருக்காங்க. அவங்க போகலையா?"

"இல்லையே"

"எப்படின்னு பாருங்க, மனுச வாழ்க்கைய. எவ்வளவு சம்பாரிச்சு என்னங்க பண்ண. நாம எத சேத்து வைக்கிறமோ அதுதான் கூடவரும். மத்ததெல்லாம், அங்கனயே தேங்கி நின்னுரும். தெய்வநாயகம் நாலு மக்க மனுசர பழகியிருக்காரு. அதான் ஆளு இப்படி கூடி நிக்கிறாங்க"

"ஆங்... ஆங்... சொத்து சொகம் சேத்த மகராசன், சொல்லாம கொள்ளாம போனதென்ன? ராசா"

"ஆங்... ஆங்..." என்ற ஒப்பாரிச்சத்தம் கூட்டத்தின் ஊடே வந்து கொண்டிருந்தது.

"சார்.... டீ. காபி"

"டீ எடுத்துக்கங்க"

"காபி இருக்கா?"

"இருக்குங்க"

"பிஸ்கட் இருக்கு"

"வேணுமா?"

"குடுங்க"

இழவு வீட்டிற்கு வந்திருந்தவர்கள் ஆளுக்கொன்றாய் கேட்டபடியே இருந்தார்கள். ஊதுபத்தி, சாம்பிராணிப் புகையுடன், ரோஜா மாலையும் சாவு மணத்தில் வீசிக்கொண்டிருந்தது.

"எப்ப எடுக்குறாங்களாம்?"

"காலையில"

"எத்தன மணிக்கு?"

"அந்த நாட்டுல எத்தன மணியோ? அத்தன மணிக்குத்தான்."

"ஏய் மச்சான்... இப்படி போயிட்டயே... வந்து மொகத்தக்கூட பாக்கமுடியாத தூரத்தில இருக்கியே, ஆங்... ஆங்... ஆங்..." என்று அழுதபடியே ஒரு பெண் வந்தாள்.

"இது யாரு?"

"ஏதோ சொந்தமா இருப்பாங்க போல"

"வழிவிடுங்க, அவங்க மொகத்தப் பாக்கட்டும். யப்பா கொஞ்சம் வழிவிடுங்கப்பா" என்ற கனத்த குரலைக்கேட்டு, ஒப்பாரி வைத்துக் கொண்டிருந்த பெண்கள் வழிவிட்டார்கள்.

அங்கே, மேஜையிலிருந்த கம்ப்யூட்டரில் வீடியோ கான்பரன்ஸில் தெய்வநாயகத்தின் உடல் கிடத்தப்பட்டுக் கிடந்தது.

அழுகை, ஒப்பாரி, உறவுசொல்லி தேற்றுதல் என்ற எந்த சம்பிரதாயங்களும் இல்லாமல் அயல் நாட்டு வீட்டில் வைக்கப்பட்டிருந்தார் தெய்வநாயகம்.

"அம்மா"

"அம்புஜம், அம்மா வந்திருக்காங்க" என்று தெய்வநாயகத்தின் மூத்தமகன் சொல்ல, வீடியோவில் பேசினார் தெய்வநாயகத்தின் மனைவி ஷீலா.

"அக்கா எப்படி இருக்கீங்க?"

"இருக்கேன்"

"மச்சான் இப்படி நம்மள ஏமாத்திட்டுப் போயிட்டாரே"

ஆங்... ஆங்... ஆங்... என்று இருவரும் அழுததைப் பார்த்து கூடியிருந்தவர்களும் ஒப்பாரி வைத்தனர்.

மாலைகள் குவிந்தவண்ணமிருந்தன.

"சொந்தபந்தமெல்லாம் வந்திருக்காங்களா?"

"ம்... வந்திருக்காங்க"

எல்லாருக்கும் சொல்லி அனுப்புங்க. இங்க நடக்குறத அப்பிடியே வீடியோவுலயே. நீங்க பாக்கலாம்" என்றான், தெய்வநாயகத்தின் மூத்த மகன்.

"ஏங்க, அங்க பகலா? "

"ஆமா"

ராஜா செல்லமுத்து

“இங்க ராத்திரி”

“இந்த நாட்டுக்கும் இந்தியாவுக்கும் அப்படியே இருவத்தி நாலு மணி நேர வித்தியாசம்“

“அப்படியா?”

“ம். சாயங்காலம்தான் பாடிய எடுப்போம்.”

“அப்படின்னா”

“இங்க விடிஞ்சுரும்ல?”

“ஆமா. நீங்க அங்க செய்யவேண்டிய சம்பிரதாயங்களையெல்லாம் செஞ்சு முடிச்சிருங்க” என்று, உறவுகள் சொல்ல ஒப்பாரி வைத்துக்கொண்டிருந்த கூட்டம் கொஞ்சம் ஓய்வெடுக்க ஆரம்பித்திருந்தது.

மாலை மசங்கத் தயராகி இருட்டத் தொடங்கியது வானம்.

பந்தலின் கீழே பாயை விரித்து சீட்டாட ஆரம்பித்தது ஒரு கூட்டம்.

சரக்கு பாட்டில்களைத் திறந்துகொண்டிருந்தது இன்னொரு கூட்டம்.

நீட்டி நிமிர்ந்தது இன்னொரு கூட்டம்.

மேஜையில் வைக்கப்பட்டிருந்த கம்ப்யூட்டரிலும் அதிலிருந்து தற்போது புதிதாக இரண்டு எல்இடி திரையிலும் தெய்வநாயகத்தின் இறப்பு நேரடி ஒளிபரப்பு செய்யப்பட்டுக் கொண்டிருந்தது.

“பாருய்யா, மனுச வாழ்க்கை எப்படி ஆகிப்போச்சுன்னு. எங்கயோ வெளிநாட்டுல, செத்த மனுசன் இங்க இருக்கிற சொந்தபந்தங்கள எல்லாம் பாக்கணும்னு எப்படி பண்ணியிருக்காங்கன்னு பாரு. நேரடி ஒளிபரப்பு, விஞ்ஞானம் நம்ம வாழ்க்கையில எங்கெங்கயோ வெளையாடிருச்சுய்யா” என்று இருவர் பேசிக்கொண்டே மேலேயிருந்த ரோஜாப் பூ மாலையை கீழே வைத்துவிட்டு உட்கார்ந்தனர்.

பந்தலின்கீழே கூடியிருந்த ஜனங்கள் கண்ணைச் செருகும் அரைத்தூக்கத்திலும் தலையைக் கீழே போட்டுக்கொண்டும் கீழே சாய்ந்துகொண்டும் நேரடி ஒளிபரப்பை பார்த்துக் கொண்டிருந்தனர்.

டிவி, எல்ஈ. டிவிக்களிலும் ரோஜா மலையைச் சாத்தியிருந்தார்கள்.

கிடத்தப்பட்ட ரோஜாப்பூ மாலையின் மணமும் எரிந்து விழும் ஊதுபத்தியின் வாசமும் எங்கோயிருந்த தெய்வநாயகத்தின் பூதஉடல் தேடி காற்றில் கரைந்து கொண்டிருந்தது.

■ ■ ■

பேராசிரியர் முனைவர்

இரா.மோகன்

வாசிக்கத் தூண்டும் வித்தியாசமான சிறுகதை.

'தோல்வி வேண்டும்' என்னும் தலைப்பே வித்தியாசமாக அமைந்து, கதையைப் படிக்க வேண்டும் என்ற ஆர்வத்தினைத் தோற்றுவிக்கிறது.

ஐந்து ஆண்டுகளாகப் படித்துப் படித்து எழுதிய ஐ.ஏ.எஸ். தேர்வில் தோல்வி அடைந்ததால் நிலைகுலைந்துபோன வசந்த், அவனது அப்பா என்னும் மூவரது உரையாடல் வழியாக கதையை சுவையாக நகர்த்திச் சென்றுள்ளார் ஆசிரியர். அதிலும் குறிப்பாக, அம்மாவின் அறிவுரைகள் உயிர்ப்புடன் அமைந்து வசந்தின் உள்ளத்தில் நம்பிக்கையை தளிர்க்கச்செய்வதில் முழு வெற்றி பெறுகின்றன. அப்பா கூறும் ஆறுதல் மொழிகள் இதயத்தைக் கை விடாமல், துணிந்து நின்று வாழ்வில் நினைத்ததை சாதித்துக்காட்ட வேண்டும் என்ற எண்ணத்தை வசந்தின் நெஞ்சில் விதைக்கின்றன.

'மேடு பள்ளம் தாண்டி வர்ற தண்ணியிலதான் புது வேகம் கெடைக்கும்', 'விதையா விழுந்தது மொளச்சா மரம், இல்ல மண்ணுக்கு உரம்', 'வாழ்க்கையில நெறய கத்துக்கிரணும் அப்பத்தான் அடுத்த அடி சரியாக வைக்கமுடியும்', 'எந்த ஒரு துறையில ஒருத்தன் ஜெயிச்சுக் காட்டுறானோ அதுதாண்டா உண்மையான வாழ்க்கை', 'அடுத்து என்ன நடக்கும்; என்ன நடக்கணும் என்னென்ன செய்யணும் அத யோசி', 'எதுவுமே முடியும்டா, இன்னைக்கு நடக்கலன்னா நாளைக்கு கண்டிப்பா நடக்கும்', 'தோற்றவன்தான அதிகம் பாடம் கத்துக்கிறான்' என்றார்போல் கதையில் ஊடே வசந்தின் பெற்றோர் வாயிலாக சொல்லிக்கொண்டிருக்கும் வாழ்வியல் பாடங்கள் இன்றைய இளைய தலைமுறையினர் கருத்தில்கொள்ள வேண்டியவை.

'மனிதன் வெற்றியிலே கற்பது சொற்பம்; தோல்வியிலே கற்பது அதிகம்' என்று ஜப்பானிய பழமொழி இங்கே நினைவுகூரத்தக்கது. வேறு சொற்களில் கூறுவது என்றால் 'தோல்வி வெற்றியின் அடிப்படை, வெற்றியை அடையும் வழி' என்பதே இக்கதையின்மூலம் ஆசிரியர் இளையோர்க்கு உணர்த்த விரும்பும் செய்தி. முடியும்வரை

முயற்சிசெய், உன்னால் முடியும் வரை அல்ல, நீ நினைத்தது முடியும்வரை' என்பதே வசந்த்தின் வாயிலாக ஆசிரியர் வலியுறுத்தும் வெற்றி மந்திரம்.

'அப்போது புகைப்படத்திலிருந்த பூ ஒன்று வசந்த்மீது விழுந்தது. ராஜா செல்லமுத்து என்ற சிறுகதை ஆசிரியரின் ஆளுமையில் புதைந்திருக்கும் திரைப்படத் தாக்கம் வெளிப்பட்டிருக்கும் இடம் அது!

'நல்ல சிறுகதைக்கு அடையாளம் ஒன்றே. அதைப் படித்து முடிக்கும்போது, நல்லவர்களுடைய மனதில் மகிழ்ச்சி தோன்றி உள்ளம் பூரிக்கும்' என்றும் மூதறிஞர் ராஜாஜியின் கூற்றுக்குக் கட்டியம் கூறித் திகழ்கின்றது, இச்சிறுகதை.

முனைவர் இரா.மோகன்
முன்னைத்தகைசால் பேராசிரியர்
தமிழியற்புலம்
மதுரை காமராசர் பல்கலைக்கழகம்
மதுரை 625021

தோல்வி வேண்டும்

“இப்ப ஏன் மூஞ்சிய உம்முன்னு வச்சிட்டு ஒக்காந்திருக்க. இதெல்லாம் நடந்தாத் தாண்டா வாழ்க்கை இனிக்கும். எல்லாமே பாஸிட்டிவா நடந்தா லைப்ல ஒரு டேஸ்ட்டும் இருக்காது. மேடுபள்ளம் தாண்டி வர்ற தண்ணியிலதான் புது வேகம் கெடைக்கும். அதனால இதப் பத்தியெல்லாம் சங்கடப் படாம போயித் தூங்கு” என சமாதானப்படுத்தினார், அப்பா.

“இல்லப்பா... இது என்னோட கனவு, லட்சியம், ஆசை எல்லாமே. அதான் தாங்க முடியல” வருத்தமாய்ச் சொன்னான் வசந்த்.

“இதெல்லாம் பெரிய விசயமாடா. ஒண்ணு போனா ஒண்ணு. இன்னொன்னு போனா வேறொன்னு. வேறொன்னும் போனா ஏதோ ஒண்ணு. விதையா விழுந்தது மொளைச்சா மரம். இல்ல மண்ணுக்கு உரம். இந்த பூமில பெறந்தது எதுவுமே வீண் இல்லடா. அலட்டிக்கிறாமப் போய் நல்லா ரெஸ்ட் எடு. இது இல்லன்னா இதவிடப் பெருசா ஒனக்கு கடவுள் ஏதோ தரப்போறாருன்னு நெனச்சுக்குவேன். அத ஏன் நீ தோல்வின்னு நெனைக்கிற?” மகனை சமாதானப்படுத்தினாள், வசந்தின் அம்மா.

“இல்லம்மா... நீங்க என்ன சொன்னாலும் நான் சமாதானம் ஆகமாட்டேன். என்னால அதுல இருந்து மீள முடியல” நொந்து சொன்னான் வசந்த்.

“போடா... இவனே. விவேகானந்தர் என்ன சொல்லிருக்காரு. உயிரே போகும் நிலை வந்தாலும் தைரியத்தைக் கைவிடாதே. நீ சாதிக்கப்பிறந்தவன். துணிந்து நில். எதையும் வெல்” அப்பிடின்னுதான் சொல்லியிருக்காரு. அத விட்டுட்டு, கன்னத்துல கை வச்சு ஒக்காரச் சொல்லல” கொஞ்சம் தைரியமாய்ப் பேசினார் அப்பா.

“ஆமா வசந்த். நடக்கும்போது கொழந்த கீழ விழுறது, பின்னால சரியாக நடக்கிறதுக்குத்தான். எந்தக் கொழந்தையும் கீழ விழுந்து கெடக்கலியே” இதெல்லாம் ஒரு படிப்பினைடா. வாழ்க்கையில நெறயா கத்துக்கிரணும். அப்பத்தான் அடுத்த அடி சரியாக வைக்கமுடியும்! வசந்தை தேற்றினாள் அம்மா.

வசந்த் எதையோ வெறித்துப் பார்த்தபடியே உட்கார்ந்திருந்தான்.

“ வசந்த் விடுடா . அதையே நெனச்சு பீல் பண்ணாத”

“இல்லம்மா பத்து வருசம்... ஏதாவது காய்லாங் கடை வச்சிருந்தாலாவது நெறயா காசு சம்பாரிச்சிருப்பேன். இப்ப என் கையில ஒண்ணுமே இல்லை. என் கூடப் படிச்சவங்கெல்லாம் காரு, பங்களா, வீடு, தோட்டம் தொறவுன்னு வசதியா கல்யாணம் பண்ணி குடும்பத்தோட இருக்காங்க. நான் மட்டும்தான் இன்னும் லைப்ல செட்டில் ஆகாம இருக்கேன்” வருத்தப்பட்டுச் சொன்னான் வசந்த்.

“எதுடா செட்டில்... கல்யாணம் முடிச்சு ரெண்டு புள்ளைகளப் பெத்திட்டு கொஞ்சம் காசு பணம் சம்பாரிச்சு சேத்துவைக்கிறது செட்டிலா? இதெல்லாம் காலங்காலமா நடந்துட்டு வர்ற போலியான வாழ்க்கை. இந்தச் சமூகம் இட்டு வந்திருக்கிற போலிக் கோட்பாடு. ஆனா உண்மையான வாழ்க்கை இது இல்லைடா. எந்த ஒரு துறையில ஒருத்தன் ஜெயிச்சுக் காட்டுறானோ அதுதாண்டா உண்மையான வாழ்க்கை. எவ்வளவு பணம் சேத்து வச்சுருக்கிறோங்கிறது வாழ்க்கை இல்லைடா. எவ்வளவு அறிவை சம்பாரிச்சோங்கிறதுதான் உண்மையான வாழ்க்கைடா” பொரிந்து தள்ளினாள் அம்மா.

அம்மா சாதாரணமா சொல்ற? பத்து வருசம்மா... போச்சு என் லைப் ஸ்பாயிலாயிடுச்சு. திரும்பவும் என்னோட இளமையக் கொண்டுவர முடியுமா என்ன? புலம்பினான் வசந்த்.

“ஏன் முடியாது? இந்த வருசம் நீ கண்டிப்பா ஜெயிப்படா. கவலப்படாத” ஆறுதல் சொன்னாள் அம்மா.

“அம்மா சொல்றதுதாண்டா நெசம். கண்டிப்பா இந்த வருசம் நீ ஒன்னோட லட்சியத்தில ஜெயிப்ப” வாழ்த்தினார் அப்பா.

“என்னப்பா நீயும் அம்மா சொன்னதையே சொல்ற?”

“டேய்” திங்க் பாஸிடிவ்லி. டோன்ட் திங் நெகட்டிவ்” அப்பாவும் ஆறுதல் சொன்னார்.

அம்மா!

என்ன அம்மா... அப்பா சொல்றதுதான் சரி. மொதல்ல ஜெயிச்சுருவோம்ங்ற எண்ணத்த மட்டும் வச்சிட்டு மத்ததெல்லாம் தூக்கிப் போடு. நெகடிவ் திங்கிங்தாண்டா நம்மள அடுத்த வேல செய்யவிடாமப் பண்ணும். அதுனால நடந்ததயே நெனச்சுட்டு இருக்காத. அது அவ்வளவு தான் முடிஞ்சுபோச்சு. இனி நெனச்சுப் பிரயோசனமில்ல. அடுத்து என்ன நடக்கும்; என்ன நடத்தனும்; என்னென்ன செய்யணும் ; அத யோசி! முன்மொழிந்தார் அப்பா.

"அம்மா"

"என்னடா வசந்த், எதுவுமே முடியும்டா- இன்னைக்கு நடக்கலன்னா நாளைக்கு கண்டிப்பா நடக்கும்" கனிவாய்ச் சொன்னாள் அம்மா.

"அம்மா நிஜமாவாம்மா?"

"ஆமா வசந்த். கண்டிப்பா! நாங்கதான் ஒங்கூடவே இருக்கமே கவலப்படாத வசந்த். நீ எங்கள நெனச்சாலேபோதும் ஒம் முன்னால வந்து நிப்போம்" என இருவரும் சொன்னார்கள்.

வசந்த் அப்பா, அம்மாவின் புகைப்படத்தின் முன்னால் உட்கார்ந்திருந்தான். ஐந்து ஆண்டுகளாய்ப் படித்துப்படித்து எழுதிய ஐஏஎஸ் தேர்வில் தோல்வி அடைந்ததால் நிலைகுலைந்து உட்கார்ந்திருந்தான்.

அவனின் நம்பிக்கையை உடன் இருந்தவர்கள் எல்லாம் உடைத்தார்கள். ஆனால் முயற்சியும் நம்பிக்கையும் குறைந்தவனல்ல வசந்த்.

பத்துப்பேர் சேர்ந்து சொல்லும் பொய்கூட சிலசமயங்களில் உண்மையாகி விடுவதுபோல, வசந்தின் நம்பிக்கையை பலவீனமுள்ளவர்கள் உடைத்துக் கொண்டிருந்தார்கள். அதனால்தான் வசந்திற்கு தன்மேல் சிறிது தடுமாற்றம் வந்தது. அதனால்தான் சிறு வயதிலேயே இறந்துபோன தன் தாய் தந்தையின் புகைப்படத்தை வைத்துக்கொண்டு தன் பெற்றோர்களிடம் தன் திறமையைப் பற்றி அசைபோட்டுக்கொண்டிருந்தான். உடனிருப்பவர்கள் சொல்லாத தைரியத்தை உதிரம் சிந்திய உறவுகளின் நினைவுகள் உத்திரவாதம் கொடுத்தது. பெற்றோர்கள் கொடுத்த ஊக்கத்தில் உணர்ச்சி ஊற்றுகள் வசந்திற்குள் கொப்பளித்தன.

தாய் தந்தையை வணங்கினான். அடுத்த முயற்சிக்குத் தயாரானான். முன்னைவிட தற்போது முனைப்போடு செயல்பட்டான். சிறிது காலத்திற்கெல்லாம் அவன் நினைத்தபடியே ஐஏஎஸ் எக்ஸாம் ஆரம்பமானது. படித்தான், தேர்வெழுதினான். இந்தியாவிலேயே முதல் மாணவனாய் தேறினான். ஆனந்தப் பெருக்கில் கண்ணீர்விட்டான், வசந்த்.

“டேய் வசந்த், ஏண்டா அழற. எல்லாமே நடக்கும். தோத்தவன்தான் அதிகம் பாடம் கத்துக்கிறான். தோல்வியோட வலி என்னென்னு அவனுக்குத்தான் தெரியும். அதனாலதான் நீ இந்தியாவிலேயே முதலாவதா வெற்றியடஞ்சுருக்கிற. போன வருசமே பாஸ் பண்ணியிருந்தா கூட்டத்தோட ஒரு ஆளாத்தான இருந்திருப்ப. எல்லாமே நடக்கும்டா. கவலைப்படாதே” மகனின் தலைகோதினாள் அம்மா. தோள் தட்டிக்கொடுத்தார், அப்பா. நினைவுகள் அவிழ.

வசந்த் ஐ.ஏ.எஸ். தேர்வில் இந்தியாவின் முதல் மாணவனாய் தேர்ச்சிபெற்ற சான்றிதழை அப்பா, அம்மா புகைப்படத்தின் முன்வைத்து வணங்கி எழுந்தான். அப்போது புகைப்படத்திலிருந்த பூ ஒன்று வசந்த்மீது விழுந்தது. நிமிர்ந்து பார்த்தான். அம்மா அப்பா சிரித்தபடியே புகைப்படத்தில் இருந்தார்கள். சாதித்து பெருமிதத்தோடு நடந்து சென்றான் வசந்த்.

■ ■ ■

பேராசிரியர் முனைவர்

கு.ஞானசம்பந்தன்

அன்புச் சகோதரர் திரு.ராஜா செல்லமுத்து அவர்கள் எழுதியுள்ள 'ராணுவம்' சிறுகதையை வாசித்தேன். அவர் எடுத்துக்கொண்ட கதையின் கரு என்னை மிகவும் பரவசமடையச் செய்ததுடன், தேசத்தின்மீதும் நம் நாட்டுப் பாதுகாப்புப் பணிகளில் ஈடுபட்டு உயிர்துறக்கும் மாவீரர்களைப் பற்றி அவர் உள்ளம் பட்ட வேதனைகளையும் ஒளிவுமறைவின்றி எடுத்துக் காட்டியுள்ளார்.

கார்க்கில் போரில் வீர மரணமடைந்த வீரர்கள் பிறந்த ஊரின் பெயரை காக்கில் சிக்கையன்பட்டி என்ற பெயரை 'கார்க்கில் சிக்கையன்பட்டி என்றே சொல்லலாம்' என்று குறிப்பிட்டுள்ளது சிறப்பாகும். இந்தியாவிலே அதிகமான ராணுவ வீரர்கள் உள்ள மாவட்டம் தேனி மாவட்டம்தான் என்ற உண்மையை எடுத்துக்காட்டியுள்ளார்.

துரைராஜ் என்பவர், தன் உள்ளக் குமுறலை வெளிப்படுத்தியதும் கலெக்டர் அவரை மேற்கொண்டு பேச அனுமதித்ததும் மனிதாபிமானத்தை வெளிப்படுத்தியது. அதற்கு ஒரு நடைமுறை தீர்வையும் சொல்லியுள்ளார். ஏன், ராணுவத்தில் மனிதர்களுக்குப் பதில் ரோபொட்களை உருவாக்கக்கூடாது என்ற கேள்வி குறைகளைக் கூற அல்ல. அதற்கு ஒரு தீர்வும்தான் என்பதைச் சிந்தித்து செயல்படுத்தவேண்டிய ஒன்றுதான்.

ஆயிரக்கணக்கான கோடிகளை செலவழித்து வானத்தில் ராக்கெட்டுகளை பறக்கவிடுவதால் கிடைக்கும் நன்மைகளைவிட ராணுவத்தில் ரோபொட் வீரர்களை தயார் செய்து அனுப்பினால் 'மனுச உசுரும் போகாது, ஊரில் ஒப்பாரி சத்தமும் கேக்காது' என்பது முற்றிலும் உண்மையாகும்.

ஒரு குண்டடிபட்டு உயிர் துறந்த ராணுவ வீரர்கள் இருபத்தியொரு குண்டுகள் முழங்க இறுதி யாத்திரை முடிப்பது என்ற செய்தி அனைவரையும் நெகிழச் செய்கிறது.

●●●

ராணுவம்

நிலவொளியில் நனைந்து கிடந்தது, தேனி மாவட்டத்தில் உள்ள காக்கில் சிக்கையன்பட்டி கிராமம்.

முல்லைப் பெரியார் வாய்க்கால் தண்ணீரின் சத்தம் சலசலவென ஓயாமல் கேட்டுக் கொண்டிருந்தது. அடர்ந்து படர்ந்துகிடந்த மரங்கள் ஆக்ரோசமாய் அசையத் தொடங்கின.

வேலி வேயப்பட்டு கொடிகளில் காய்த்துக்கிடந்த கருந்திராட்சைகள் கண் திறந்து பார்த்துக் கொண்டிருந்தன.

அந்த மௌன இரவில் பொன்னுசாமியின் செல்போன் அலறியது.

'டிரிங்.... டிரிங்.... டிரிங்....'

'யாரது இந்நேரம்?' தூக்கம் கலையாமலே செல்போனை ஆன் செய்தார்.

"ஹலோ...."

"பொன்னுசாமிங்களா?"

"ஆமா. நீங்க...?"

'ஐயா, சொல்றதுக்கே ரொம்ப கஷ்டமா இருக்கு. இருந்தாலும் மனசைத் திடமா வச்சுக்கங்க. ஒங்க பையன்..."

"எம் பையன்...?"

"ஒங்க பையன்? மாரிச்சாமி மிலிட்டரிலதானே இருந்தார்"

"ஆமா"

"அவர் நேத்து நடந்த பாகிஸ்தான், இந்தியா சண்டையில வீரமரணம் அடஞ்சுட்டாரு" எதிர்த்திசையில் வந்த அபாயச் செய்தியைக் கேட்டு உறைந்து விழுந்தார் பொன்னுச்சாமி.

"ஐயய்யோ... என்னங்க" என்று அந்த ராத்திரியிலும் பொன்னுச்சாமியின் குடும்பமே எழுந்து கத்திக் கதறியது. அதற்குள் அந்தச் செய்தி ஊர் முழுவதும் பரவ, காக்கில் சிக்கையன்பட்டியே கதிகலங்கி நின்றது. பின்னிரவு நிலா கொஞ்சம் ஒளியிழந்தது. விடியத் தயாராய் நின்றது, வானம்.

"ஹலோ காமராசுங்களா?"

"ஆமா"

"ஒங்க பையன் பேரு கிருஷ்ணக்குமாரா?"

"ஆமா"

"அவரும் இந்தத் தாக்குதல்ல வீரமரணம் அடஞ்சிட்டாரு" என்று அடுத்துவந்த இரங்கல் செய்தியும் அந்த ஊரில் மேலும் இடி விழச் செய்தது.

"ஒங்க பேரு ராமநாதனா?"

"ஆமா"

"ஒங்க பையனும்..." என, மொத்தம் ஐந்துபேர் போரில் இறந்து விட்டதாக ராணுவச் செய்தி வந்துசேர்ந்தபோது பளிச்சென விடிந்து, சூரியக்கதிர்கள் பூமியில் விழுந்து வெளிச்சம் பரவத் தொடங்கியது.

அந்த அதிகாலையில் காக்கில் சிக்கையன்பட்டியே கலங்கிப்போய் நின்றது. ஊர்ச்சாவடியில் கூடியது மக்கள் கூட்டம். ஒப்பாரியும் அழுகைச் சத்தமும் அந்த ஊரையே சோகத்தில் மூழ்க வைத்துக் கொண்டிருந்தது.

விழுதுகள்விட்டு விரிந்து பரந்த ஆலமரத்தின்கீழே ஆட்கள் கூடினார்கள். இலைகளில் விழுந்த சூரியஒளி பளீரென்று மின்னியது.

"என்னய்யா... மிலிட்டரியில சாகுறவன் பூராம், நம்ம ஊர்க்காரங்களாவே இருக்கானுக. இதுக்கு ஒரு முடிவு இல்லையா? அங்க பாருங்க, பிள்ளைய எழந்தவ பொலம்புறதப் பாத்தா நமக்கே என்னமோமாதிரியா இருக்குய்யா. இப்பத்தான் கல்யாணம் பண்ணுனவன், ரெண்டுபேருக்கு நிச்சயதார்த்தம், ஒருத்தன் போன வருசம்தான் மிலிட்டரிக்குப் போனான். இப்பிடி வாழவேண்டிய வயசில பொட்டுன்னு போயிட்டானுகளே. இந்தச் சதிவேல செய்ற தீவிரவாதிகள அடியோட அழிக்கணுமுங்க. காஷ்மீர் எனக்குச் சொந்தமுன்னு கொண்டாடுறவனை சும்மா விடக்கூடாது.

கொல்லணும். அருணாசலப்பிரதேசம் எங்களோடதுன்னு சொல்றவனையும் சுடணும்.”

“ஏய்யா, இருக்கிற பூமியில வாழ்ற மனுசங்களுக்கு, இப்ப இருக்கிறதவிட, இன்னும் என்னென்ன செய்யலாம். அவன எப்படி உயர்த்தலாம்னு யோசிக்கிறத விட்டுட்டு, இல்லாத எடத்துக்கு ஏய்யா இப்பிடி சண்டைபோட்டுச் சாகுறானுக.

இப்பிடிப் போடுற சண்டையில ரெண்டு பக்கமும் உள்ள ஆளுகதான் வெட்டியா சாகுறானுக. அவன் எந்த நாட்டுக்காரனா இருந்தாலும் எல்லாருக்கும் குடும்பமுன்னு ஒண்ணு இருக்கே. மனுசனுக்கு மனுசன் ஏய்யா இப்பிடி சுட்டுட்டுச் சாகுறானுக. இன்னைக்குப் பாரு நம்ம ஊருல இருந்த அஞ்சுபேர வெட்டியா எழந்து நிக்கிறோம்” என்று புலம்பினார் நல்லமணி.

“ஏய்யா! அந்தப் பையனுக சாராயம் குடிச்சோ, கஞ்சா குடிச்சோ சாகல. நெஞ்ச நிமிர்த்தி நம்ம நாட்ட எதித்தவன சுட்டுக் கொன்னுட்டுச் செத்துருக்கானுக. மிலிட்டரியில இருக்கிறதுக்கும் அதுல எறக்குறதுக்கும் குடுத்து வச்சுருக்கணும்யா. எனக்கு அந்த பாக்கியம் கெடச்சது, என்ன மாதிரி நம்ம ஊர்ல ரிடையர்டு ஆகி நெறயாப்பேரு இருக்காங்க.

கார்க்கில் போர்ல நம்ம வெற்றியடைஞ்சதுல நம் ஊர்க்காரனுகளோட பங்கு அதிகம். நம்ம ஊர் பேர ‘காக்கில் சிக்கையன்பட்டி’ன்னு சொல்றதவிட ‘கார்க்கில் சிக்கையன்பட்டி’ன்னு சொல்லலாம். அந்த அளவுக்கு நம்ம ஊர் மக்களோட பங்களிப்பு மிலிட்டரியில அதிகம்.

தமிழ்நாட்டிலேயே ஏன், இந்தியாவிலேயே, தேனி மாவட்டத்தில் இருக்கிற நம்ம ஊர்லதான் மிலிட்டரிக்காரன்க அதிகம்னு சொல்லவே அம்புட்டுப் பெருமையா இருக்கு” என்றார் மருதமுத்து என்கிற முன்னாள் ராணுவ வீரர்.

இறந்துபோனவர்களின் புகைப்படங்களை ஆலமரம் நின்ற சாவடியில் வைத்து மரியாதை செய்துகொண்டிருந்தார்கள்.

“பாடி எப்ப வருதாம்... இன்னைக்குச் சாயங்காலமே, நேரா நம்ம ஊருக்கே ஹெலிகாப்டர்ல கொண்டு வாராங்களாம். கூடவே ஒசந்த அதிகாரிகளும் வாராங்களாம்” இப்படிச் சிலர் பேசினர்.

காக்கில் சிக்கையன்பட்டி கனத்த மௌனத்தில் கிடந்தது. ஐந்து பேர் இறந்த செய்தி அந்தப் பகுதி முழுவதும் காட்டுத்தீ போல் பரவியது. வரும் ராணுவ வீரர்களின் உடல்களைப் பார்க்கவும் வீர மரணத்தைத் தழுவிய அந்தத் தியாகிகளைக் காணவும் காத்துக் கிடந்தது தேனி மாவட்டம் முழுவதும். ரணமாய் கழிந்தது அந்தப்

பகல்பொழுது. அன்று மாலையே ஐந்து வீர உடல்களும் அந்த மண்ணில் வந்து இறங்கியது.

ஒப்பாரி வைக்காத உதடுகள் இல்லை. கண்ணீர் சிந்தாத கண்கள் இல்லை. வீரர்கள் வீரமரணமடைந்திருந்தாலும் எல்லார் நெஞ்சிலும் ஈரம் ததும்பி நின்றது.

அந்த மாவட்டத்தின் ஆட்சியர் உட்பட எத்தனையோ உயரதிகாரிகள் அங்கு வந்து சேர்ந்தனர்.

தேசியக்கொடி போர்த்தப்பட்ட புகழ் உடல்கள் இருந்த இடத்தில் ஆட்கள் அஞ்சலி செலுத்திக்கொண்டிருந்தார்கள். வரிசையில் வந்த ஆட்களில் துரைராஜ் மட்டும் சிறிதுநேரம் நின்று கொண்டிருந்தார்.

“ஐயா பாத்திட்டீங்களா? போங்க அடுத்தவங்களுக்கு வழி விடுங்க” ஒருவர் விரட்ட, கண்களில் கோர்த்த நீரோடு, திரும்பினார் துரைராஜ்.

“எங்கய்யா போறது. இதுயென்ன இயற்கைச் சாவாய்யா? நாசமாப்போனவனுக செய்ற இந்த வேலையப் பாத்திட்டு சும்மா இருக்கீங்க. நாம சுகமா சாப்பிட்டு, சந்தோசமா கல்யாணம் காட்சி முடிச்சு, புள்ளகுட்டிகளாப் பெத்து வாழ்ந்திட்டு இருக்கோம். மிலிட்டரிக்காரன் மட்டும்தான் கல்யாணம் செஞ்சாலும் குடும்பம் நடத்தமுடியாம கஷ்டப்படுறானுக. அவனுக உசுரக் கையில புடிச்சிட்டுத்தான் தெனமும் படுத்து எந்திரிக்க வேண்டியிருக்கு. நாம நல்லாயிருக்க அவனுக ஏய்யா சாகணும்?” கண்ணீர் பொங்கக் கத்தினார் துரைராஜ்.

“ஐயா… பேசாதீங்க. பெரிய பெரிய ஆபிசர்க வந்திருக்காங்க. ஏதாவது தப்பா நெனைக்கப் போறாங்க. கொஞ்சம் தள்ளிப்போங்க” என்று ஒரு போலீஸ்காரர் சொல்ல மீண்டும் கொதித்தார் துரைராஜ்.

“எங்கய்யா போறது… ஒங்க பெரிய ஆபீசர்க, சம்பளம் வாங்கிச் சாப்பிட்டுட்டு, சுகமான வாழ்க்கைதான் இங்க வாழ்றானுங்களேயொழிய, யாராவது நாட்டப் பத்தியோ, நாட்டு மக்களப் பத்தியோ நெனச்சுப் பார்த்திருப்பானுகளாய்யா… எல்லாம் சுயநலம். எதையும் அறிவுபூர்வமா யோசிக்கிறதில்ல, ஆக்கபூர்வமா சிந்திக்கிறதில்ல. எல்லாம் சம்பளப் பட்டியலவே சரிபாக்குறாங்க. இந்தியா — பாகிஸ்தான் போர் எவ்வளவு நாளா நடந்திட்டு வருது. இதுல எவ்வளவுபேர் சாகுறானுக. இதுக்கு ஏதாவது தீர்வு இருக்கா? இல்ல, இதுக்கு மாற்று யோசனையிருக்கான்னு ஒங்க உயர் அதிகாரிங்க யாராவது சொல்லியிருக்காங்களா?

இந்தியா — பாகிஸ்தான் போர், சீனா — இந்தியா போர், இந்தப் போர்ல இவ்வளவு இறப்பு, இவ்வளவு பேர் படுகாயம்னுதான்

டி.வி.யிலயும் பேப்பர்லயும் செய்திய பாக்குறீங்களேயொழிய வேற ஏதாவது செஞ்சிருக்கீங்களா?" என்று குமுறி கொதித்துப் பேசிய போது எல்லா அதிகாரிகளும் வாயடைத்துப் போய் துரைராஜையே பார்த்தனர்.

"ஐயா, வந்திருக்கிறது எல்லாம் பெரிய ஆளுக. சீக்கிரம் போகணும். பாடிகளவேற அடக்கம் பண்ணனும். நேரமாகுது வழிவிடுங்க" என்று, வேறொரு போலீஸ் சொல்ல துரைராஜ் பிடிகொடுக்காமலே பேசிக்கொண்டிருந்தார்.

கலெக்டர் அவர் பேசட்டுமென அனுமதி தர மீண்டும் ஆக்ரோஷத்தோடு பேச ஆரம்பித்தார் துரைராஜ்.

"எது எதுக்கோ சேட்டிலைட், அது, இதுன்னு வானத்தில ராக்கட்டுகள ஏத்தி பறக்கவிட்டு அதுக்கு எத்தனையோ ஆயிரம் கோடி ரூபாய செலவழிக்கிறீங்க. செவ்வாய்க்கிரகத்தில ஆராய்ச்சி, புதன்ல மனுசன் வாழ முடியுமா? ஒன்பது கோள்களைவிட இன்னும் எத்தனையோ கோள்கள் வானத்தில இருக்கு. அப்பிடி இப்பிடின்னு கண்டுபிடிக்கிற மனுசனுங்க, ஆராய்ச்சியாளர்கள், மிலிட்டரியில இருக்கிற மனுசனுகளுக்குப் பதிலா ஏன் ரோபட்ட பயன்படுத்தக் கூடாதுன்னு ஒரு ஆராய்ச்சியாளரும் நெனைக்கல. கண்டுபிடிக்கல. அப்படி நாம ரோபட்ட பயன்படுத்தி அத சேட்டிலைட்டு மூலமா கண்ட்ரோல் பண்ணுனோம்னா எந்த நாட்டுக்கூட, நம் நாட்டுக்குச் சண்டை வந்தாலும் எந்தப் பிரச்சனை வந்தாலும் ரோபட் சண்ட போடட்டுமே. அப்பிடி அது சண்ட போடும்போது தோத்தாலும் ஜெயிச்சாலும் மனுச உசுரு போகாதுய்யா, ரோபட்டுதான அழியும். இதை ஏன்யா உங்க அறிவியல் ஆராய்ச்சியாளர்கள் கண்டுபிடிக்கல. இப்படி வர்ற சண்டையில மனுச உசுர நாம எழக்க வேணாமே. சண்டை நேரங்கள்ல, எந்த ஊர்லயும் ஒப்பாரிச் சத்தம் கேக்காதே, வீணா மனுச உசுரும் போகாதே. இழப்பு இருக்குன்னு தெரிஞ்சும் எப்பிடிய்யா மனுசன் எல்லையில பயமில்லாம இருப்பான்.

ஓங்க ஆராய்ச்சியாளர்கள் மிலிட்டரியில மனுசனுக்குப் பதிலா ரோபட்ட பயன்படுத்த ஆராய்ச்சி பண்ணச் சொல்லுங்க. அப்புறமா வானத்தில ராக்கெட்ட ஏத்தச் சொல்லுங்க" என்று கண்ணீர் மல்கச் சொல்லி வீரமரணமடைந்த வீரர்களின் உடல்களைத் தொட்டுக் கும்பிட்டார் துரைராஜ்.

உணர்வுமேலிட ஓடிப்போய் துரைராஜை கட்டிக் கொண்டார் மாவட்ட கலெக்டர். 'டவாலி' முதல் அத்தனை பேரும் கலெக்டரை நோக்கி ஓடினார்கள்.

'ஐயா, நீங்க சொன்னது அவ்வளவும் நிஜம். எவ்வளவு பெரிய விசயத்த இவ்வளவு சாதாரணமா சொல்றீங்க. இது சம்பந்தமா

நான் மேலிடத்தில பேசுறேன். இத நாம சாதிச்சுக் காட்டுவோம்" என்று துரைராஜை கட்டித் தழுவினார் கலெக்டர்.

துரைராஜை ஒருவர் தோளில் தூக்கி வைத்துக்கொண்டார். ஊரே அவர் பேசிய மொழியை ஆமோதித்தது.

'இந்த பூமியில, குண்டுகள் முழங்க, ராணுவ மரியாதையோட புதைக்கப்படுற கடைசி மனித உடல்கள் நம்ம காக்கில் சிக்கையன்பட்டி மிலிட்டரிக்காரங்களா இருக்கட்டும்' இனிமே மிலிட்டரியில மனிதன் இறப்புன்ற வார்த்தையே இருக்கக் கூடாது. இனிமே எந்திரங்கள்தான் சண்ட போடணும்' மெசின் போனா சரி பண்ணியிரலாம். மனுச உசுரு அப்பிடியில்ல" என மீண்டும் முழக்கமிட்டார், துரைராஜ்.

அப்போது ஐந்துபேரின் இறுதி மரியாதைக்காக, இருபத்தியோரு குண்டுகள் வானில் சீறிப் பாய்ந்தன.

■ ■ ■

பேராசிரியர் முனைவர்
தெய்வநாயகம்

நண்பர் ராஜா செல்லமுத்து அவர்களின் 'நூல் வளையங்கள்' சிறுகதை படித்தேன். இந்நாட்களில் ஒரே விஷயங்களில் காணலாகும் தமிழக மக்களின் வாழ்வியலை எழுத்தோவியமாகக் காட்சிப்படுத்தியிருக்கும் அவரது எழுத்தாற்றல் பாராட்டத்தக்கது. மக்கள் குரலாக நாளும் ஒலித்துக்காட்டும் மிகச்சிறந்த தமிழ் எழுத்து ஊடகம் நமது 'மக்கள் குரல்.' இந்நாளிதழில் இவரது 976ஆவது கதையாக வெளிவருவது இவ்விளைஞரின் படைப்பு மற்றும் எழுத்தாற்றலின் தனிப்பெரும் சான்றுகளாகும். திரைப்பட ஊடகத்திலும் தமது ஆற்றல்மிக்க வருகையை பதிவு செய்துவரும் இந்த இளந்தமிழ் படைப்பாளி.

●●●

நூல் வளையங்கள்

முழுவதும் குளிரூட்டப்பட்ட சொகுசு வீட்டில் படுத்திருந்தாலும் ராமசாமிக்கு இப்போது ஓய்வு தேவைப்பட்டது. தான் நடத்திவந்த குறிஞ்சி குளிர்பான நிறுவனத்தை, தன் ஒரே மகளான அருந்ததியிடம் ஒப்படைக்க முடிவு செய்தார். தன் பக்கத்து அறையிலிருந்த மகள் அருந்ததியைக் கூப்பிட்டார்.

"யம்மா... அருந்ததி..." கூப்பிட்ட குரலுக்கு உடனே ஓடிவந்தாள் அருந்ததி.

"அப்பாவால இனிமே கம்பெனிக்கு போக முடியாது. முன்னமாதிரி ஓடியாடி வேல செய்ய முடியாதும்மா. எனக்கு பூரண ஓய்வு கொடுப்பியா?" எனத் தன் ஒரே மகளான அருந்ததியிடம் கெஞ்சிக் கொண்டிருந்தார் அப்பா ராமசாமி.

"அப்பா, நான்தான் போன வருசமே சொன்னனே. நீங்கதான் கேக்கல..."

"அப்படியில்லடா செல்லம். ஒன்னோட படிப்பு முடியணுமே. யார நம்பி இவ்வளவு பெரிய பொறுப்ப ஒப்படைக்கிறது. தமிழ்நாட்டுல ஏழு, எட்டு எடத்தில நம்ம பேக்டரி இருக்கு. அதுகளப் போய்ப் பாக்கணும், பொறுப்பா நடந்துக்கிரணுமில்லையா? அதான், ஒன்னோட படிப்பு முடியுறவரைக்கும் வெயிட் பண்ணுனேன். இப்ப நீயும் படிப்ப முடிச்சிட்ட. அப்பாவுக்கும் ப்ரீயா ஆகிருச்சு. நாளைல இருந்து நீதான் குறிஞ்சி குளிர்பானத்தோட நிர்வாக இயக்குநர்" சந்தோசமும் பொறுப்பும் கலந்து சிரித்தார் ராமசாமி.

"ஓகேப்பா நானே இருக்கேன்" சொல்லிவிட்டு தன் அறைக்குத் திரும்பினாள்.

அருந்ததியின் அடிமனதில் ஒரு கம்பெனியின் எம்.டி என்பது அச்சத்தைத் தந்தாலும், தான் படித்த எம்பிஏ—வும் அதைவிட தன் சொந்த நிறுவனத்திற்கு நிர்வாக இயக்குநராக இருப்பதில் யாருக்கு என்ன நஷ்டம் என்று, தனக்குத் தானே சமாதானம் செய்துகொண்டாள்.

இரவைப் பகலாக்கும் அலங்கார விளக்குகள் ஆங்காங்கே எரிந்து கொண்டிருந்தன. படுக்கையில் விழுந்தாள். எவ்வளவு அழுந்திப்படுத்தும் அவளது இளமை கொஞ்சங்கூட கசங்கவில்லை.

"யப்பப்பா... என்ன வேர்வை" என, புறா இறகுபோல தன் மேனியைச் சுற்றியிருந்த உடைகளுக்கு விடை கொடுத்துவிட்டு குழந்தை நிலைக்குப் போய் குதூகலம் கொண்டாள். அறை ஜன்னல்கள் அவளை ஆனந்தமாய்ப் பார்த்துக்கொண்டிருந்தன. குப்புறக்கிடந்தவள் தன் தந்தக் கால்கள் இரண்டையும் மடக்கி கொலுசுச் சத்தம் சன்னமாய்க் கேட்கக் கேட்க ஆட்டிக் கொண்டிருந்தாள். படிப்புக்காக தனியறையில் தனிமையில் இருக்கும்போது அருந்ததி இப்படிப் படுத்துதான் பழக்கம். வீட்டிலும் இதுவே தொடர்ந்தது.

வயதான அப்பா மட்டும்தான், அம்மா இல்லை. வேலையாட்கள் யாரேனும் கூப்பிட்டால் சட்டென சரியான உடைக்கு மாறி வெளியே வருவாள். மற்றபடி, இவள் இரவு எப்போதும் நட்சத்திர நிழல்சூடிய முழுநிலவாய் நீந்திக் கொண்டிருக்கும்.

வெள்ளை விளக்கின் வெளிச்சத்தில் மாமிச ரோஜாவாய் மெத்தையில் கிடந்தாள். அவள் முன்னால் இருந்த ஆளுயரக் கண்ணாடியில் தன்னைத்தானே அடிக்கடி பார்த்து ஆச்சர்யம் அடைந்துகொள்வதற்கே இரவு விளக்கை இன்னும் அணைக்காமல் இருந்தாள். இப்படியே பொழுது நடுநிசியை எட்டியிருந்தது.

"ச்சே... தூங்காம, காலையில வேற பேக்டரிக்குப் போகணும்." தனக்குத்தானே சமாதானம் சொல்லிக்கொண்டு கண்களை மூடினாள்.

விடிகாலை படபடவென எழுந்தாள். கிளம்பினாள். அப்பாவிடம் ஆசி வாங்கினாள்.

"போய்ட்டு வாம்மா... நீ பேக்டரிக்குப் போ, எல்லாம் தயாரா இருக்கும். வாழ்த்துச் சொல்லி வழியனுப்பினார் ராமசாமி.

வீட்டிலிருந்த BMW காரை எடுத்துக்கொண்டு விர்ரென பறந்தாள். காதில் ஹியர் போன் உடம்பை இறுக்கிப்பிடித்த ஜீன்ஸ். அதற்கு எடுப்பாய் டீ சர்ட் என ஒரு மாடர்ன் தேவதையாக பேக்டரிக்குள் நுழைந்தாள்.

இப்படி அருந்ததி வருவதைப் பார்த்த ஊழியர்கள் ஆச்சரியத்தில் உறைந்தனர். அடுக்கிவைக்கப்பட்டிருந்த காலி கூல்டிரிங்ஸ் பாட்டில்கள் குப்புற விழுந்து உடைந்து சிதறின

"ஏய், பாத்து..." அருந்ததி குரல் கொடுத்தாள்.

"ஒங்களப் பாத்ததும் காலிபாட்டில்கள்கூட புல்லாகி கீழே விழுந்திருச்சு மேடம்"

"என்னது?"

"ஒண்ணுமில்ல" பேச்சை விழுங்கியபடியே சென்றான் ஒரு நிறுவன ஊழியன்.

தன் அப்பாவின் அறைக்குச் சென்றாள். புதிய பொறுப்பு அவளுக்குப் பேரின்பத்தைத் தந்தாலும், இவ்வளவு பெரிய நிறுவனம், அதுவும் தமிழ்நாடு முழுவதும் சுற்றவேண்டும் என்ற கவலை தொற்றிக்கொண்டாலும் தைரியத்தை வரவழைத்துக்கொண்டு கம்பெனியின் நிர்வாக வரவு—செலவுகள், உற்பத்தி, விற்பனையை கம்பெனியின் மூத்த ஊழியரிடம் கேட்டுத் தெரிந்து கொண்டாள்.

அன்று அலுவலகம் முடித்து வீட்டிற்கு வந்தாள். ஒரே போன் கால்கள்.

"ச்சே.. எவ்வளவு தொந்தரவு எல்லாருக்கும் பதில்சொல்ல முடியல, நாளைக்குப் பேசுறேன். ஸாரி, டயர்டா இருக்கு... ப்ளீஸ் ரெஸ்ட் எடுக்கணும்..." இப்படி எல்லாருக்கும் பதில் சொல்லிக்கொண்டே இருந்தாள். இது அத்தனையும் கவனித்துக்கொண்டிருந்தார் ராமசாமி.

"அருந்ததி"

"ம்... சொல்லுப்பா"

"ஒர்க் லோடு அதிகமா இருக்காடா?"

"ஆமாப்பா, இதுதான பர்ஸ்ட் டைம்... போகப்போக சரியாப் போகும்"

"ம்ஹூம்... இன்னும் ஒனக்கு பர்டன் அதிகமாகும். ஸோ, நீ ஒரு நல்ல செக்ரட்டரிய அப்பாய்ன்ட் பண்ணிக்கோ" ராமசாமி முன்மொழிந்தார்.

"அப்படியாப்பா"

"ஆமாடா"

"இந்த போன்கால்ஸ், அது இதுன்னு அவங்களே பாத்துக்கிருவாங்களே!"

“நல்ல யோசனப்பா”

மறுநாளே, ஒரு பெண் செக்ரட்டரியை நியமனம் செய்தாள் அருந்ததி.

அவள், கம்பெனி போன், அருந்ததியின் போன் என அலுவலக வேலைகளைவிட தன் வேலைகளிலேயே கவனம் செலுத்தினாள்.

“ச்சே... கேர்ள்ஸ் எல்லாம் சரிப்பட்டு வரமாட்டாளுக” என்று முடிவெடுத்தாள்.

அன்று இரவு அப்பா ராமசாமியிடம் கேட்டாள்:

“அப்பா ”

“சொல்லும்மா”

“என்னோட செக்கரட்டரியா ஒரு ஜென்ட்ஸை அப்பாய்ன்ட் பண்ணட்டா?”

“வொய் நாட்... தாராளமா போட்டுக்கம்மா. நீ தனியா போகும்போது அது ஒனக்கு ஒரு சேப்டியாகூட இருக்கும். என்ன, ஒரு நல்ல பையனா போடு. இல்ல, அதுவே ஒனக்கு பிரச்சனையாகும்” என்று அனுமதியும் கொடுத்து ஒரு எச்சரிக்கையும் கொடுத்தார் ராமசாமி.

வழக்கம்போல அந்த இரவிலும் குழந்தைநிலையில் குதூகலம் கொண்டு, மறுநாள் காலை எழுந்து கம்பெனிக்குச் சென்றாள்.

பிரபல பத்திரிகைகளில் குறிஞ்சி கம்பெனியின் முகவரி இட்டு ‘Wanted Male Secretary for female’ என்ற விளம்பரத்தைத் தாங்கி வந்தது. அன்று காலையே குறிஞ்சி கம்பெனி திக்குமுக்காடியது.

அருந்ததியே அத்தனைபேரையும் இன்டர்வியூ செய்தாள். அவள் முகத்தை பார்த்துப் பேசும் ஆட்களைவிட மற்ற அவயங்களை பார்த்துப் பேசும் ஆண்களை அறவே ஒதுக்கித் தள்ளினாள்.

“ச்சே... இந்த ஆம்பளைங்களே இப்படித்தான். கண்ணப் பாத்து பேசுற ஆளுக இங்க ரொம்ப கம்மிபோல. புலம்பியபடியே அடுத்த ஆளை இன்டர்வியூ செய்ய ஆயத்தமானாள். அடுத்து, முத்து என்பவன் மிக பவ்யமாய் அறைக்குள் நுழைந்தான்.

நெற்றியில் திருநீறு, கழுத்தில் காசிக்கயிறு, சாதாரண உடை என நேர்த்தியாய் நிமிர்ந்து வந்தான்.

அவன் பார்வை அருந்ததி முகத்தை மட்டுமே வட்டமடித்து நின்றது.

“உங்க பேரு?”

"முத்து"

"ஊரு?

"மதுரப்பாக்கம்"

"என்ன படிச்சிருக்கீங்க?"

"பி.ஈ"

பி.ஈ.,யா?

"ஆமா"

"பி.ஈ. முடிச்சிட்டு ஏன் செக்ரட்டிரியா வேலைக்குச் சேர்றீங்க?"

"பி.ஈ. க்கு குடுக்கிற சம்பளத்தவிட நீங்க அதிகமா குடுக்குறீங்க" அருந்ததி சிரித்து விட்டாள்.

"நான் ஒரு பொண்ணு தெரியுமில்ல"

"நீங்க பொண்ணா?" ஆச்சர்யமாய கேட்டான் முத்து.

"ஹலோ கிண்டலா?"

"இல்லீங்க, ஒரு பொண்ணுன்னா ஒரு பொண்ணத்தான் தன்னோட பெர்சனல் செக்ரட்டரியா போடுவாங்க. நீங்க ஒரு ஆணுங்க. அதான், ஒரு ஆணை அப்பாய்ன்ட்மெண்ட் பண்றீங்க."

முத்து சொன்னதும் தன்மேல் உள்ள நம்பிக்கை அவளுக்கு மேலும் கூடியது.

"ஓ.கே. ஒங்கள எனக்குப் பிடிச்சிருக்கு. நீங்கதான் என்னோட பெர்சனல் செக்ரட்டரி. நாளைக்கிருந்து வேலையில ஜாய்ன் பண்ணிக்கங்க."

"ரொம்ப நன்றிங்க."

முத்து பவ்யமாய்ப் பதில் சொல்லிவிட்டு நகர்ந்தான். திரும்பும்போதுகூட அவன் பார்வை அருந்ததியின் முகத்தைவிட்டு வேறெங்கும் செல்லவில்லை. மறுநாள் காலையிலிருந்து முத்து, அருந்ததியின் செக்ரட்டரியானான். அப்போது அருந்ததியின் செல்போன் சிணுங்கியது.

"ஹலோ யார் பேசுறது?" காலையில் முதல் போன். முத்துவே அட்டண்ட் செய்தான்.

"நான் குமரவேல் பேசுறேன்."

"எந்த குமரவேல்?"

"நீங்க யாருங்க?"

"நான் அருந்ததி மேடத்தோட செக்கரட்டரி முத்து பேசுறேன். என்ன வேணும்?"

"விசயத்தச் சொல்லுய்யா"

கொஞ்சம் கடுமை கலந்தே பேசினான் முத்து.

"நான் அருந்ததிகூட பேசணும்?"

"அப்படியா... மேடம் இப்ப மீட்டிங்ல இருக்காங்க. அப்புறம் கூப்பிடுவாங்க." போனை கட் செய்தான்.

அருந்ததி வியந்தாள்.

"யார் போன்ல?"

"யாரோ, குமரவேலாம்"

"நல்லவேள தப்பிச்சேன்"

"ஏன், என்னாச்சு மேடம்?"

"அவன், கடனுக்கு ஆர்டர் கேட்டுக்கிட்டே இருக்கான்."

"மேடம், இனிமே போனோ, ஆளோ, எதா இருந்தாலும் என்னைய தாண்டித்தான் உங்ககிட்ட வரும். கவலைய விடுங்க. வேலயப் பாருங்க" என்று அருந்ததியின் முன்னாலேயே நின்றுகொண்டிருந்தான்.

"ஒக்காருங்க."

"ஒங்க முன்னாடி, ஐயய்யோ... வேணாங்க."

டிரிங்... டிரிங்... லேண்ட்லைன் கத்தியது.

"Who is Speaking?"

"Ya, madam is there"

"I will call you later"

"ya, i will inform her" என்று ஆங்கிலத்திலும் பேசினான்.

"யாரு?"

" ஃபாரின் கால். ஆர்டர் கேட்டுருக்காங்க. நான் பண்ணிறேன். நீங்க ஒங்க ஓர்க்கப் பாருங்க" பம்பரமாய்ச் சுழன்றான். ஒரு நிமிஷம் வெளியே போனவன் மாதுளை பழச்சாற்றோடு உள்ளே நுழைந்தான்.

"இது எதுக்கு?"

“மேடம், ரெண்டு மணி நேரத்துக்கு ஒரு தடவ ஏதாவது சாப்பிட்டுட்டே இருக்கணும். உடல்ல உழைக்கிற உழைப்பு வேற. நீங்க மூளையையும் சேத்து ஓர்க் பண்றீங்க டயர்டா ஆகிருவீங்க.”

கரிசனையோடு பழச்சாறை கையில் கொடுத்தான். அருந்ததியின் மனதில் முத்துவைப்பற்றிய உயர்வான எண்ணங்கள் முளைக்க ஆரம்பித்தன.

அன்று கம்பெனி வேலைநேரம் முடியும்வரை சக்கரமாய்ச் சுழன்றான். அருந்ததி இரவுப் படுக்கையில் விழுந்தாள். குழந்தை நிலைக்குத் தன்னை தயார்ப்படுத்தும்போது கிணிங் கிணிங் செல்போன் சிணுங்கியது.

‘யாரு இந்நேரம்?’

முத்து, என்ற பெயர் வந்தது. ஏன் இந்நேரம்?...

“ஹலோ முத்து”

“மேடம்... சொல்ல மறந்திட்டேன். பகல் முழுசும் உங்ககூட இருக்கேன். ராத்திரி நான் இருக்கமாட்டேன். ரொம்பநேரம் கண்முழிச்சு ஒடம்பக் கெடுத்துக்கிராதீங்க, சீக்கிரமே தூங்குங்க. அதுக்குத்தான் போன் பண்ணுனேன்.”

“ஸாரி, குட்நைட்” என்று முத்து போனை கட் செய்தபோது அருந்ததி, முழுதாக குழந்தையாய் நின்றிருந்தாள்.

‘ச்சீ இந்நேரம்?’ படுக்கையில் விழுந்தவளின் நினைவலைகளில் முத்து மட்டுமே வந்து போனான்.

மறுநாள் அருந்ததி வழக்கம்போல் கம்பெனிக்கு வந்தாள். வழக்கத்தைவிட கம்பெனி துரிதகதியில் இயங்கிக் கொண்டிருந்தது. அவளின் அறையும் புதுப்பொலிவுடன் திகழ்ந்தது.

“முத்து”

“மேடம்”

“சூப்பர், இவ்வளவு ஸ்பீடா இருக்கீங்களே”

“மேடம், நாம எந்த வேல செய்றமோ அதுல நேர்த்தியா இருந்தம்னாலே பாதி ஜெயிச்சதா அர்த்தம். எனக்கு எப்பவும் எல்லாம் சரியா இருக்கணும்னு நெனைப்பேன் மேடம்“ என, ஜாடியிலிருந்த பிளாஸ்டிக் பூக்களை துடைத்துக் கொண்டே பதில் சொன்னான்.

வேலைக்கு வந்து இரண்டு நாட்களில் முத்துவின் சுண்டுவிரல் நிழல்கூட அருந்ததியின்மீது படவில்லை. அவன் பார்வை, அவளின் கண்ணைத் தாண்டி கீழே விழவே இல்லை.

ரொம்ப கண்ணியமான ஆளா இருப்பான்போல. முத்துமீது நம்பிக்கை மேலும் மேலும் கூடியது.

"முத்து"

"மேடம்"

"நாளை நாம மதுரைக்குப் போறோம்"

"எஸ் மேடம்"

" பிளைட்ல போவமா?"

" நீங்க பிளைட்ல போங்க மேடம். நான் பஸ்ல வந்திர்றேன்."

"நோ, நோ... நீயும் என் கூடவே வா"

"ஓ.கே. மேடம்"

பிரீமியம் டிக்கெட்டில் சென்னையிலிருந்து கிளம்பினார்கள். ஒரு மணி நேரப் பயணம். அருகருகே இருக்கைகள்.

"இதுதான் பர்ஸ்ட் டைமா?"

"எது?

"பிளைட்ல போறது?"

"எஸ் மேடம்" நான் பிளைட்ட பாக்குறதுகூட இதுதான் பர்ஸ்ட் டைம் மேடம். அருந்ததி சிரித்தாள்.

ஆனால் பதட்டப்படாமலே பயணப்பட்டான் முத்து.

மதுரை விமான நிலையத்தில் இறங்கியது விமானம். அங்கிருந்து காரில் புறப்பட்டு குறிஞ்சி குளிர்பான நிலையத்தின் மதுரை அலுவலகத்தைப் பார்வையிட்டுத் திரும்பும்போது, இரவு நடுநிசியைக் கடந்திருந்தது.

"முத்து"

"மேடம்"

"இங்க ஏதாவது லாட்ஜ்ல தங்கிட்டு, நாளைக்கு மெட்ராஸ் போகலாமா?"

"ஓ.கே. மேடம்"

சில விசாரிப்புகளுக்குப்பின் இரண்டு படுக்கை கொண்ட அறை தரப்பட்டது.

மதுரை இரவு, கொஞ்சம் மந்தமாகவே இருந்தது.

“முத்து”

“எஸ் மேடம்”

“நான் கொஞ்சம் டிரிங்ஸ் குடிக்கப் போறேன், ஒனக்கு?”

“ஐயய்யோ... அந்தப் பழக்கமெல்லாம் எனக்கு இல்ல மேடம். ஓ.கே. மேடம், நீங்க குடிங்க.”

அழகான பாட்டிலுக்குள் அடைபட்டுக்கிடந்த ரெட் ஒயினை எடுத்தாள். சர்ரென கண்ணாடித் தம்ளரில் ஊற்றினாள். முத்துவை பார்த்துக்கொண்டே உறிஞ்சினாள். சிவப்பு உதட்டில் பட்ட ரெட் ஒயின் தங்கக் கழுத்தின்வழியே மெல்ல மெல்ல இறங்கியது. அருந்ததி இழுத்து மூச்சுவிடும்போது ஒயினின் போதை அவள் கண்களில் துளிர்த்தது.

“முத்து” நீ யாரையாவது லவ் பண்ணியிருக்கியா?”

“இல்லையே மேடம்“

“யோவ், நீ பொய் சொல்ற?” கொஞ்சமாய் உளறினாள்.

“மேடம், ஒங்களுக்கு போதை ஏறிருச்சு... படுங்க”

“யோவ், நான் ராத்திரி படுக்கும்போது குழந்தை நிலையில்தான் படுப்பேன். ஒனக்கு ஆட்சேபணை இல்லையே” என, மேலே போட்டிருந்த கோட்டை படாரென கழற்றினாள்.

“ஐயய்யோ... மேடம்“ என்றவன். ‘பசக்’கென விளக்கை அணைத்துவிட்டு வராண்டாவிற்கு ஓடிவந்தான். ஆடை முழுவதும் கழற்றிய அருந்ததி குழந்தைநிலைக்குப் போய் குப்புற விழுந்தாள்.

மறு நாள் காலை.

“ஸாரி... ஸாரி முத்து. ராத்திரி ஒங்கள ரொம்ப படுத்திட்டேனா?”

“அதெல்லாம் ஒண்ணுல்ல மேடம்.”

அன்று இரவே சென்னை வந்தனர்.

வழக்கம்போல் கம்பெனி பணிகள் அருந்ததியின் நிழலாகவே ஆனான். முத்து, அருந்ததியின் தனிப்பட்ட அலுவல்களில், கம்பெனி நிர்வாகத்தில் என அவனின் ஆளுமை முழுவதுமாய்க் கூடிநின்றது. முத்து இல்லாமல் அருந்ததியால் இப்போது தும்மக்கூட முடியாது என்ற நிலைக்குத் தள்ளப்பட்டாள்.

“ஏய், இது ரொம்ப அதிகப்பிரசங்கித்தனம்...”

“எது?”

“ஒரு ஆம்பளைய செக்ரட்டரியா கூட வச்சிட்டு இருக்கிறது.”

“அது என்னோட பிரைவசி.” இப்படி எத்தனையோ ஆட்களுக்குப் பதில் சொல்லிச்சொல்லி அருந்ததிக்கு எல்லாம் பழசாகிப் போயிருந்தது. ஆனால் இன்று புதிதாய் ஒரு பிரச்சினை வெளிக் கிளம்பியிருந்தது.

“சார், பொண்ணு நல்ல பொண்ணுதான். ஆனா கூடவே ஒரு ஆம்பள செக்கரட்டரியா இருக்கானே. அதுதான இடிக்குது” என்று, அருந்ததிக்குப் பார்த்த வரன்கள் எல்லாம் தள்ளிக்கொண்டே போயின.

“ஹலோ, முத்து என்னோட செக்ரட்டரி மட்டும்தான், லவ்வர் இல்ல” கோபமாகச் சொன்னாள்.

“அப்புறம்... மத்த எல்லா வேலைக்குமா?” இப்படி இரட்டை அர்த்தத்தில் பேசாதவர்கள் குறைவு.

முத்து, இப்போது அருந்ததிக்கு மிக முக்கியமானவன் ஆனான்.

“யம்மா... நான்தான் சொன்னனே செக்ரட்டரி வச்சுக்கோ. ஆனா அதுவே ஒனக்கு வெனையா முடியக்கூடாதுன்னு. இப்பப் பாத்தியா? இப்படி ஆகிப் போச்சே” என்று புலம்பினார் ராமசாமி.

“இப்ப என்ன பண்றதுப்பா”

“அருந்ததி”

“சொல்லுப்பா”

“நான் ஒண்ணு சொன்னா கேப்பியா?”

“ம்”

“தகுதி, தராதரம் பாக்காத... ம்... பேசாம, நீ அந்த முத்துவையை கல்யாணம் பண்ணிக்கிறயா?”

“அப்பா”

“யோசிச்சுப் பாரு. உன்கூடவே இருக்கான். ஒன்னைய நல்லாப் பாத்துக்கிறான். என்ன, சொத்து சொகம் ஏதுமில்ல. யோசி” என்றார் ராமசாமி.

அன்று முழுவதும் அருந்ததிக்கு இருப்புக் கொள்ளவில்லை.

வழக்கம்போல் பம்பரமாய் சுழன்றுகொண்டிருந்தான் முத்து. அவனை ஓரக்கண்ணால் ரசித்தாள்.

“ம்ம்ம்ம்...” செருமினாள்.

"என்ன மேடம், ஜலதோசமா?"

"இல்லையே"

"இப்ப தொண்டைய செருமுனீங்களே" அக்கறையாய் விசாரித்தான் முத்து.

"மேடம்"

"இனிமே, நீ என்னைய மேடம்னு சொல்ல வேணாம்."

"அப்பெறம்"

"அருந்ததின்னே கூப்பிடு "

"மேடம்"

"ஆமா"

அவள் நடவடிக்கைகளில் கொஞ்சம் மாற்றம் தெரிந்தது. முத்துவை கண்களால் அளக்க ஆரம்பித்தாள். நாட்கள் நகர்ந்தன.

ஒரு மெல்லிய காலைப்பொழுது.

"முத்து"

"மேடம்"

"ம்"

"அருந்ததி"

"ம்" அருந்ததி.

"என்னைய நீ கல்யாணம் பண்ணிக்கிறயா?" பளிச்சென கேட்டாள்.

அதுவரையில் அடக்கிவைக்கப்பட்டிருந்த ஆசைகள் முத்துவுக்கு வெள்ளமாய் வெளியேறின.

"அருந்ததி"கூப்பிட்டான் முத்து.

"எஸ்... நீதான் என்னோட புருசன்" சந்தோசமாய் சொன்னாள்.

"ஒன்னோட அப்பா, அம்மாவ வரச் சொல்லு"

"எனக்கு அப்பா, அம்மா இல்லீங்க."

"அச்சச்சோ... ஸாரி."

"பரவாயில்ல மேடம். ச்சீ... அருந்ததி."

பொழுதுகள் தொலைந்து ஒரு நல்லநாளில் முகூர்த்த நேரத்தில் இருவருக்கும் திருமணம் நடந்தது.

அன்று பூக்கள் விழித்திருக்கும் முதலிரவு மெத்தையில் முத்து அயர்ந்து தூங்கிக் கொண்டிருந்தான்.

பால்சொம்போடு முதலிரவு அறைக்கு வந்த அருந்ததிக்கு இவனைப் பார்தததும் பகீரென்றது

'என்ன இவன் இப்படித் தூங்கிட்டிருக்கான். எதுவும் இல்லையோ?'

மல்லிகைப் பூக்கள் சிதறிக் கிடக்கும் மெத்தையில் மெல்ல உட்கார்ந்தாள்.

"முத்து... முத்து... முத்து..." மெல்ல எழுப்பினாள்.

அப்போது படாரென எழுந்தவன் கடகடவெனச்சிரித்தான்.

"ஏய், என்ன இப்படி சிரிக்கிற?" பயத்தில் பிடியில் சிக்கினாள்.

"என்னடி, இப்ப நீ என்னோட பொண்டாட்டி இல்ல"

மேலும் சிரித்தான்.

"தமிழ்நாட்டுல இருக்கிற குறிஞ்சி குளிர்பான நிலையம் முழுசும் இப்ப என்னோடது" என மீண்டும் மீண்டும் சிரித்தான்.

"ஏன் இப்படிச் சிரிக்கிற?"

"நான் யாருன்னு தெரியுமா?" என்று பூடகத்தைப் அவிழ்த்தான்.

"யார் நீ?"

"அப்பிடிக் கேளு .போனவருசம் ரிட்டையர் ஆனாரே கணபதி, அவரோட பையன்தான் நான். ஒங்களோட கம்பெனியில ஒழச்சு ஒழச்சு ஓடா தேஞ்சுபோனவரு. கடைசியில, ரிடையர்டு ஆகும்போது அவருக்கு ஒண்ணும் தரல. கேட்டா கம்பெனி நஷ்டம். அது, இதுன்னு பொய்சொல்லி பாவம், பெரிய மனுசன கெறங்கடிச்சிருக்கீங்க. அத பழிவாங்கத்தான் ஒன்கிட்ட வேலைக்குச் சேந்தேன். ஒன்கிட்ட நல்லவனா நடிச்சேன். ஒன்னோட முகத்த பாக்குறமாதிரிதான் இருக்கும். நீ திரும்பும்போது ஒன்னைய அவ்வளவு ரசிச்சேன். ஏண்டி... நீ குறிஞ்சி குளிர்பானத்தோட ஓனரா? இனிமே நான்தாண்டி ஓனர்" ஆக்ரோசமாய் கத்தினான்.

"நோ..." என, வீடு அதிர அருந்ததியும் கத்தினாள்.

"நீ என்ன கத்தினாலும் அம்புட்டுத்தான்" என அருந்ததியை நெருங்கினான்.

"என் கிட்ட வராத... போ, போ..." என முரண்டுபிடித்தாள் அருந்ததி.

"நீதான் தெனமும் தூங்கும்போது குழந்தைநிலையிலதான படுப்ப. வா ரெண்டு பேருமே இப்ப குழந்தை ஆகலாம்" என, அருந்ததியின் அருகில் சென்றான் முத்து. அவள் திமிறினாள். முத்து விடவேயில்லை. அவன் முரட்டுப்பிடியில் அகப்பட்ட அருந்ததி வசமிழந்தாள். இப்போது இருவரும் குழந்தைநிலைக்கு முன்னேறிக்கொண்டிருந்தார்கள். மெல்லமெல்ல முத்து பின்னிய நூல் வளையங்களில் அருந்ததி வசமாய் மாட்டிக் கொண்டாள்.

முதலிரவு வெட்கத்தைப் பார்த்து பட்பட்டென விழித்துக் கொண்டன, மொட்டு மல்லிகைப்பூக்கள். 'முதலிரவு முடியட்டும், அப்புறம் பேசலாம்' என அருந்ததியும் அமைதியாக இருந்தாள். முத்து முன்னேறிக் கொண்டிருந்தான்.

குறிஞ்சி குளிர்பான நிலையத்தில் உள்ள காலி பாட்டில்களில் சர்சர்ரென குளிர்பானங்கள் நுரையோடு நிரம்பி வழிந்துகொண்டிருந்தன.

■ ■ ■

முனைவர்
விசயராகவன்
(இயக்குநர், தமிழ் வளர்ச்சித்துறை, சென்னை)

தேனி மாவட்டத்திலுள்ள தேவாரத்தைச் சேர்ந்த திரு.ராஜா செல்லமுத்து என்ற நண்பர் வணிகவியலில் முதுகலைப்பட்டம் பெற்றவராவார். மேலும் அவர் ஆய்வியல் இளைஞராகவும் விளங்கி, திரைப்படத் தொழில்நுட்பவியலிலும் பட்டயம் பெற்றவராகத் திகழ்கிறார்.

கவிதை, புதினம், குறுங்கவிதை என்றவகையில் இதுகாறும் எட்டு நூல்களைப் படைத்துள்ளார். அவையன்றி பத்து குறும்படங்களையும் இயக்கி வெற்றிநடைபோட்டு வருகிறார்.

எந்தவொரு படைப்பாளியையும் இச்சமூகத்திற்குப் பொருத்தமானவிதத்தில் அறிமுகப்படுத்தி, ஊக்குவித்து வருகின்ற பண்பை விரும்பிக் கைக்கொள்ளும் இயல்பினனாக நான் இருப்பதால், அருமை நண்பர் ராஜா செல்லமுத்துவின் படைப்புகளையும் நான் வரவேற்று மகிழ்கிறேன். 'மக்கள் குரல்' நாளிதழுக்காகத் தொடர்ந்து எழுதிவரும் இவர், இதுவரை 975 சிறுகதைகள் வழங்கியுள்ளதாக அறியவரும்போது, உண்மையிலேயே எனக்கு வியப்பு மேலிடுகிறது. எண்ணிக்கையில் ஆயிரத்தை தொட்டுவிடவேண்டும் என்ற முனைப்போடு தொடர்ந்து சிறுகதைகளை அவர் எழுதிவருவது என்னை மேலும் திகைக்க வைக்கிறது.

975ஆம் கதையாக அமைந்துள்ள 'தந்தை சொல் மந்திரம்' என்ற இச்சிறுகதை, ஒரு தந்தை அவரது மகன் மற்றும் அத் தந்தையின் நண்பர் என்ற மூன்று கதாபாத்திரங்களுக்குள் அடங்கிவிடுகிறது. காவல்துறை பணிக்கான எழுத்துத் தேர்வில் வெற்றிபெற தன் மகன் குமரன், நேர்காணலில் தோல்வியைத் தழுவநேரிட்டதன் காரணமாக தூக்கிட்டுத் தற்கொலை செய்ய முயற்சிக்கிற நேரத்தில் தன்னால் காப்பாற்றப்பட்டுவிட்ட நிகழ்ச்சியை அத் தந்தை, தன் நண்பரிடம் விளக்கும் காட்சியும் தன் மகனுக்கு ஆறுதல் கூறி 'தோல்வி என்பது நிலையானதன்று; அதற்கு தற்கொலை என்றுமே ஒரு தீர்வாகாது' என்பதை, ஆணித்தரமாக அவன் நெஞ்சில் பதியவைக்கும் பாங்கு படிப்போர் எவரையும் நெகிழ்வுகொள்ளச் செய்யும்.

தன்னம்பிக்கையை விதைக்கும்வகையில் அமைந்துள்ள இச்சிறுகதையின்மூலம் ஆசிரியர், இளைஞர் சமூகத்தை ஊக்கப்படுத்தியும் உழைப்பின் வலிமையோடு விடாமுயற்சியின் ஆற்றலை உணர்த்தியும் வந்துள்ளது குறிப்பிட்டுச் சொல்லத்தக்க ஒன்றாகும்.

ஆம். தன்னம்பிக்கை என்ற நிலத்தடி நீர் குன்றாதிருக்கும்போது வாழ்வு என்னும் வயல்பரப்பு வளங்கொழித்து நிற்கும் என்பது உண்மைதானே.

இவ்வாசிரியர் ஆயிரம் சிறுகதைகளை படைத்துவிட துடித்துவருவதை நான் மிகவும் பாராட்டி மகிழ்வதோடு அவர் தம் இலக்கினை விரைவில் எட்டவும், இலக்கிய உலகில் தனி முத்திரை பதிக்கவும் என் நெஞ்சார்ந்த வாழ்த்துகளை தெரிவித்துக் கொள்கிறேன்.

●●●

தந்தை சொல் மந்திரம்

"சோ"வென்ற சத்தத்தோடு ஊற்றிக்கொண்டிருந்தது, கேரளாவிலிருந்து தமிழ்நாட்டுக்கு வரும் முல்லைப் பெரியாறின் குழாய்த்தண்ணீர். விழுந்த வேகத்தை குறியீட்டில் அளவெடுத்துக் கொண்டிருந்தது மின்சார மீட்டர்.

கம்பிகளுக்குள் சிக்கிச்சிக்கித் தெறித்துக்கொண்டிருந்தது தண்ணீர்த் துளிகள்.

லோயர்கேம்ப் என்ற கிராமத்தின் மின்சார உற்பத்தி இடம் பரபரப்பாகவே இருந்தது.

நல்லுசாமி உயரத்திலிருந்து விழும் தண்ணீரை வெறித்துப் பார்த்தபடியே உட்கார்ந்திருந்தார். அவர் விழிகளில் விழும் கண்ணீர் குழாய்த் தண்ணீரை விட வேகமாய் விழுந்து கொண்டிருந்தது.

சுற்றிலும் விழுதுவிட்ட ஆலமரங்கள், இலைகள் அடர்ந்த காட்டு மரங்கள் என தண்ணீரைக் காவல் காத்துக் கம்பீரமாக நின்றுகொண்டிருந்தன.

"நல்லு... ஏய் நல்லுசாமி" உரக்கக் குரல் கொடுத்தான் கிருஷ்ணன்.

எரிக்கும் கானல் நீரில் மிதந்து வந்த கிருஷ்ணனின் குரல் மின்சாரத் தண்ணீரில் பட்டதும் ஜிவ்வென்ற வேகத்தோடு நல்லுசாமியின் காதில் போய் விழுந்தது. விழுந்த குரலை விலக்க முடியாமல் ஒரு புள்ளியில் குவிந்தே நின்றது அவரது எண்ணம், தூரத்திலிருந்து கூப்பிட்ட கிருஷ்ணன், கொஞ்சங்கொஞ்சமாக நல்லுவின் அருகே வந்தார், அவர் கண்களிலிருந்து கண்ணீர் வழிந்தபடியே இருந்தது.

மின்சாரக் கம்பிகளில் வந்தமர்ந்த குருவிகள், தன் குரலில் பாட்டெடுத்து, தன் சிறகில் மெட்டமைத்து, தன் கால்களில் தாளமிட்டபடியே பாடிக்கொண்டிருந்தன. குருவிகளின் பாடலைக் கேட்ட மரங்கள் இசைக்கேற்ப தன் இலைகளை ஆட்டியாட்டி கேட்டுக் கொண்டிருந்தன.

“ஏய் நல்லு” என்று பக்கத்தில் வந்து கிருஷ்ணன் கூப்பிட்டபோதும். நல்லுவின் கவனம் சிதையவே இல்லை. அவரின் தோளைப் பிடித்து ஒரு உலுக்கு உலுக்கினார் கிருஷ்ணன்

“ஏவ், என்ற ஆச்சர்யச் சத்தத்தோடு கிருஷ்ணனைப் பார்த்தார் நல்லுசாமி,

“என்ன நல்லு, இம்புட்டு சத்தம் போடுறேன். ஓம்பாட்டுக்கு எங்கிட்டோ பாத்திட்டு ஒக்காந்திருக்கியே என்னாச்சு ஒனக்கு? கண்ணாம்பட்ட ரெண்டும் பன்னி கெனக்கா வீங்கிக்கெடக்கு. நல்லு என்னாச்சு? என்று அவரின் தோளை உலுக்கிக் கேட்டார்.

அப்போதும் அவரின் அழுகை அடங்கியபாடில்லை. விழும் கண்ணீருக்கு விடுதலையே இல்லை. அது விழுந்துகொண்டே இருந்தது.

“ஏன் இப்படி அழுதிட்டு இருக்க நல்லு?”

பதில் சொல்ல முடியாமல் தவித்த நல்லு, முதன்முதலாய் வாய் திறந்தார்.

“என்னத்த சொல்றது கிருஷ்ணா எம் மகன்” என்று மறுவார்த்தை பேசுவதற்குள் அவரின் உதடுகள் தந்தியடித்தன.

“ஓம்மகன், சொல்லு நல்லு கிருஷ்ணனின் வார்தைகளில் ஈரம் அப்பியிருந்தது.

“எம் மகன் நேத்து தூக்குப்போட போயிட்டான் கிருஷ்ணா.” அவர் சொல்லும்போதே தேம்பிக் கொண்டிருந்தார்.

”என்னவாம் தூக்குப்போடப போற அளவுக்கு, அவனுக்கு என்ன கஷ்டம் நல்லு?”

“போலீஸ் வேலைக்கு அப்ளிகேசன் போட்டுருந்தான். பரீட்சையும் எழுதினான். இன்டர்வியூல பெயிலாயிட்டான் கிருஷ்ணா. அத இவனால தாங்கமுடியலபோல. சொல்லிச்சொல்லி பொலம்பிட்டு இருந்தான். திடீர்னு ராத்திரி தூக்குப்போட போயிட்டான். என்ன செய்றதுன்னு தெரியல. நான் பாக்கலன்னா இந்நேரம் எம் மகன் போய்ச்சேந்திருப்பான் கிருஷ்ணா” என்று அழுதுகொண்டே சொன்னார்.

"ஏய், ஒம் மகன் சுத்த வெவரம்கெட்ட பயலா இருப்பான்போல. பரிட்சையில பெயிலானா, அடுத்து எழுதி செயிச்சுக்கலாம். உசுரு போனா எப்படி வரும். பெரிய லூசுய்யா ஒம் பையன்".

"கிருஷ்ணா"

"ம்"

"எம் பையன மொதல்லமாதிரி திரும்பக் கொண்டுவரணும்யா, அவன் ஆசைப்பட்டத நான் செயிக்க வைக்கணும் கிருஷ்ணா" என்று, நல்லுசாமி சொன்னபோது அவரின் வார்த்தைகளில் தைரியம் தெரிந்தது.

"போ, அவனத் தேத்து. தைரியம் சொல்லு விடக்கூடாது. நல்லு நம்ம வச்ச செடி. நம்மள விட்டு வெலகிப் போயிறக்கூடாதுய்யா."

கிருஷ்ணன் வார்த்தைகளை ஏவி நல்லுவை வழிநடத்தினார்.

விழும் தண்ணீரின் சத்தம் இப்போது, ஓங்காரமாய் ஒலித்தது. எழுந்தார்; நடந்தார்; அவரின் நடையில் ரௌத்திரம் தெரிந்தது.

"நல்லு... நல்லு" உடன் உழைக்கும் ஊழியர்கள் உரக்கக் குரல் கொடுத்தும் எந்த வார்த்தையும் அவர் செவிகளில் சிக்கவில்லை விறுவிறுவென நடந்தார்.

விழிகளில் கனன்றது வேட்கை.; கால்களில் சுழன்றது வேகம்,

"ஓ,வென்ற காற்று, அவர் நடக்கும் பாதையெங்கும் வீசத் தொடங்கியது. வேகுவேகுவென முன்னேறினார். எதிர்த்துவந்த காற்றை எதிர்த்து நல்லுவின் நடைவேறு வழிவகுத்துச் சென்றது.

கண்டைக்காலில் முறுக்கேறிய நரம்புகள் மூளைவரை போய் தகவல் சொன்னது .

வேர்க்க விறுவிறுக்க வீடு வந்தார். சோர்ந்துகிடந்த மகன் குமரனை தொட்டுத் தூக்கினார். தோல்வியில் துவண்டுபோய்க் கிடந்தவன், தகப்பன் தொட்டதும் தைரியம் கொண்டு எழுந்தான்.

"அப்பா" குமரனின் குரலில் பயத்தின் அடர்த்தி அப்பியிருந்தது.

"டேய் குமரா" மகனைத் தொட்டுத் தூக்கினார். துவண்டுகிடந்தவனுக்கு, அப்பனின் கைபட்டதும் நம்பிக்கையின் அடர்த்தி கூடியது.

அப்பா மேலும் தழுதழுத்தான்.

"மகனே, இனி நீ தோக்கக்கூடாதுடா. ஒன்னைய ஜெயிக்க வைக்காம விடமாட்டேன். இனி ஒன்னோட வாழ்க்கையில வெற்றி மட்டும்தான் இருக்கணும். தோல்வியென்ற பேச்சுக்கே இடம்

இருக்கக்கூடாதுடா. ஒன்னப் பெத்த அப்பன், ஒன்னைய ஜெயிக்க வைக்காம தூங்க மாட்டான்” குமரனின் தோள்தட்டித் தேற்றினார்.

“மகனே, நீ என்ன ஆகணும்னு நெனைக்கிற?” நல்லு கேள்வி கேட்டார்.

“அப்பா” என தழுதழுத்தான் குமரன்,

“குமரா சொல்லுடா. நீ என்ன ஆகணும்னு நெனைக்கிற?” நல்லுவின் வார்த்தைகளில் நங்கூரம் அடித்தது போன்ற நம்பிக்கை இருந்தது.

“நீ என்ன ஆகணும்னு நெனைக்கிறயோ அதுவாவே ஆவடா. ஒன்னைய அந்த ஓரசத்துக்கு கொண்டு போறேன். இனி என்னோட ஆசை, லட்சியம், விருப்பம், சந்தோசம் எல்லாமே நீதாண்டா” என்று நல்லு சொல்லும்போது, உணர்ச்சியின் உரசல் கொஞ்சம், கூடுதலாகவே இருந்தது.

அப்பா, என்று நல்லுவை கட்டிப்பிடித்தான். இருவரின் கண்ணீரும் இணைந்ததில் இன்னொருமுறை நல்லுவிற்கு இருதயம் இரண்டு மடங்காய்த் துடித்தது.

“குமரா”

“அப்பா”

இப்படியொரு அப்பனுக்குப் பொறந்திட்டு, இப்படி கோழையா வந்து நிக்கிறியே, ஒன்ன என் புள்ளன்னு சொல்லிக்கிறதுக்கே அசிங்கமா இருக்குடா. இனியொரு தடவ இந்தத் தப்ப செய்யாத சரியா?” சொன்னபோது நல்லுவின் தோளில் சாய்ந்தான் குமரன்.

“இல்லப்பா, இனிமே இதச் செய்யமாட்டேன்”

“குமரா எடுத்த காரியத்தில வெற்றியடையறதும் தோல்வி வர்றதும் சகஜம்டா.. வெற்றிய மட்டுமே நெனச்சிட்டு இருந்தோம்னா இப்படி வர்ற தோல்விய தாங்க பலமிருக்காது. எது வருதோ, வரலையோ அதப்பத்தி கவலைப்படாத. ஒழச்சுக்கிட்டே இரு. வெற்றி தன்னால வந்து ஓம் முன்னால நிக்கும். கவலப்படாதடா, நீ ஜெயிக்கிற “சரியா?” தைரியத்தை தைரியமாகச் சொன்னார்.

குமரனுக்குள் குதூகலம் கொடிகட்டிப் பறந்தது.

அன்று முதல் குமரன் புதுமனிதனாய் அவதாரம் எடுத்தான். அவன் எடுத்து வைக்கும் ஒவ்வொரு அடியும் வெற்றியின் அஸ்திவாரமாய் அமைந்தது. அதிகாலை என்பது தினமும் எழும் காலையானது. அலுப்பு கொஞ்சம்கூட வரவில்லை.

நல்லுவின் நடைபாதையில் தடம் பதித்தான் குமரன், தன் மகன் ஆசைப்பட்ட இடம் கிடைக்க அவனை தயார்ப்படுத்தினார். விழுந்து கிடந்த வேரில் நல்லுவின் நல்ல வார்த்தைகள் அவனை நாளுக்கு நாள் மெருகேற்றியது லட்சியத்தை அள்ளி அவன் நெஞ் சில் ஊற்றினார். குமரன் தினம் புதிது புதிதாய்ப் பிறந்தான்.

அவனுள் உற்சாக கங்கையை உழைப்பாலே உருவாக்கினார். நல்லு அவரின் பொழுதுகள் எல்லாம் அவனை உருவாக்குவதிலேயே புலர்ந்தது. சிலபல விடியல்களுக்குப் பிறகு கிட்டத்தட்ட இப்போது முழுமனிதனாய் நிமிர்ந்து நின்றான் குமரன்.

அந்த வருடம் போலீஸ் தேர்வுக்குப் போனான். பரீட்சை எழுதினான். பரீட்சை எழுதிய அத்தனை பேர்களில் குமரன்தான் முதலாய் வந்தான். நேர்முகத்தேர்வின் முடிவிலும் அவனே முதல் என்று அறிவிக்கப்பட்டான். சந்தோசம் தலைமுட்ட தகப்பனைத் தேடி வந்தான்.

“அப்பா, இதெல்லாம் ஒங்களாலதான், இந்தியாவிலயே நான்தான் முதலிடம்ப்பா” அவன் சொல்லும்போதே நா தழுதழுத்தது. கண்ணீர் திரை கட்டியது.

“குமரா”

“அப்பா”

“இப்ப சந்தோசமாடா”

“தலையாட்டியே “ஆமா” எனப் பதில் சொன்னான்.

இது எல்லாம் நீ தாண்டா பண்ன, எல்லா மனுசங்களுக்கும் ஒரே அறிவு ஒரே புத்திதான். அத நாம எப்படி பயன்படுத்துறோம்ங்கிறத பொறுத்துதான் வெற்றி, தோல்வி எல்லாம். எங்கயோ வேறபக்கம் போய்ட்டு இருக்கிற ஒன்னோட சிந்தனைய மடமாற்றம் செஞ்சேன், அவ்வளவுதான். மத்தபடி, இந்த வெற்றிக்கு முழுக் காரணம் நீதாண்டா” என்று குமரனை தட்டிக் கொடுத்துவிட்டு லோயர் கேம்ப் மின்சார உற்பத்தி நிலையம் நோக்கி நடந்தார் நல்லு. ஓங்காரம் கொண்டு ஊற்றிக்கொண்டிருந்தது முல்லைப் பெரியாறின் குழாய்த்தண்ணீர். தன் மகன் நினைத்த இடத்தைப் பிடித்துக் கொடுத்து திருப்தியில் ‘சரக்.. சரக்.. சரக்’ என்ற புலி நடையைப் பின்பற்றியிருந்தார் நல்லுசாமி . அவரின் காலடித் தடத்தைத் தொட்டு வணங்கினான் குமரன்.

■ ■ ■

திரைப்பட இயக்குநர்
பி.சமுத்திரக்கனி

பெற்றோரை விட்டு, பெற்ற குழந்தைகளை விட்டு, கட்டிய மனைவியை விட்டு, உடன்பிறந்த சொந்தங்களை விட்டு, தொலைதூர தேசம் சென்று வாழ்வைத்தேடும் சகோதர, சகோதரிகளுக்கு ஒரு சம்மட்டி அடி.

என்ன இல்லை இந்த திருநாட்டில். பிறந்த மண்ணை நேசிப்போம். நம் படிப்பு, நம் உழைப்பு, நம் நாட்டிற்குப் பயன்படட்டும்.

மனம் துறந்து, மகிழ்ச்சி துறந்து, மனநிறைவு இழந்து எப்போதும் ஒரு ஏக்கத்தோடு வாழ்ந்து என்ன பயன்?

எவ்வளவு பணம் இருந்தாலும் அது வெறும் காகிதமாகத்தான் போய்விடுகிறது. பணத்தால் எந்த உணர்வுகளையும் வாங்க முடியாது என்பதை வெகுஆழமாக வலியோடு பதிவுசெய்திருக்கிறார்.

● ● ●

வெளிநாட்டு வாழ்க்கை

முன்னிரவு நிலா வெளிச்சம் முற்றமெல்லாம் விழுந்து கிடந்தது.

வீட்டின்முன் வளர்ந்திருந்த வேப்பமர இலைகளின் பிம்பங்கள் பூமியில் விழுந்து நிழல் இலைகளாய் மெல்ல மெல்ல அசைந்துகொண்டிருந்தன. எங்கோ ஊளையிடும் நாய் சத்தத்தை வீட்டிலிருந்தே கண்டித்தாள் மஞ்சுளா.

"ச்சே, அபசகுணம்மாதிரி எப்பிடிக் கத்துதுன்னு பாரு. பேசாம இரு" தனக்குத்தானே சமாதானம் செய்துகொண்டிருந்தாள்.

"என்ன மஞ்சுளா நீயா பேசுற?" ஒற்றைச் சேரில் சாய்ந்தபடியே கேட்டார், ராமநாதன்.

ஓய்வுபெற்ற தபால் நிலைய ஊழியர்.

"நாயி ஊளையிடுது" கொஞ்சம் தயக்கம்கலந்த குரலில் சொன்னாள்.

"அது எந்தக் காரணத்துக்கு கத்துதுன்னு அதுக்குத்தானே தெரியும். நீயேன், அத அபசகுணம்னு நெனைக்கிறே?" கொஞ்சம் பகுத்தறிவோடு பேசினார் ராமநாதன்.

"அது ஊளையிட்டா ஏதாவது கெட்டது நடக்கும். அதான்..." தயக்கத்துடன் சொன்னாள், மஞ்சுளா.

"நாய் ஊளையிட்டாலும் ஊளையிடலன்னாலும் நடக்கிறது நடந்தே தீரும்" என்று, கொஞ்சம் உள்மூச்சைப் பிடித்தபடியே சேரிலிருந்து எழுந்தார் ராமநாதன். முற்றத்தின் நடுவே நின்றிருந்தது முழு நிலா.

"சீனிவாசன் எங்கே?"

"ஏதோ எழுதிட்டு இருக்கான்"

"ம்... அப்ப அவன் போய்த்தான் ஆவானா?" கொஞ்சம் கலங்கிய குரலில் கேட்டார். மஞ்சுளாவால் அதற்குப் பதில் சொல்லமுடியாமல் தவித்தாள். தாழிடப்பட்ட தனியறையில் உட்கார்ந்து எதையோ எழுதிக்கொண்டிருந்தான், சீனிவாசன். தூரத்திலிருந்து எட்டிப் பார்த்த ராமநாதன், பக்கத்தில் போகவிரும்பாமல் எட்டியே நின்றார். பனியனுக்கு மேலே போட்டிருந்த துண்டை எடுத்து கழுத்தைச் சுற்றி போட்டுக் கொண்டார்.

"மஞ்சுளா"

"என்னங்க" என்று ராமநாதனிடம் ஓடி வந்தாள்.

"கொஞ்சம் தண்ணி"

இதோ... வேகமாய் ஓடிப்போய் தண்ணீரோடு வந்தாள்.

தண்ணீரை வாங்கிய ராமநாதன் முகத்துக்கு மேலே தூக்கி மடக்... மடக்... மடக்கெனக் குடித்தார். அது, தொண்டையில் உருண்டுபோகும் தடம் தெரிந்தது.

"மஞ்சுளா"

"ம்"

"சீனிவாசன் படிச்ச படிப்புக்கு இந்தியாவுல வேல கெடைக்காதா?"

"கெடைக்குமே"

"பெறகு ஏன், இங்கயிருந்து வெளிநாடு போகணும்னு நெனைக்கிறான்."

"வயசுப் பய. இந்த வயசுல சம்பாரிக்காம, வேற எந்த வயசுல சம்பாரிக்க முடியும். அதவிட, வெளிநாட்டுல வேல பாக்குறது கவுரவம்னு நெனைக்கிறாங்கள்ல. அப்பிடி இவனும் நெனைக்கிறான்போல"

"ம்... எது கவுரவம் மஞ்சுளா? வெளிநாட்டுல வேல பாக்குறதுதான் கவுரமா? நாம இந்த மண்ணுல கவுரவத்தோட வாழலயா, இல்ல யாரும் நம்மள கேவலமா நெனச்சாங்களா? ஊர் உறவோட வாழ்ற சந்தோசமே தனி மஞ்சுளா. அத விட்டுட்டு எங்கயோ போயி தனியா, ஏன் சம்பாரிக்கப் போறான்" என இருவரும் பேசிக்கொண்டிருக்கும்போதே சீனிவாசன் அறையிலிருந்து வெளியே வந்தான்.

"என்ன வெளிநாட்டுப் புராணமா? நான்தான் தெளிவா சொல்லிட்டனே, வெளிநாடு போறேன். பணத்த சம்பாரிக்கிறேன்,

ராஜா செல்லமுத்து ● 169

ஓகோ—ன்னு வாழ்றேன்.” மகன் பேசுவதை இருவரும் உன்னிப்பாக கேட்டுக் கொண்டிருந்தார்கள்.

“அப்பா, இங்க கிடக்கிற வேலையையும் இங்க வாங்குற சம்பளத்தையும் வச்சு, கல்யாணம் பண்ணி, ரெண்டு புள்ளைக்குட்டிகளப் பெத்து, அதுகள இங்கிலீஷ் மீடியம் ஸ்கூல்ல சேத்து படிக்கவைக்கிறதுகுள்ள, நாம கடன்காரன்தான் ஆகணும்.”

“இங்க சரிப்பட்டு வராதுப்பா” ஒரே மூச்சில் சொல்லி முடித்தான் சீனிவாசன்.

“அப்ப, நான் வெளிநாடு போய்த்தான் ஒன்னைய படிக்க வச்சேனா? இல்ல, வேற எங்கயாவது கடன் வாங்கி கடன்காரன் ஆகிட்டேனா? நாம எவ்வளவு சம்பாரிக்கிறமோ அத, தேவைக்கு அதிகமா செலவு செய்யாம, கொஞ்சம் கட்டுப்பாடோட குடும்பம் நடத்துனோம்னா வெளிநாட்டுல சம்பாரிக்கிறதவிட, உள் நாட்டிலயே சம்பாரிக்கலாம்டா” என்று கொஞ்சம் கோபம் கலந்த குரலில் பேசினார் ராமநாதன்.

“ஏங்க, கொஞ்சம் பொறுமையா பேசுங்க. ஏற்கனவே ஒடம்புக்கு முடியல. இதுல இவ்வளவு உன்னிப்பா பேசணுமா?” ஆறுதல் வார்த்தைகளை அள்ளித் தெளித்தாள் மஞ்சுளா.

மஞ்சுளாவை கோபத்தோடு பார்த்தார் ராமநாதன். மேற்கொண்டு மஞ்சுளா அவரைப் பார்க்கத் திராணியில்லாமல் தலையைக் கீழே போட்டாள்.

“சீனிவாசா, கடைசியா ஒன்னோட முடிவுதான் என்ன?”

“முடிவென்னப்பா... நான் வெளிநாடு போய்த்தான் ஆகணும். இதுவரைக்கும் நீங்க என்ன சம்பாரிச்சு வச்சீங்க. கடைசியில கையும் காலும்தான் மிச்சம். நாளைக்கு என்னோட பொண்டாட்டி புள்ளைகள கஷ்டப்படவிடமாட்டேன்” கொஞ்சம் பிடிவாதமாகவே சொன்னான்.

“தம்பி சீனு, நீ என்னோட ஒத்தப்புள்ளடா. கல்யாணமாகி ரொம்ப நாளா கொழந்த இல்லாம கஷ்டப்பட்டோம். அப்பறம் ஏறாத கோயில் இல்ல, வேண்டாத சாமிகள் இல்ல. அப்பிடி வரமிருந்து பெத்த மகன் நீ. எவ்வளவோ மாடர்னான பேர்கள் இருந்தாலும் எங்க அப்பாவோட அதான், உன் தாத்தாவோட பேர சீனிவாசன்னு ஒனக்கு வச்சோம். இருக்கிற ஒத்தப்புள்ள நீயும் எங்கள விட்டுட்டுப் போனா, எங்களுக்கு யாருய்யா இருக்கா? எங்களுக்கு ஏதாவது நல்லது கெட்டதுன்னா யாரு பார்ப்பா? நீ நல்லா படிச்சிருக்க. அதுக்கு தகுந்த வேலய இங்கயே பாரு, எனக்கும் பென்சன் வருது, கொஞ்சம் விவசாய நெலமும் நமக்கு இருக்கு. இங்கயே கல்யாணம் பண்ணிட்டு இங்கயே இரு சீனி.”

கொஞ்சம் தளுதளுத்த குரலில் ராமநாதன் பேசியபோது, மஞ்சுளாவிற்கு கண்ணீரே வந்துவிட்டது.

“என்னது விவசாயமா? அதெல்லாம் எவன் பார்ப்பான்?”

“இருக்கிற நெலத்த வித்திட்டுத்தான் பாஸ்போர்ட், விசாவுக்கு அப்ளை பண்ணனும்“ கொஞ்சம் திமிராகவே பதில் சொன்னான் சீனிவாசன்.

“என்னது நான் நெலத்த விக்கவே கூடாது சீனி. அது, நம்ம பரம்பரச் சொத்து, காசு பணம் எப்ப வேணும்னாலும் சம்பாரிச்சுப்புடலாம்டா. ஆனா பூமி போனா திரும்பி வராது. அத வித்துத்தான் வெளிநாடு போகணுமா? வேண்டாம்யா” மேலும் தளுதளுத்தார்.

“இல்லப்பா, குண்டாஞ்சட்டியில குதிர ஓட்டுறதுமாதிரி ஒரே எடத்தில எல்லாம் என்னால இருக்கமுடியாது. பறவமாதிரி பறக்கணும். இப்பவே நிறைய சம்பாரிக்கணும்“ சந்தோசமாகச் சொன்னான் சீனிவாசன்.

“நீ மகராசனா சம்பாரிய்யா. ஒன்னைய நான் வேணாம்னு சொல்லல. அதுக்கு நம்ம பூமியை வித்துட்டு வெளிநாட்டுல போயிதான் சம்பாரிக்கணுமா? இங்கயே நல்ல வேலையப் பாரு. அப்பிடியே விவசாயத்தையும் பாரு. சரி, நீ சொன்னபடியே வெளிநாட்டுல போய் எல்லாம் சம்பாரிச்சிட்டா, எல்லாம் நமக்கு வருமா? இல்ல நமக்கு எல்லாம் கெடச்சிருமா? நீ இங்க இல்லாதப்ப எனக்கும் ஒங்க அம்மாவுக்கும் ஏதாவது நல்லது, கெட்டது ஆகிப்போச்சுன்னா யார்யாபாப்பா” கண்ணீரோடு சொன்னார் ராமநாதன்.

“ச்சே... எப்பப் பாத்தாலும் சாவு, அதுஇதுன்னு ஒரே புலம்பல். ஒங்களுக்கு எதுவும் ஆகாது. நான் போய்த்தான் ஆவேன்” ஒரே முடிவாகச் சொன்னான் சீனிவாசன்.

அப்பாவுக்கும் மகனுக்கும் நடக்கும் வாக்குவாதத்தை மஞ்சுளா கொஞ்சம் தள்ளி நின்றபடியே வேடிக்கை பார்த்தாளேயொழிய தவறியும் வார்த்தை எதுவும் பேசவில்லை.

“அப்ப, நீ போய்த்தான் ஆவ?”

“ஆமா” கோபமாகச் சொல்லிவிட்டு அறைக்குள் சென்று தாழிட்டுக் கொண்டான். வானில் காய்ந்த முழுநிலாவை வேகமாய்ச் சென்ற பெரிய கருமேகம் ஒன்று படக்கென மறைத்துக் கொண்டது. முன்பிருந்த வெள்ளை நிலா வெளிச்சம் இப்போது சற்றுக் குறைந்திருந்தது.

ஈரம் சுமந்த கண்களோடு மஞ்சுளாவைப் பார்த்தார் ராமநாதன். மஞ்சுளா பதில் ஏதும் சொல்லமுடியாமல் தவித்தாள்.

சிறிதுகாலத்தில் விவசாய நிலத்தை விற்று பாஸ்போர்ட், விசா எடுத்துக் கொண்டு பறந்தான் சீனிவாசன். அவன் இல்லாத வீடு வெறிச்சோடிக் கிடந்தது. அன்றிலிருந்து ராமநாதனும் மஞ்சுளாவும் சோகமே உருவானார்கள். வீட்டில் சிரிப்புப் பேச்சு சிதைந்திருந்தது. சந்தோசம் கொஞ்சம் குறைந்திருந்தது. வெளிநாடுபோன சீனிவாசன் ஒருசில தடவை செல்போனில் மட்டுமே உரையாடினான்.

லொக்... லொக்... லொக்... இருமலின் பிடியில் சிக்கினார் ராமநாதன். முழுமையாகவே நோய்வாய்ப்பட்டு படுக்கையில் விழுந்தார். அவர் உதடுகள் அனிச்சையாகவே "சீனி" என்று மகனின் பெயரை உச்சரித்தன.

அன்று இரவு எங்கோ நாய் ஊளையிடும் சத்தம் கேட்டது.

"ச்சூ... எப்படி ஊளையிடுதுன்னு பாரு... யாராவது வெரட்டி விடுங்க..." மஞ்சுளா கொஞ்சம் சத்தமாகவே பேசினாள்.

"என்ன மஞ்சுளா?" படுக்கையில் கிடந்த ராமநாதன் சன்னக்குரலில் கேட்டார்.

"ஒண்ணுமில்ல"

"நாய் ஊளையிடுதா?" சிரித்துக்கொண்டே கேட்டார்.

"அதெல்லாம் ஒண்ணுமில்ல, நீங்க பேசாம படுங்க" சமாளித்தாள் மஞ்சுளா. நிலாவைக் கொன்றுவிட்டு சூரியன் சுரீரென்று உதித்த காலை நேரம். மஞ்சுளா காபியோடு வந்து ராமநாதனை எழுப்பினாள்.

"என்னங்க... என்னங்க..."

ராமநாதனிடமிருந்து பேச்சு, மூச்சு எதுவுமில்லாமல் இருந்தது. மெல்ல அவரைத் தொட்டாள் உடம்பு சில்லிட்டது.

"என்னங்க..."

மஞ்சுளாவின் அலறல் சத்தம் ஊரையே எழுப்பியது.

"ஒரு பயங்க... அவன கஷ்டப்பட்டு படிக்க வச்சாரு ராமநாதன். அவன் பணம் சம்பாரிக்கணும்ற ஆசையிலே இங்க இருக்கிற வெவசாய நெலத்தையும் வித்திட்டு வெளிநாடு போனான். இப்பப் பாருங்க கொள்ளிவைக்கக்கூட ஆளில்ல. பெத்த தாய், தகப்பன விட்டுட்டு அப்படியென்னங்க பணம் வேண்டிக் கெடக்கு, ஏன்? இங்க வேலசெஞ்சு பொழப்பு நடத்தமுடியாதா என்ன? வெளிநாடு போங்க. அத நான் வேணாம்னு சொல்லல. காரணம்னா போங்க. இல்ல இங்கயே இருங்க. அங்க போறதுதான் பெருமை. அங்க வாழ்றதுதான் ஒசத்தின்னு நெனைக்காதீங்க. அடுத்தவன்கிட்ட அடிமையா வேல பாக்குறதில அப்படியென்னங்க கவுரவம் வேண்டிக்

கெடக்கு. நம்ம நாட்டுல படிச்சிட்டு நம்ம நாட்ட உயர்த்தாம, அடுத்த நாட்டுக்காரன ஓசத்துறத முட்டாள்தனம்னு முதல்ல உணருங்க. கொஞ்சம் சம்பாரிச்சாலும் ஊர், உறவுகளோட வாழ்ற சந்தோசமே தனிங்க" என்று, இறந்த வீட்டில் ஒருவர் பேசுவதை எல்லோரும் வேடிக்கை பார்த்தனர்.

"ராமநாதன்மாதிரி எத்தனையோ பேரு வெளிநாடுபோன புள்ளைகள நெனச்சு நெனைச்சே செத்துப் போயிர்றாங்க. இப்ப என்னங்க ஆச்சு? சீனிவாசன் வெளிநாட்டுல இருந்து வர ரெண்டு, மூணு நாள் ஆகுமாம். அதுவரைக்கும் பொணத்த வச்சிட்டு இருக்கமுடியுமா? ஏற்கனவே வயசான ஒடம்பு வேற?" புலம்பியது இழவு வீட்டிற்கு வந்த கூட்டம்.

அப்பாவின் இறப்பு செய்தியைக் கேட்ட சீனிவாசனுக்கு என்னவோ செய்தது. அவன் இதயம் எத்தனையோ துண்டுகளாய் உடைந்துபோனதாய் உணர்ந்தான். "நம்மளப் பெத்து வளத்து, இவ்வளவு கஷ்டப்பட்டுப் படிக்கவச்ச தாய், தகப்பன சந்தோசப்படுத்தாம, அவங்கள விட்டுட்டு எங்கயோ வந்திட்டோம். அவங்க மனசு என்ன பாடுபட்டிருக்கும். ச்சே... தப்புப் பண்ணிட்டோம். பெத்தவங்கள தனியா விட்டுட்டுப்போறதுகூட ஒருவிதமான அனாதை ஆசிரம உணர்வுதான் அவங்களுக்கு ஏற்பட்டிருக்கும்.

"என்னைய மன்னிச்சுருங்கப்பா. ஒங்க பேச்ச கேக்காம வெளிநாடு வந்தேன். இப்ப ஒங்க முகத்தக்கூட என்னால பாக்க முடியாம ஆகிப்போச்சு. நான் நெனச்சமாதிரியே பணம் சேத்திட்டேன். ஆனா அன்ப தொலைச்சிட்டேன்பா. என்ன மன்னிச்சிருங்க" என்று கதறிக் கதறி அழுதான் சீனிவாசன்.

அவனால் அப்பாவின் இறுதிச்சடங்கை வீடியோகாலில் மட்டுமே பார்க்க முடிந்தது. இவனுக்குப் பதில் வேறு யாரோ கொள்ளிவைக்கும் கொடுமையையும் அவனால் தாங்க முடியவில்லை.

இறுதிச்சடங்கில் மகனில்லாததை நினைத்து மஞ்சுளா அழுது புலம்பினாள்.

"ச்சே... என்ன வாழ்க்கை இது! பெத்த தகப்பனுக்கு கொள்ளி வைக்கக்கூட முடியல. இனி எங்கம்மாவுக்காவது நான் பிள்ளையா இருக்கணும்" என்ற முனைப்போடு வெளிநாட்டைவிட்டு வெளியேற முடிவு செய்தான், சீனிவாசன்.

■ ■ ■

முனைவர்

கா.மு.சேகர்

(இயக்குநர், உலகத் தமிழ்ச் சங்கம், மதுரை)

ஒவ்வொரு காலத்தின் படைப்புகளும் அக்கால மக்களின் வாழ்க்கை அனுபவங்களை எடுத்துரைக்கும் பெட்டகங்கள், அப்படைப்புகளின் மூலமே சமுதாய மாற்றங்களை உணர முடியும். சமுதாயப் பிரச்சனைக்கான தீர்வுக்களமாகவும் இலக்கியப் படைப்புகள் விளங்குகின்றன. படைப்பாளியின் சமூக பொறுப்புணர்வை, புரிதலை மேம்படுத்தும் விசயமாகவும் இதனைக் கருதலாம். அழுத்தமும் ஆழமும் நிறைந்த படைப்புகள் என்னைக் கவருகின்றன. அவ்வகையில், சமூகத் தேவைகளைச் சுட்டுவதிலும் அவலங்களைச் சாடுவதிலும் ஆர்வம்கொண்ட படைப்பாளிகளில் திரு.ராஜா செல்லமுத்துவும் ஒருவர். கலை என்பது வாழ்க்கைக்கானது என்பதில் ஆழமான நம்பிக்கை கொண்டவர். இவர் சிறுகதைக்கான இலக்கணத்தை தெளிவாகப் புரிந்துகொண்டு 'தூய்மை இந்தியா' சிறுகதையைப் படைத்துள்ளார். படைப்பாளிகள் சமுதாயத்தைப் பாட வேண்டும் என்பதை கவிஞர் சிற்பி, தனது மௌன மயக்கங்கள் கவிதையில்,

''இழையணி நங்கை போல
எழில்மலர் பூத்த சோலை
அழகினைப் பாடவென்றால்
ஆயிரம் கவிஞர் உள்ளார்;
மழைவளம் இன்று மண்ணில்
மலிவளம் போன்ற மக்கள்
குழைவுறும் நிலையைப் பாட
கொண்டுவா எழுதுகோலை!'' என்று பதிவுசெய்கிறார்.

சமூக வளர்ச்சி என்பது அரசு சார்ந்தது மட்டுமல்ல. ஒவ்வொரு தனிமனிதனின் பங்களிப்பும் அதில் வேண்டும். 'தனிமனிதக் கூட்டுதான் சமுதாயம்' என்பதை தூய்மை இந்தியா சிறுகதை வழி நமக்கெல்லாம் புரியவைக்கிறார். படைப்பாளி சமூக அக்கறையுள்ளவராக இருப்பதும், சமூக அவலங்களை உற்று நோக்குபவராகவும் விளங்குவதே வளர்ச்சிக்கான பாதையில் நம்மை இட்டுச்செல்லும்.

●●●

தூய்மை இந்தியா

'இதுக்கு ஒரு தீர்வு இல்லையா?

இங்க மனுசன் எப்படி குடியிருக்க முடியும்? இதுக்கு ஒரு நல்ல முடிவுகட்டாம போகக்கூடாது.

இன்னைக்கோ, நாளைக்கோ நல்ல முடிவு எடுக்கணும். இல்லன்னா, வீட்ட காலி பண்ணிட்டுப் போகவேண்டியதுதான்' என்று ரத்தினம் முடிவு எடுத்தார்.

இது, கலைவாணி தெருவாசிகளுக்கு பெரிய தலைவலியாக இருந்தது.

என்ன செய்யலாம்?

அன்று மாலையே அந்தத் தெருவாசிகள் எல்லோரும் ஒன்று சேர்ந்தனர்.

"இதுக்கு என்ன பண்ணலாம். நீங்களே முடிவு சொல்லுங்க" என்றார் ரத்தினம்.

"சாமி படங்கள வரஞ்சு வைப்போம்" என்றார் முருகன்.

"ஆமாங்க, இந்தத் தெருவுல எல்லா மதங்களச் சேந்தவங்களும் இருக்காங்க. கிருஷ்ணன், ஏசு, அல்லா இப்படி எல்லா சாமிகளையும் வரஞ்சு வைப்போமே" என்று, முருகன் சொன்னதையே ஆமோதித்தார் குணசீலன்.

"இங்கு குப்பை கொட்டாதீர்கள். சுத்தம் சுகம் தரும். இப்படி எழுதி வைக்கலாமா?" என்றார் ஒரு பெரியவர்.

ராஜா செல்லமுத்து

"அதெல்லாம் சரிப்பட்டு வராதுங்க. ஏற்கனவே இதெல்லாம் எழுதியாச்சு. வேற ஏதாவது செய்யுங்க."

ஏய்யா, கலைவாணி தெரு, ரொம்ப சுத்தமான தெருவுன்னு தெரியாதா? இங்க இருக்கிற எல்லாரும் படிச்சவங்கதான. குப்ப போடுற ஆளுகளுக்கு நறுக்குன்னு ஒறைக்கனுமுங்க. இது நம்ம தெருவு; சுத்தமா இருக்கனுமுன்னு நெனைக்கனுமுங்க. அதவிட்டுட்டு இங்கயே எல்லாரும் குப்பகூளத்தப் போட்டா, இந்த தெருவு நாஸ்தியாகாம நல்லாவா இருக்கும்? நாஸ்திதான் ஆகும். அதுவும் குப்ப போடுற ஆளுக இன்னாருன்னு கண்டுபிடிக்க முடியலீங்க. ஆளுக இல்லாத நேரத்தில கொட்டிட்டுப் போறாங்க. இதுக்கு ஒரு முடிவு காலமே வராதா?

கலைவாணி தெருவுக்குள்ள நொழையுற ஆளுங்கெல்லாம் மூக்க பிடிச்சிட்டுத்தான் உள்ள வாராங்க வெளியே போறாங்க. அதுவும் தெரு என்ட்ரன்ஸ்ல இருக்கிறதால, நம்ம தெருவுக்கே இது ரொம்ப அசிங்கமா இருக்கு.

இதுபத்தி ஒரு நல்ல முடிவா எடுங்க. இல்ல நம்ம தெரு குப்பமேடு மாதிரியாகிப் போகும். நம்ம தெரு ஆளுக மட்டுமில்லாம, குப்ப கெடக்குற நம்ம எடத்தத் தேடி எல்லாரும் இங்கயே வந்து மத்த குப்பைகளையும் கொட்டிட்டுப் போறாங்க. இதுனால மேற்கொண்டு குப்பை ஆகுதேயொழிய கொறஞ்சபாடில்ல" என்று ரத்தினம் பேசிக்கொண்டே இருந்தார்.

"சரி, இன்னைக்கு ராத்திரியே குப்பபோடுற மதிலச் சுத்தி சாமி படங்கள வரஞ்சு வைப்போம்" என்று கூட்டத்தில் பேசி முடிவு செய்தார்கள். இருந்த குப்பைகளை அகற்றிவிட்டு அன்று இரவே கிருஷ்ணர், ஏசு, அல்லா படங்களை சுவரில் வரைந்தார்கள்.

'ம்... இப்ப கொஞ்சம் திருப்தியா இருக்கு. சாமிக்கு பயந்தாலாவது இனி யாரும் இங்கு, குப்ப போடவோ, யூரின் போகவோ மாட்டாங்க' என்ற பெருமிதத்தோடு, கலைவாணி தெருவின் கூட்டம் நிறைவுபெற்றது.

விடியற்காலை, எழுந்து பார்த்தவர்களுக்கு ஒரே அதிர்ச்சி. சாமி படங்களையும் மீறி குப்பை போட்டிருந்தார்கள்.

'அடப்பாவிகளா! சாமிக்குக்கூட பயப்பட மாட்டீங்களா? ரொம்பவே வருத்தப்பட்டது கலைவாணி தெரு. ஏங்க, குப்பைய இங்க கொட்டக்கூடாதுன்னு எழுதி வச்சோம். அத யாரும் கேக்கல. அதையும் மீறி குப்பையக் கொட்டி தெருவ நாசமாக்குனாங்க. சரி, சாமி படங்களை வரஞ்சு வச்சாலாவது ஏதாவது புத்தி வருமான்னு பாத்தா, அதையும் மீறி குப்பைய கொட்டுறாங்க. மேலேயே யூரின்

வேற போயிருக்காங்க. எதுக்கும் அடங்கமாட்டேங்கிறானுக. குப்பைகள வச்சு இத யார் போட்டாங்கன்னு கண்டுபிடிக்க முடியல. இப்படியே இந்தத் தெரு போச்சுன்னா, இங்க இருக்கிறவங்களுக்கு இல்லாத சீக்கெல்லாம் கண்டிப்பா வரும். இதுக்கு ஒரு நல்ல முடிவு எடுக்கணும். யாரு குப்பைய கொட்டுனாலும் தண்டன குடுக்கணும்.'

அதான் குப்பைய யார் போடுறாங்கன்னு கண்டுபிடிக்க முடியலயே. 'சரி, குப்ப போடற எடத்துக்கு வாட்ச்மேன் போடுவமா?

'இது நல்ல ஐடியாங்க.'

'எது வாட்ச்மேன் போடுறதா?

'ஆமா'

'நீங்க சொல்றமாதிரி இங்க வாட்ச்மேன் போடணும்னா, ரெண்டு ஷிப்ட் ஆளு போடவேண்டியிருக்கும். ரெண்டு ஷிப்ட் ஆளுகளுக்கு எவ்வளவு சம்பளம் குடுக்கணும்னு நெனச்சுப் பாருங்க' என்றார் ராஜா.

'இவரு சொல்றது ரொம்ப சரி' என ஆமோதித்தாள், சியமளா.

'இதுக்கு என்னதான் வழி, யாராவது ஒரு நல்ல ஐடியா சொல்லுங்க. நம்ம தெரு சுத்தமா இருக்கணும் அவ்வளவுதான்' என்று கொஞ்சம் கோபமாகவே பேசினார், ரத்தினம்.

'ஏங்க, நான் ஒரு ஐடியா சொல்லட்டுமா?' என்றான் சிறுவன் மித்ரன்.

'யாரு நீயா? பொடிப்பயலே நாங்களே, என்ன செய்றதின்னு தெரியாம கண்ணுமுழி பிதுங்கிப்போய்க் கெடக்கோம். நீ எங்களுக்கு ஐடியா சொல்றியா? போடா... போயி அங்கிட்டு ஒக்காரு' என்று விரட்டினர் தெரு ஆட்கள்.

'சார், அவன் என்ன தான் சொல்றான்னு கேளுங்களேன்' என்று சிலர் சொல்ல,

'சொல்லுப்பா' என்று அலட்சியமாகக் கேட்க, மித்ரன் சொன்னதைக் கேட்டு அசந்து நின்றார்கள் பெரிய மனிதர்கள்.

'இந்த யோசன நமக்குத் தெரியாமப் போச்சே'

'ஆமாங்க, இந்தப் பய சொல்றது சரி' என எல்லோரும் ஆமோதித்தார்கள்.

கலைவாணி தெரு, அன்று முதல் சுத்தமாக இருந்தது.

குப்பையை அங்கு கொட்டப்போன சிலர் பயந்துபோய்த் திரும்பினார்கள். அன்று காலை ரத்தினம் முதற்கொண்டு ஆட்கள் கூடினார்கள்.

'இன்னைக்கு ஏதோ குப்ப கெடக்கே'

'கெடந்தா என்னங்க, அத கண்டுபிடிக்கிறது கஷ்டமா என்ன?

சொன்ன ஆட்கள் நேரே அலமேலு வீட்டுக்கதவைத் தட்டினார்கள்.

'அலமேலு... அலமேலு...'

'யார் அது?' அலட்சியமாக கேட்டுக்கொண்டே அலமேலு வெளியே வந்தாள்.

'ஐநூறு ரூவா குடுங்க'

'ஏன்?' அதிர்ச்சியாய் கேட்டாள்,

'ராத்திரி நீங்கதான குப்ப போட்டிங்க'

'இல்லையே'

நீங்க பொய் சொல்லலாம். ஆனா நாங்க வச்சுருக்கிற கேமரா பொய் சொல்லாதுங்க. நீங்க ராத்திரி 11.38க்கு குப்பைய போட்டுருக்கீங்க, அதுலயும் பச்சக் கலரு நைட்டியோட வந்திருக்கீங்க' என்று சொன்னபோது வாய்பிளந்தாள் அலமேலு.

'ஐயய்யோ... குப்ப போடுற எடத்தில கேமராவா வச்சுருக்கீங்க' வியப்பாய்க் கேட்டாள்.

'ஆமா. எல்லாம் நம்ம பொடியன் மித்ரன் சொன்ன ஐடியா தான்' என்றபோது விக்கித்துநின்றாள் அலமேலு.

"நான் வெளியூர் போயிருந்தேன் அதான் தெரியல" வருத்தப்பட்டாள்.

'குடு.... குடு... இங்க குப்ப போட்டா ஐநூறு ரூவா பைன்' என்று ரத்தினம் பணத்தை வசூல் பண்ணினார்.

அலமேலுவைப் போல பத்து நாட்களாக வெளியூர் போயிருந்த புஷ்பாவும், பெரிய குப்பைக்கூடையோடு வீட்டை விட்டு வெளியே வந்தாள்.

'ஏய் புஷ்பா'

'என்ன?'

'ஆள் தூங்கவும் கொட்டலாம்னு வந்தியா?'

'ஆமா'

'அது இனிமே முடியாது.'

'ஏன்?' ஆச்சர்யமாகக் கேட்டாள், புஷ்பா.

'குப்ப கொட்டுற எடத்தில கேமரா வச்சுருக்காங்க' என்று ஒருவர் சொல்ல...

'என்னது கேமராவா?' பயந்தபடியே குப்பைக் கூடையோடு வீட்டிற்கு ஓடினாள், புஷ்பா.

அதுமுதல் கலைவாணி தெரு சுத்தமாக இருந்தது. அங்கு வைக்கப் பட்டிருந்த கேமரா 360 டிகிரியும் சுற்றிக்கொண்டிருந்தது.

■ ■ ■

திரைப்பட இயக்குநர்
'யார்' கண்ணன்

ராஜா செல்லமுத்துவை நினைத்தால் எனக்கு கொஞ்சம் பொறாமையாகவே இருக்கிறது. பொறுமையாக ஒருவர் ஆயிரம் சிறுகதைகளை அச்சேற்றுகிறார், அரங்கேற்றுகிறார் என்றால் முதலில், அவர் 'எழுத்துச் சோம்பேறி இல்லை' என்பதும் அதற்கான ஆற்றல் பெற்றவர் என்பதும் தெளிவு

எனக்கு மிகவும் நெருக்கமான மூன்று இடங்களில் அவரும் நெருக்கமாக இருக்கிறார். தேனி ஒன்று, இயக்குநர் இமயம் இரண்டு, மக்கள் குரல் ராம்ஜீ மூன்று.

திரைக்கதைகளைப் பதிவுசெய்ய வரும்போதெல்லாம் தென்னிந்திய திரைப்பட எழுத்தாளர் சங்கத்தின் அலுவலகத்தில் தனது படைப்புகளைக் காட்டி என்னை பிரமிக்க வைத்திருக்கிறார். திறமை, ஆற்றல், புகழ், செல்வாக்குப் பெற்ற பலர் நல்லவர்களாக இருப்பதில்லை. இவர் விதிவிலக்கு.

செயற்கையான அலங்கார வார்த்தைகள் இல்லாமல் இயல்பான நடையில் கதைகள் எழுதி இருக்கிறார். அந்த ஏழு நாட்கள், விதி மாற்றி விதைத்துள்ள இந்தக் கதையும் அப்படித்தான்.

சீர்திருத்தம், புரட்சி என்பதைக் காட்டி சொற்களுக்குச் சுமை ஏற்றாமல் கதை மாந்தர்களை சர்வ சாதாரணமாக ஒரு மிகப்பெரிய சமூக மாற்றத்திற்கு உடன்படவைப்பதை எளிதாக, வெற்றிகரமாக படைப்பிலக்கியத்தில் கொண்டுவந்திருக்கிறார் திரு.ராஜா செல்லமுத்து.

சிறுகதை எழுதும்போது தனது புலமையை, மேதாவித்தனத்தை உரைநடையில் திணிக்கும் வறட்டுத்தனம்சார்ந்த அபாயத்தை வீசியெறிந்த பெருமையும் இவருக்குண்டு.

இவருக்கான பாராட்டு விழாவில் நான் பரிசு கொடுத்திருக்கிறேன். ஆயிரம் சிறுகதை தந்த அபூர்வ சிகாமணிக்கு உண்மையிலேயே, ஒரு தனிவிழா நடத்திப் பாராட்டி, பல பரிசுகள் தரவேண்டும்.

வாஸந்தியின் 'மூங்கில் பூக்கள்' கதை முடிவைப்போல

நாம் ஆசைப்படுகிற, நாம் விரும்புகிற இனிமையான கதை. நிறைவுப்பகுதி எழுத்தின் முதுகில் ஏறி அமர்ந்துள்ள ஒருவர் திரையிலும் பிரமிக்கவைக்கும் தரமான நல்ல படைப்புகளை விரைவில் தருவார்.

எண்பதுகளில் என்னை எழுதவைத்து ஓர் ஆளாக்கி அழகுபார்த்த மக்கள் குரல் ராம்ஜீ, வெள்ளை உடைக்கும் வெள்ளை முடிக்கும் மட்டுமல்ல; வெள்ளை மனதுக்கும் சொந்தக்காரர்.

ராம்ஜீ போட்டுத்தந்த பாதையில் எங்கள் பாரதிராஜா அரவணைப்புக் குடையோடு நடக்கிற ராஜா செல்லமுத்து அக்னி நட்சத்திரத்தின் உக்கிர வெப்பச்சூட்டையும், தேனி மலைப் பகுதிகளின் சாரலாக மாற்றி சரித்திரம் படைக்கப்போகிறவர்.

அகில உலகமும் இவரை அடையாளம் கண்டுகொள்ளப்போகும் நாள் வெகுதூரத்தில் இல்லை.

வாழ்த்துகிறேன். திறமைக்கு வணங்குகிறேன்.

●●●

பூக்கள் மீண்டும் பூக்கும்

“டேய்... அந்தப் பொண்ண புடிச்சிருக்கா?”

எதுவும் பேசாமலிருந்தான், கார்த்தி.

“ஒன்னத்தாண்டா கேக்குறேன்” என அதட்டினார் அப்பா.

அதற்கும் எதுவும் பேசாமலிருந்தான்.

“இவ்வளவு தூரம் கஷ்டப்பட்டு, ஒரு நல்ல பொண்ணா பாத்திருக்கோம். குத்துக்கல்லு மாதிரி ஒக்காந்திருக்கான் பாரு. பேசாம அந்தப் பொண்ண கல்யாணம் பண்ணிட்டு குடும்பம் நடத்தப்பாரு” பொறுமினாள், அம்மா.

அப்பவும் கார்த்தி எதுவும் பேசவில்லை.

“டேய்... நாங்க ரெண்டுபேரும் மாடுமாதிரி கத்திட்டு இருக்கோம். புடிச்சுவச்ச பிள்ளையாருமாதிரி அப்பிடியே ஒக்காந்திருக்க. சொல்லுடா மேற்கொண்டு ஸ்டெப் எடுக்கணும்“ என்றார் அப்பா.

அப்பாவைப் பார்த்தான் கார்த்தி. “அப்பா, எனக்கு அந்தப் பொண்ணு பிடிக்கலப்பா. ப்ளீஸ், என்ன கம்பெல் பண்ணாதீங்க”

“ஏண்டா, நல்லா படிச்சிருக்கா, நல்ல வேலையில இருக்கா, கை நிறைய சம்பளம். நீ நல்ல வாழ்க்கை வாழலாம்டா”

“இல்லப்பா. காசு பணத்த வச்சு சாப்பிடலாம்; சந்தோஷமா இருக்கலாம்; ஆனா மனசு அப்பிடியில்லப்பா... என்ன டிஸ்டர்ப் பண்ணாதீங்க”

“பெறகு எப்பிடிடா, கடைசிவரைக்கும் இப்பிடியே இருந்திருவியா? ஒனக்கும் ஒரு துணை, வாரிசு, அதுமட்டுமில்ல, நாங்கதான்

ஒன்னைய இப்பிடியே விட முடியுமா? எங்களுக்கு இருக்கிறது நீ மட்டும்தாண்டா."

அழுது புலம்பினாள், கார்த்தியின் அம்மா.

"அம்மா, ஒனக்குத்தான் தெரியுமே. என் நெலம என்னான்னு தெரிஞ்சும் என்னைய தொந்தரவு பண்றயே."

"என்னடா தொந்தரவு... அவளயே நெனைச்சிட்டு இன்னும் எத்தன நாளைக்கு இருப்ப. அவதான் ஒன்னைய விட்டுட்டு வேறொருத்தன்கூட கல்யாணம் பண்ணிட்டுப் போயிட்டாளே. அவ காரியக்காரி. நீதாண்டா முட்டாள்" என்று பொரிந்தாள் அம்மா.

"அம்மா நான் அவள லவ் பண்ணுனது நெசம். அவதான் என்னோட பொண்டாட்டின்னு வாழ்ந்ததும் நெசம். காலம்... நான் என்ன பண்றது."

"நீ இவ்வளவு தூரம் அவள நெனைச்சிட்டு இருக்க" அவ என்னாடான்னா ஜாலியா இன்னொருத்தன்கூட இருக்கா. அவளுக்காக நீ ஏண்டா ஒன் லைப்ப கெடுத்துக்கிற. அவளே ஒன் காதல மறந்துட்டுப் போயிட்டா. நீ தான் இன்னும் உருகுற பெரிய காதல் பண்றானாம் காதல் போடா..." திட்டினாள் அம்மா.

இருவரும் பேசுவதைக் கேட்டு வெளியே போய்விட்டார் அப்பா.

"இல்லம்மா... என் சாந்தி என்ன மறக்கமாட்டாம்மா"

"என்னடா மறக்கமாட்டா... பெறகு எப்பிடி அடுத்தவனுக்கு கழுத்த நீட்டுனா?"

"தெரியலம்மா... அவளுக்கு என்ன சூழ்நிலையோ? யாருக்குத் தெரியும்!

"எந்த சூழ்நிலையிலும் காதல விட்டுக் குடுக்காதவதாண்டா உண்மையான காதலி, நீ நேசித்தது பொய்யான சாந்திடா. அவள மறந்திரு."

"நீ அப்பாவ மறந்திருவியாம்மா" படாரெனக் கேட்டான்

"என்னாடா சொல்ற?"

"நீ அப்பாவ மறந்திருவியான்னு கேட்டேன்."

"ஏண்டா அப்படிக் கேக்குற?" பதட்டப்பட்டாள், அம்மா.

"முடியாதில்ல" அப்பிடித்தான் என் சாந்தியும். மகன் சொல்வதைக் கேட்டதும், அழுதாள் அம்மா.

"அம்மா, ஏன் அழுகுற?"

விம்மி விம்மி அழுதுகொண்டிருந்தாள், அம்மா.

“அம்மா... ஏன் அழுகுற?”

“ஒண்ணுமில்லடா”

“இல்ல, என்னமோ இருக்கு. நீ சொல்லாம விடமாட்டேன்”

“என்னடா சொல்லணும்?. ஆமா நானும் ஒருத்தர லவ் பண்ணினேன். அவர என்னால கல்யாணம் பண்ண முடியல.

கொஞ்சநாள் கஷ்டமாயிருந்துச்சு. அப்பெறம் எல்லாம் சரியாப் போச்சு. காதல்ங்கிறது அப்பப்ப வந்துபோற மின்னல்னு நெனச்சிட்டு கெடைக்கிற வாழ்க்கையில வாழ்ந்துட்டு போகணும்டா. அதுக்காக நாம லவ் பண்ணுனவங்க கெடைக்கலன்னா, அவங்களுக்காக நம்ம வாழ்க்கைய ஏண்டா தியாகம் பண்ணனும். பேசாம நாங்க பாத்த பொண்ண கல்யாணம் பண்ணிக்க,”

“இல்ல முடியாதும்மா... நான் இப்பிடியேதான் இருக்கப்போறேன். கல்யாணம் பண்ணமாட்டேன்.”

‘டேய், கார்த்தி... நீ சொல்றது எனக்குப் புரியுது. ஓன்னோட வலி எனக்குத் தெரியுது. இப்ப பிரச்சின கை மீறி போயிருச்சேடா”

“இல்லம்மா. அவ நல்லா இருக்கட்டும். கொழந்தகுட்டி பெத்துட்டு சந்தோசமா வாழட்டும். அவளுக்கும் சேத்து நான் ஒருத்தனே காதலிக்கிறேம்மா” என்றான் கார்த்தி.

“முட்டாள்தனமாப் பேசாதடா”

“அம்மா, ஓனக்கு நான் பேசுறது முட்டாள்தனமாத்தான் தெரியும். ஆனா என்னால முடியலம்மா.”

அவகூட பேசி, சிரிச்சு, அழுது, விளையாண்டு, தொட்டு, இன்னொரு பொண்ண எப்பிடிம்மா...” என்னால முடியாதும்மா.” அழுதாள்.

கார்த்தி... நீ அவள இவ்வளவு ‘லவ்’ பண்ணியிருக்கியே... ரொம்ப சந்தோசம்டா. லவ் பண்ணுனவ விட்டுட்டு நானே ஓங்கப்பாவுக்கு கழுத்த நீட்டிட்டேன். என் வயித்துப்புள்ள நீ இவ்வளவு ஸ்ட்ராங்கா இருக்கியே... ஓன்னப் பெத்ததுக்கு ரொம்ப பெருமப் படுறேன்டா, அந்தப் பெண்ணு குடுத்துவச்சது அவ்வளவு தான்.

ஆமா அந்தப் பொண்ணு பேரு என்ன சொன்ன?”

“சாந்திம்மா”

யார கல்யாணம் பண்ணியிருக்காளாம்?

“ஆடிட்டர் ஒருத்தர”

இப்ப எங்க இருக்கா?

"திருச்சியில"

கார்த்தி கல்யாணத்துக்குப் பின்னாடி அந்தப் பொண்ணுகூட பேசுனயாடா?"

"ம். ஒரே ஒருதடவ. இனிமே என்கூட பேசாதன்னு மட்டும் சொன்னேன்"

"ஏன் அப்பிடிச் சொன்ன?"

"பெறகு எப்பிடிம்மா. இன்னொரு ஆள கல்யாணம் பண்ணிட்டு எங்கூடப் பேசிட்டு இருந்தா தப்பா நெனைக்க மாட்டாங்களா? அவ நல்லாயிருக்கணும் அதுக்குத்தான் அப்பிடிச் சொன்னேன்.

தன் மகனை நினைத்துப் பெருமிதம்கொண்டாள் தாய்.

நீ சொல்றதெல்லாம் சரி கார்த்தி. இங்க இருக்கிற எல்லாருமே ஒருவகையில காதலிச்சவங்கதான். காதல் கைகூடுனா சந்தோசமா கல்யாணம் பண்ணிக்கிறாங்க. சேரமுடியலன்னா யாரையோ கல்யாணம் பண்ணிட்டு வாழ்ந்திட்டுத்தான் இருக்காங்க"

"நீ சொல்றதெல்லாம் சரிதாம்மா. ஆனா என் காதல் அப்பிடியில்ல. மனுசங்க காதலவிட என் காதல் மேலானதும்மா"

"டேய்... என்னடா சொல்ற?"

"ஆமாம்மா"

இருவரும் பேசிக்கொண்டிருக்கும்போது கதவு தட்டும் சத்தம் கேட்டது. கார்த்தி அம்மா கதவைத் திறந்தாள்.

"அம்மா யாரு?"

"நீயே வந்து பாரு..." அவசரமாய் வாசலுக்கு வந்தான் கார்த்தி.

பார்த்தவனுக்கு பகீரென்றது.

அங்கே சாந்தி, தன் கணவனுடன் நின்றுகொண்டிருந்தாள்.

கார்த்திக்கு தலை சுற்றியது.

"சார்... வாங்க சார், உள்ள வாங்க..." பதறினான்.

இருவரும் உள்ளே வரவில்லை.

சாந்தி நிலைகுத்திய பார்வையில் கார்த்தியைப் பார்த்தாள்.

"தம்பி, நீங்கதான் கார்த்தியா?" என்றார், சாந்தியின் கணவர்.

சற்றுத் தடுமாற்றத்துடன், "எஸ், சார்"

"ம்... கல்யாணம் பண்ணுனதிலயிருந்து என் சுட்டுவிரல்கூட சாந்திமேல படல, எப்பவும் சாந்தி ஒங்கபேரச் சொல்லிட்டு

இருந்துச்சு. விசாரிச்சுப் பாத்த பெறகுதான் விசயம் தெரிஞ்சது. நான் இவகூட வாழ விரும்பலன்னு சொல்றதவிட நீங்கதான் சாந்திய மனைவியா ஏத்துக்கிரணுங்கிறேன். காதல மனசுல வச்சுட்டு இன்னொருத்தர்கூட வாழ்றது நரகத்தவிட மோசமானது சார்?"

கார்த்தியின் தலையில் இடியே விழுந்தது.

கார்த்தியின் அம்மாவிற்கு மயக்கமே வந்துவிட்டது.

"சார், என்ன சொல்றீங்க"

"ஆமா, உண்மையத்தான் சொல்றேன்." என்றபோது சாந்தி அழுதுகொண்டிருந்தாள்.

"சார், அவங்க வீட்டுல வற்புறுத்துனதுனாலதான் என்னைய எப்பிடியோ கல்யாணம் பண்ணிட்டா! தெனமும் கார்த்தி கார்த்தின்னு பேரச் சொல்றவங்ககூட நான் எப்பிடி குடும்பம் நடத்தமுடியும் என்றவன் திடீரென தாலியைக் கழற்றி கார்த்தியின் கையில் கொடுத்து, ஒங்க சாந்திய நீங்களே வச்சுக்கங்க" என சாந்தியை விட்டுச் சென்றார் அவளின் கணவர்.

செய்வதறியாது சாந்தி அழுதுகொண்டே இருந்தாள். கார்த்தியின் அம்மாவுக்கு என்ன செய்வதென்று தெரியவில்லை.

"அம்மா, இப்ப என்ன பண்றது?"

"என்ன பண்றதா, கூட்டிட்டு வாடா எம் மருமகள" என்றாள் அம்மா.

"அம்மா, அவளுக்கு ஏற்கனவே வேறொருத்தர் தாலி கட்டியிருக்காரே?"

"சினிமாவுல நடிக்கிற நடிகைகளுக்கு எத்தனையோ பேர் தாலி கட்டுறாங்க. அது நெசமா என்னா?"

"சாந்தி விஷயத்துலயும் இது ஒரு சினிமான்னு நெனைச்சுக்கவேன்" என்றாள், அம்மா.

சாந்தியின் கையைப் பிடித்தான், கார்த்தி. அவளுக்குள் கோடிப்பூக்கள் கொத்துக்கொத்தாய்ப் பூத்துக் குலுங்கின.

"கார்த்தி, ஐ லவ் யூ" என்றாள் சாந்தி. கார்த்தியின் மனதில் காதலியாய்ப் பூத்தவள் மீண்டும் அவன் உயிரில் மனைவியாய் வீட்டிற்குள் நுழைந்தாள்.

■ ■ ■

திரைப்படப் பாடலாசிரியர்
பழனிபாரதி

'**காதல்**' என்ற ஒற்றை வார்த்தைக்குள் இத்தனை கோடிப் பாம்புகளா என்று கேட்கும் ராஜா செல்லமுத்துவின் 'என்னைக் காயப்படுத்தியவளுக்கு ஓர் கடிதம்' படித்தேன்.

நிராகரிக்கப்படும் காதல், ஒரு வலி என்றால், சொல்லாத காதல் வேறுஒரு வலி. அறிவுக்கும் உணர்வுக்கும் இடையில் காதல் ஒருவரை வீழ்த்த நினைத்துவிட்டால் வீழ்வதைத் தவிர வேறுவழியில்லை. அந்த ஈர்ப்புக்கு முன்னால் அவர் மகாத்மா காந்தியா, ராஜீவ் காந்தியா என்கிற குழப்பங்களெல்லாம் காதலுக்குக் கிடையாது.

காதலின் நினைவுகள் பறவைகளாகவும் இருக்கின்றன; மிருகங்களாகவும் இருக்கின்றன. ராஜா செல்லமுத்து இருவேறு வலிகளையும் இந்தக் கதையில் உணர்த்தியிருக்கிறார்.

தினமொரு கதையென 'மக்கள் குரல்' நாளிதழில் ஆயிரம் கதைகளை வடித்திருக்கும் இயக்குநரும் எனது நண்பருமான ராஜா செல்லமுத்துக்கு எனது காதல் வாழ்த்துகள்.

●●●

என்னைக் காயப்படுத்தியவளுக்கு ஓர் கடிதம்

அவள் நினைவுகளில் அறுந்து அறுந்து விழுகிறது என் வானம். வெடித்துப் பிளக்கிறது, என் பூமி. எட்டுத் திசைகளிலும் கேட்கிறது, என் அழுகை. ஆக்சிஜனற்ற பிரபஞ்சத்தில் மிதக்கிறது, என் உடல். வெக்கை சூழ்ந்து வெந்து விம்முகிறது, என் மூச்சு. சூன்யப் பொழுதுகளில் பெரிதாய் நீள்கிறது, என் ஏக்கப்பார்வை. 'காதல்' என்ற ஒற்றை வார்த்தைக்குள் இத்தனை கோடிப் பாம்புகளா? ரணங்களைச் சுமக்கிறது, என் மனசு. ஞாபகத்திரையில் அவளின் அழகிய முகம் அழியாமலே இருக்கிறது.

இந்தக் கொடிய ஓவியத்தை என்னுள் ஏன் வரைந்தான், இறைவன்.

செக்குமாடாய்ச் சுற்றிச்சுற்றி திரும்பவும் அவளிடமே வந்து நிற்கிறது, என் நினைவுகள். கூட்டத்திலிருந்தும் தனியாய் இருக்கிறேன். தனியாக இருந்தாலும் கூட்டமாய் நினைக்கிறேன்.

இந்த ராஜ அவஸ்தையின் தூரம் எவ்வளவோ தெரியவில்லை. ஒன்று அவள் வரவேண்டும். இல்லை, என் நினைவுகள் அவளைவிட்டுத் தூரப் போக வேண்டும். காதலில் விழுந்தவன் இதயம் மட்டும் ஏன் துவண்டு போகிறது? எனக்குள் கோடிப் பாம்புகள் கொத்திக் கொத்தி கவலை விஷம் கண்களில் ஏறுகிறதே!

ஏன், அவளைக் காதலித்தேன்? தெரியவில்லை. எத்தனையோ பெண்கள் என்னைக் காதலித்தபோது அவளை மட்டுமேன் என் மனது நேசித்தது?

காரணம் தெரியவில்லை. காரணமிருந்தால் அது காதலே இல்லை. பிறந்து, இறந்துபோகும் இந்த மனித வாழ்க்கையில் ஏன் இந்த நிராகரிப்பு? நினைத்தல் நியாயமென்றால் சேர்த்து வைப்பது

தானே நியாயம்? இதிலென்ன ஒருதலைக் காதல், இருதலைக் காதல். ஊடகங்கள் உண்மை பலிக்கின்றன.

'நீ நேசிப்பவரைவிட, உன்னை நேசிப்பவரை நீ நேசி, உன் வாழ்க்கை சிறக்கும்' என்று சொன்னார்கள். அது சரிதான்போல. நேசித்தவர்களையெல்லாம் நிராகரித்துவிட்டு நீ நான் ஏன் இன்னொருத்தியை நேசிக்க வேண்டும். கல்வெட்டாய் கனத்து நிற்கிறது, அவள் ஞாபகம். அழிக்க நினைத்தால் அழுகின்றன கண்கள், மறக்க நினைத்தால் மன்றாடுகிறது, மனசு. வேறொரு பெண்ணை நினைக்க நினைத்தால் பின்னோக்கி இழுக்கிறது, கடந்த காலங்கள்.

பிறகு, எப்படித்தான் ஒருவரை காதலித்துவிட்டு, இன்னொருவரை கல்யாணம் செய்கிறார்களோ?

ஐயோ! இந்தக் காதல் மரண தண்டனையில் ஒவ்வொருநாளும் தூக்குதான். ஆனால் உயிர் போகாமல் ஊசலாடுகிறது, உயிர். தென்படும் காட்சிகளிலெல்லாம் அவள் சிரித்த முகம்.

தூசி தட்டித் துடைத்துப் பார்க்கிறது நடந்த நிகழ்வுகளை, என் நெஞ்செல்லாம் விரிகின்றன. பளிச்சென பழகிய நாட்கள்.

நண்பர்களே! தயவுசெய்து யாரும் காதலிக்காதீர்கள். அப்படியே காதலித்தாலும் யாரைக் காதலிக்கிறீர்களோ அவர்களையே கல்யாணம் செய்துகொள்ளுங்கள்.

யாரேனும் காதலிக்கிறவர்கள் சேராமல்போனால், நிச்சயம் ஒருவராவது கடைசிவரை கண்ணீரோடுதான் வாழ்ந்து கொண்டிருப்பார்கள் என்று என்னால் கட்டாயமாகச் சொல்ல முடியும்.

நம்முடைய முன்னேற்றச் சக்கரங்களை முடக்கிவைக்கிறது, காதல் தோல்வி.

ஒரு ஆணோ, பெண்ணோ எதிர்பாலினத்தைத்தானே திருமணம் செய்ய வேண்டும். காதலில் மட்டுமேன் கசக்கிறது கல்யாணம் என்பது எனக்குத் தெரியவில்லை.

யாரையோ வரன் பார்த்து திருமணம்செய்யும் உறவுகள், காதலித்தவனை ஏன் நிராகரிக்கிறது என்பது விளங்காத கேள்வி.

சொல்லாமல் வைத்திருந்தால் 'கோழை' என்கிறார்கள். காதலைச் சொல்லிவிட்டால் 'திமிர்' என்கிறார்கள். பின்னர், காதலை எப்படி தான் வெளிப்படுத்துவது. அப்படியே வெளிப்படுத்துவதால் சரியென்று சொன்னால் சந்தோசப்படும் மனசு. இல்லையென்றால் இடியே விழுந்துவிடுகிறது.

ஒரு சின்ன விஷயத்தைச் சொல்ல ஆசைப்படுகிறேன்.

ஒரு பெண்ணோ, ஆணோ உங்கள் காதலைச் சொல்ல ஆசைப்பட்டால், முதலிலேயே சொல்லிவிடுங்கள். அப்படிச் சொன்னால் எப்படியிருந்தாலும் ஏற்றுக்கொள்ளும் மனது.

வேர் வரை வளர்த்துவிட்டு, பின்னால் சொல்லப்படும் காதலால் வெற்றி கிடைக்காவிட்டால் வெறுப்புதான் மிஞ்சுகிறது. கிடைக்காத காதலால் எத்தனையோபேர் மூர்க்கனாகிறார்கள். சிலர் முட்டாளாகிறார்கள். நான் எந்த ரகம் என்பது எனக்கே தெரியவில்லை.

என்னைக் காதலித்த எத்தனையோ பெண்களை நான் வேண்டாம் என்று சொல்லியிருக்கிறேன்.

அதில் ஒருத்தி சொன்னாள்:

“என்னைய வேண்டாம்னு சொல்லிட்டயில்ல, நீ பின்னால ரொம்பக் கஷ்டப்படுவ.”

“டேய்... என்னையமாதிரி ஒன்ன யாரும் பாக்கமாட்டாங்க... நீ என்னைய நெனச்சு ரொம்ப வருத்தப்படுவ.”

இன்னொருத்தி:

“இங்க பாரு, நீ பெரிய அழகன்னு நெனச்சு ஒன்னய நான் காதலிக்கல. பாவம் ரொம்பக் கஷ்டப்படுறயேன்னுதான் ஒன்னக் கல்யாணம் பண்ணனும்னு சொன்னேன்.”

வேறொருத்தி:

“டேய், நான் சம்பாரிச்சுப் போடுறேண்டா. ஒன் லட்சியத்தில நீ முன்னேறு”

இப்படி ஒருத்தி:

“டேய், ஒன்னைய எனக்கு ரொம்பப் புடிக்கும்டா. என்னைய வேண்டாம்னு சொன்ன, என்னைக்காவது ஒன்னைய நான் பாத்தா ஒன் கன்னத்துல பளார்னு அடிப்பேன்” இது ஒருத்தி.

இப்படி என்னைக் காதலித்த எத்தனையோ பேரை நிராகரித்துவிட்டு, நான் ஒரு பெண்ணைக் காதலித்தேன்.

அவளிடம் என் காதலைச் சொன்னேன்.

அவள், ‘இல்லை இல்லை... எனக்கு ஏற்கனவே கல்யாணம் நிச்சயமாகிவிட்டது’ என்றாள்.

நான் தவறுசெய்துவிட்டேன்போல. பளிச்சென சொல்லியிருக்கக் கூடாதோ? வருத்தப்பட்டேன். நாட்கள் கடந்தன. இரண்டுபேர் மனதிற்குள்ளும் முளைத்திருந்த காதல், வெளியுலகிற்கு வெட்ட வெளிச்சமானது.

என்னிடம் கேட்டார்கள்:

'நீங்கள் அந்தப் பெண்ணைக் காதலித்தீர்களா?'

'ஆம், அவள் இல்லை என்று சொன்னதும், என்னை மாற்றிக் கொள்ள முயற்சி செய்கிறேன்' என்றேன்.

அவளிடம் என் காதலைப்பற்றி ஒரு ஊடகத்தில் கேட்டிருக்கிறார்கள்.

'உங்களை ஒருவர் காதலித்தாராமே, கல்யாணம் செய்ய ஆசைப்படுகிறேன் என்று சொன்னாராமே, உண்மையா?'

அவள் இப்படிப் பதில் சொல்லியிருக்கிறாள்:

'யாரோ எதையோ சொல்வதை, நான் ஏன் பெரிதாக எடுத்துக்கொள்ள வேண்டும். அதை நான் ஒரு பொருட்டாகவே நினைக்கவில்லை. பிறகு ஏன் எனக்கு வெறுப்பு வரப்போகிறது. என்னை ஆயிரம்பேருக்குமேல் காதலிப்பார்கள். அதற்காக அவர்களையெல்லாம் நான் காதலிக்க முடியுமா, அதற்காக நான் வருந்தப் போவதில்லை' இப்படிச் சொல்லியிருக்கிறாள்.

அடிப் பெண்ணே! உன்னைக் காதலிக்கிற அந்த ஆயிரம்பேரும் உன்னிடம் நேராக அவர்கள் காதலைச் சொல்லியிருக்க மாட்டார்கள். நான்தானே உன்னிடம் தைரியமாகச் சொன்னேன். ஒரு நிமிடமேனும் உன் நெஞ்சுக்குள் குடியிருந்திருப்பேனே. உன் நெஞ்சைத் தொட்டுச் சொல். என் நினைவுகள் உன்னை இம்சைப்படுத்தவில்லையென்று.

ஒன்று சொல்கிறேன் கேள்! உன்னைப்போல் நான் மறைமுகமாக எதையும் சொல்லமாட்டேன். நடந்த எல்லா நிகழ்வுகளையும் ஒன்று விடாமல் சொல்வேன், என் வருங்கால மனைவியிடம்.

■ ■ ■

திரைப்பட இயக்குநர்

வ.கௌதமன்

நண்பர், சகோதர இயக்குநர் ராஜா செல்லமுத்துவின் சிறுகதையான ‘விளக்குத் தூக்கிகள்’ படிக்க நேர்ந்ததை, ஒரு அனுபவமாகக் கருதுகிறேன். சுயமரியாதை சார்ந்த, கௌரவத்தை நிலைநிறுத்துகிற, தன்மானத்தைப் பார்க்கிற ஒரு படைப்பாக இதை நான் பார்க்கிறேன். அதற்காக, அவரை வாழ்த்துகிறேன். இந்தப் படைப்பு பல உள்ளீடு, குறியீடுகளை உணர்த்துவதாக நான் கருதுகிறேன்.

‘விளக்குத் தூக்கிகள்’ கதையில் வரும் கதை மாந்தர்கள், மின்சார வயர்களில் இணைக்கப்பட்ட அந்த கனத்த விளக்குகளைத் தலையில் ஏந்தி, அது முதல் அனுபவமாக வருகிற பிரபாகரன் அந்தக் கதாபாத்திரத்தின், மனநிலை, உடல் நிலை, அவருக்கு நேர்கிற அந்த அவமதிப்பு பற்றி அவர் புலம்பிக் கொண்டு வருவதும், மற்றவர்கள் அவரைத் தேற்றுவதும், ஒரு தன்மானமுள்ள மனிதன், தனக்கு கொஞ்சங்கொஞ்சமாய் நேருகிற இந்த அவமானத்தை, உள்வாங்கி இறுதியாக அவர் உணவருந்தச் செல்லும்போது அவருக்கு மிகப்பெரும் அவமானம் ஏற்படுகிறது. ‘நீங்களெல்லாம் அப்புறமா சாப்பிடுங்க, இங்க எடமில்ல, பின்னாடி போங்க’ என்று சொல்லும்போது, பிரபாகரன் உடைந்து நொறுங்கி, இது எதுவுமே வேண்டாமென்று அவர் புறப்படுவது, இந்தப் படைப்பின் பேரழகு மட்டுமல்ல, அது ஒரு அறம். அது ஒரு மனிதனின் மதிக்கத்தகுந்த சுயம். இந்தக் கதை நமக்குச் சொல்லும் செய்தி இது மட்டுமில்லை என்பதுதான். அதாவது, தனக்கு இருட்டைக் கொடுத்து விட்டு, தன்னைத் தாண்டியிருக்கும் அத்தனை மனிதர்களுக்கும், வெளிச்சம் தருபவனுடைய கோபம் என்கிறது, இந்தச் சிறுகதை. இதை கதாபாத்திரத்தின் கோபமாகப் பார்க்காமல், தமிழனின் கோபமாகவும், தமிழனின் நிலையாகவும் பார்க்கிறேன். எங்களை மனிதர்களாகக்கூட மதிக்காத, வாழ்வதற்கு தகுதியற்றவர்களாக ஒதுக்குவதும், அப்புறப்படுத்துவதும், அவமானப்படுத்துவதும் நினைத்துப்பார்க்க முடியாத துயரம், ரணம், வேதனை, மனித உரிமை மீறல். இந்தக் கதையில் வரும் பிரபாகரன் கதாபாத்திரமும் அப்படியே. இந்தக் கதாபாத்திரம் சொல்வதைப் போல, தமிழினம் ஒரு உறுதியான முடிவு எடுக்க வேண்டும் என்பதையே இந்தக் கதையின் குறியீடாகப் பார்க்கிறேன்.

●●●

விளக்குத் தூக்கிகள்

"டட்டடே. டட்டடே... டன்... டட்டடடே..' என்ற டிரம்பட்டின் சத்தம். மணமகனைச் சுமந்துபோகும் குதிரைக்குப் பிடிக்காமல், நேர் பாதையில் செல்லாமல், அது கொஞ்சம் முரண்டு பிடித்துக்கொண்டே சென்றது.

'டும் டும்... டக டக டும் டும் டும்டா...' என்ற மத்தளச் சத்தம் இடைவிடாமல் ஒலித்துக் கொண்டிருந்தது.

'நூறு வருசம் இந்த மாப்பிள்ளையும் பொண்ணும்தான் பேரு விளங்க இங்கு வாழணும்' என்ற திரைப்பாடலை 'மௌனம்' இசைக்குழுவினர் பாடிக்கொண்டே வந்தார்கள். அந்தப் பிரதான சாலை முழுவதும் ஆட்கள். திருமண வரவேற்பு நிகழ்ச்சியாதலால் பட்டாசும் வண்ண விளக்குகளும் எரிந்துகொண்டிருந்த விளக்கு வெளிச்சத்தையே விழுங்கி தன் வெளிச்சத்தை உமிழ்ந்து கொண்டிருந்தது.

கிருஷ்ணசாமி, சந்தானம், பிரபாகரன், ராமன் முதற்கொண்டு எட்டுப்பேர் தலையில் விளக்குகளைத் தூக்கி வந்தார்கள். மணமகன் ஒய்யாரமாய் குதிரையில் அமர்ந்தபடியே வந்துகொண்டிருந்தான். அவனைச்சுற்றிலும் திருமண வீட்டார்கள், அந்தப் பிரதான சாலைக்கு வழிவிடாமல் நிறைந்தே சென்றுகொண்டிருந்தார்கள்.

'இப்பக் கல்யாணம்ங்கிறது சம்பிரதாயம், சடங்குங்கிறது போயி, அது ஒரு விழாவா மாறிப்போச்சு. யாரு எவ்வளவு செலவு செய்றோம்னுதான் யோசிக்கிறாங்களேயொழிய அத ஒரு புண்ணிய நிகழ்ச்சின்னு யாரும் நினைக்கிறதில்ல. குதிரையில ஏர்றது..யானையில வாரது... பட்டாசு வெடிக்கிறது.... பகட்டா செலவு செய்றதுன்னு

இப்படி ஆளாளுக்கு தன்னோட வசதியத்தான் காட்டுவாங்க... இங்க பாருங்க வீதியில எப்பிடி ராபிக் பண்ணிட்டு இருக்காங்கன்னு' வீதியில் சென்றவர்கள் பேசிக்கொண்டே சென்றார்கள்.

குதிரையை நடுவில் விட்டு மகமகனைச் சுற்றியும் இருபுறமும் விளக்குத் தூக்கிகள் வந்துகொண்டிருந்தார்கள். அவர்கள் கழுத்தைச் சுற்றிலும் மின்சார வயர்கள். ஒருவரிடம் படர்ந்த அந்த வயர் அப்படியே போய், இன்னொருவரின் தோளில் படர்ந்திருந்தது. அது போய் இன்னொருவரின் உடலில் சுற்றியிருந்தது. இப்படியாய் மொத்த விளக்குத் தூக்கிகளின் உடல் முழுவதும், மின்சார வயர்கள் பாய்ந்தபடியே இருந்தன. அவர்கள் அத்தனைபேர் தலையிலும் மின்சார விளக்குகள் எரிந்து கொண்டிருந்தன.

“கிருஷ்ணமூர்த்தி... கிருஷ்ணமூர்த்தி...”

தலையில் விளக்கைச் சுமந்தபடியே தன் முன்னால் போய்க் கொண்டிருந்தவனைக் கூப்பிட்டான், பிரபாகரன்.

“என்ன பிரபாகரா”

“எர்த் அடிக்கிறமாதிரி இருக்குடா. அதோட கொஞ்சம் கனமா வேற இருக்கு. அங்கிட்டும் இங்கிட்டும் தலையை லேசாக்கூட திரும்ப முடியலடா.” கொஞ்சம் தடுமாற்றத்தோடு சொன்னான் பிரபாகரன்.

“அதெல்லாம் ஒண்ணுமில்லடா. கொஞ்சம் கனமாத்தானிருக்கும். பொறுத்துக்க”

“எனக்குப் பயமா இருக்கு. எர்த் ஆகுமா?”

“ஒண்ணு ஆகாது பிரபாகரா...?”

“ஊர்லயெல்லாம் நான் பெட்ரோமாக்ஸ் லைட்டுதான் தூக்கியிருக்கேன். இங்க என்னாடான்னா, எலக்ட்ரிக் லைட்ட தூக்கச் சொல்றாங்க. இப்பிடின்னா இந்த வேலைக்கு நான் வந்திருக்கவே மாட்டேன்.”

“பிரபாகர், மொதமொதலாத்தான இதத் தூக்குற. போகப் போகச் சரியாப்போகும்டா” இருவரும் பேசிக்கொண்டே வந்தார்கள். ஊரே ஊர்வலத்தை வேடிக்கை பார்த்துக் கொண்டிருந்தார்கள்.

“அமஞ்சா அதுபோல கல்யாணம் பண்ணு. இல்ல நீ வாழு தனியாளா நின்னு. முதலில் யோசிக்கணும், பிறகு நேசிக்கணும் மனசு ஏத்துக்கிட்டா சேத்துக்கிட்டு வாழு”

மௌனம் இசைக்குழுவினரின் பாடல் வரிகளில் போய்க் கொண்டிருந்தது திருமண ஊர்வலம்.

“ஏய்... அங்க என்ன தொணத்தொணன்னு பேசிட்டு இருக்கீங்க. சீக்கிரம் வாங்க” விளக்குத் தூக்கிகளை விரட்டினான், ஒரு திருமண வீட்டுக்காரன்.

“இந்தா வாரேங்க...” ஆட்கள் எல்லாம் முன்னுக்குச் சென்று கொண்டிருந்தார்கள். அந்த ஊர்வலத்தை வெளிச்சமாக்கி தன்னை மட்டும் இருட்டாக்கிக்கொண்டு மெல்ல நகர்ந்துகொண்டு வந்தார்கள் விளக்குத் தூக்கிகள். அவர்கள் தலையில் மட்டும் வெளிச்சம் விழாமலேயிருந்தது.

“பிரபாகரா... பிரபாகரா....”

“ம்....”

“இப்ப.... எப்பிடி இருக்குடா. ஏதும் சாக்கடிக்குதா?”

“இல்ல.....” என்பதுபோல் தலையாட்டினான். ஆனா கொஞ்சம் கனமா இருக்கு.”

“போகப்போக சரியாப் போகும்டா” ஆறுதல் சொன்னான் இன்னொரு விளக்குத் தூக்கி ராமன்.

“அண்ணே... தண்ணி தவிக்குதுண்ணே, நாவறட்சியா இருக்கு” பக்கத்தில் சென்றுகொண்டிருந்த திருமண வீட்டுக்காரனைக் கேட்டான். சந்தானம்.

“அதுக்குள்ள நாவறட்சி எடுத்துருச்சா வாடா. அப்புறம் குடிக்கலாம். ஊர்வலம் போயிட்டு இருக்கு... தண்ணியாம்... பெரிய தண்ணி” சந்தானத்தை விரட்டினான் அந்த திருமண வீட்டுக்காரன். ஊர்வலம் திருமண மண்டபத்தை நெருங்கியிருந்தது.

“டடடடடன்... டடட்டன் டங்டங்கு டங்கு... டடம் டடம்” என்று மீண்டும் பேசியது டிரம்பட்.

“நின்னுக்கோரி வரணும்... வரணும்... இசைத்திட என்னைத் தேடி வரணும்” என்ற பாடலில் தாண்டியிருந்தனர், மௌனம் இசைக்குழுவினர்.

“கிருஷ்ணமூர்த்தி....”

“ம்”

“நீ எவ்வளவு நாளா இந்த வெளக்குத் தூக்குற?”

“ரொம்ப வருசமா?”

“வேற வேலைக்குப் போகலையா?”

“இல்ல பிரபாகரா... இது ஈஸியான வேலயா இருக்கு. தலையில வெளக்கத் தூக்கிட்டு அப்படியே ஜாலியா பேசிட்டுப் போகலாம். இது எனக்கு ரொம்ப ஈஸியா இருக்குடா”

“எவ்வளவு சம்பளம் தாராங்க கிருஷ்ணா?”

“முன்னூறு ரூபா பிரபாகரா? இதுபோதும்டா, அப்படியே சாப்பாடும் போடுவாங்க. அதுவும் நல்ல சாப்பாடு. ஒரு பிடி பிடிச்சிட்டு வரவேண்டியதுதான்.”

பிரபாகரன் லேசாக சிரித்துக் கொண்டான்.

“சீக்கிரம்... சீக்கிரம்... வாங்க” விளக்குத் தூக்கிகளை விரட்டினர், திருமண வீட்டு ஆட்கள்.

“இப்பிடித்தான் சும்மா வெரட்டுவானுக பிரபாகரா. இதெல்லாம் நீ கண்டுக்கிராத. கல்யாண வீட்டுல இந்தமாதிரி அள்ளக் கைகள் அதிகமா இருப்பானுக. இவனுக இப்படிப் பேசுனா ரொம்ப சின்சியரா வேல பாக்குறாங்கன்னு கல்யாண வீட்டுக்காரங்ககிட்ட ஒரு பில்டப் குடுப்பானுக.”

‘கெக்கே... கெக்கே... கெக்கே...’ என இருவரும் சிரித்துக் கொண்டார்கள். சிறிதுநேரத்திற்கெல்லாம் ஆட்டம் பாட்டம் கொண்டாட்டங்களுடன் குதிரை ஊர்வலம் திருமண மண்டபத்தை அடைந்தது.

குதிரையிலிருந்து மணமகன் கீழே இறங்கினான்.

“இப்பவெல்லாம் எங்க சாதியிலயும் குதிரை ஊர்வலம் இருக்குங்க” என்றார் திருமணத்திற்கு வந்திருந்த ஒருவர்.

“காசு இருந்தா யார் வேணும்னாலும் குதிரையில, யானையில ஏறலாம்ங்க. இதுக்கு சாதி எதுக்கு?” என்று முணுமுணுத்தனர், சிலர்.

“ஏப்பா... வெளக்குத் தூக்குனவங்களே போதும் போதும்... கீழ எறக்கிவையுங்க” என்றதும் பிரபாகரன், சந்தானம் உட்பட விளக்கை கீழே வைத்துவிட்டு வரவேற்பை நோக்கி ஓடினார்கள்.

“ஏய்... ஏய்... ஏய்... நில்லுங்க நீங்க வெளக்கத் தூக்கி வந்தவங்களா?”

“ஆமாங்க”

“இந்த பக்கமெல்லம் நீங்க வரக்கூடாது. பின்னால வழி போங்க” விரட்டினார்கள், திருமண வரவேற்பாளர்கள்.

“நம்மள எப்படிடா வெளக்கத் தூக்குறவங்கன்னுகு அவ்வளவு கரைக்டா கண்டுபிடிச்சானுக...”

"நாம போட்டுக்குற டிரஸே காட்டிக்குடுத்திரும்டா. வாங்க பின்னால வழி போவோம்" என்று சொல்லி அனைவரும் பின்னால் சென்றார்கள்.

ஏற்கனவே அங்கு ஒரு கூட்டம் கூடியிருந்தார்கள்.

"நீங்கெல்லாம் அப்பெறமா சாப்பிடுங்க. போங்க, போங்க..," விரட்டினார்கள்.

"டேய் கிருஷ்ணமூர்த்தி, நாம இங்க சாப்பிட வேணாம்டா, வாடா போயிரலாம்..." என்றான், பிரபாகரன்.

"பிரபாகரா, இதெல்லாம் பாக்கக்கூடாது. இவனுக அப்பிடித்தான் பேசுவானுக. இதெல்லாம் பெருசா நெனைச்சம்னா, நல்ல சாப்பாடு கெடைக்காதுடா"

"அதுக்காக அசிங்கப்பட்டுத்தான், அந்தச் சோற சாப்பிடணுமா யென்ன?" பிரபாகரன் மேலும் கோபப்பட்டான்.

"வேணாம்டா. நமக்குன்னு ஒரு சுயமரியாத இருக்கணும்.நாம தூக்கிட்டு வந்த வெளிச்சத்துலதான் கல்யாண மாப்பிள்ளை மொதக்கொண்டு அத்தனபேரும் வந்தானுக. நாம இருட்டத் தூக்கிட்டு, அவனுகளுக்கு வெளிச்சத்த கொடுத்தோம். ஆனா, அவனுக நம்மள ஒரு மனுசனாக்கூட மதிக்கமாட்டேன்கிறானுக. நம்ம வெளிச்சத்தில வந்தவனுக, நம்மள இருட்டுல தள்ளுறானுக."

"வேணாம் கிருஷ்ணா, வெளக்குத் தூக்குறது நம்ம தொழில் அவ்வளவுதான். இங்க சாப்பிடுறது நமக்கு அவமானம். இது நம்ம சொந்தக்காரங்க வீட்டு விசேஷமில்ல. வாடா. வெளிய போகலாம்"

கிருஷ்ணமூர்த்தியின் கையைப் பிடித்து இழுத்தான், பிரபாகரன். அவனுடன் அத்தனை விளக்குத் தூக்கிகளும் பின்னால் வந்தார்கள்.

இந்தமாதிரிதான், காலங்காலமா நாம எல்லாருக்கும் வெளிச்சத்த குடுத்திட்டு இருட்டுலயே இருக்கோம். நமக்குன்னு ஒரு வெளிச்சத்த உருவாக்கணும்டா. நம்மமாதிரி இருக்கிற ஆளுகள வெளிச்சத்துக்குக் கொண்டு வரணும்" என்று ஆவேசமாய் பேசினான், பிரபாகரன். அத்தனைபேரும் அந்த விளக்குத் தூக்கிகளின் சீருடைகளைக் கழற்றி வீசிவிட்டு, வேறு உடைக்கு மாறினார்கள், அவர்கள் முகத்தில் ஒரு வேகம் முகாமிட்டிருந்தது. வீறுகொண்டு அவர்கள் நடந்த வேகத்திற்குத் தகுந்தமாதிரி, அவர்கள் தலைக்கு மேலே வட்ட நிலா, வெளிச்சம் காட்டியே படியே கூடவே வந்தது.

■ ■ ■

ராஜா செல்லமுத்து ❖ 197

திரைப்பட நடிகை
தேவயானி

ராஜா செல்லமுத்து எழுதிய 'மாதராய் பிறப்பது மாதவம்' என்ற 925வது சிறுகதையைப் படிக்கும்போது ஒரு திரைப்படத்தைப் பார்ப்பதுபோலவே எனக்குத் தோன்றியது. ஒவ்வொரு வசனங்களும் உயிர்ப்பாகவே இருந்தது.

கதையில் வரும் சுப்ரஜாவின் தைரியம், நம்பிக்கை, பொறுமை இந்த எல்லாத் தகுதிகளும் பெண்களுக்கு இருக்கவேண்டுமென நினைக்கிறேன். இன்று விஞ்ஞானம் எவ்வளவு முன்னேறினாலும் குழந்தை இல்லையென்றால் எல்லோரும் ஒருமாதிரியாகத்தான் பார்ப்பார்கள். இதை மிக அழகாக, ஆழமாக, யதார்த்தமாகச் சொல்லியிருக்கிறார் கதாசிரியர் ராஜா செல்லமுத்து.

சுப்ரஜா, குழந்தை வேண்டுமென்பதற்காக நிறைய இடர்களைச் சந்திக்கிறாள். தன்னுடைய உயிர்போனாலும் பரவாயில்லை, ஒரு குழந்தையை பெற்றெடுக்க வேண்டுமென்ற வைராக்கியம், தைரியம் இவையெல்லாம் பெண்களுக்கே உரித்தான குணம். ஆனால் இங்கே சுப்ரஜாவின் தைரியம் என்னை வியக்கவைக்கிறது.

மருத்துவம் என்பது, ஒரு எல்லைவரைதான் அதன் அறிவியலைப் புகுத்த முடியும். பிரசவம் என்பதை எந்த அறிவியலாலும் குறிக்க முடியாது, எழுத முடியாது. அது படைத்தவனின் கையில் இருக்கிறது.

ஒரு தாயின் அன்பு, பரிவு, பாசம் என்பது தெய்வசக்தியைவிட மேலானது என்பதை சுப்ரஜாவின் கதாபாத்திரம் தெளிவாக உணர்த்திவிட்டது. இதுபோலுள்ள பெண்களுக்கு சுப்ரஜாவின் தைரியம் வேண்டுமென்று விழைகிறேன். இந்த தைரியம்தான் பெண்ணினத்தை மேன்மைப்படுத்தும்.

இந்தச் சிறுகதையில் கணவன் குமாரின் பாசம் என்னை வியக்க வைத்தது. நகர வாழ்க்கையின் கூட்டுக்குடும்ப சிதைவையும் அழகாகச் சொல்லியிருக்கிறார் கதாசிரியர்.

கதையின் முடிவு மகிழ்வைத் தருகிறது.

●●●

மாதராய் பிறப்பது மாதவம்

அந்த மந்தமான மழைக்கால குளிர்காற்று. பூமியை ஈரமாகவே வைத்திருந்தது. ஒன்பதாவது மாதத்தில் அடியெடுத்து வைத்தாள் சுப்ரஜா. முன்னைவிட அவளின் வயிறு கொஞ்சம் மேலெழும்பியவாறே இருந்தது. குனிந்து நிமிர்வதற்கு கொஞ்சமல்ல, ரொம்பவே சிரமப்பட்டாள். இருந்தும் ஓரிடத்தில் நில்லாமல் வேலை செய்துகொண்டே இருந்தாள்.

"ம்" என்ற திணறல் வார்த்தையை உமிழ்ந்தபடியே வேலைகளில் கவனம் செலுத்திக்கொண்டிருந்தாள் சுப்ரஜா.

"எதுவாயிருந்தாலும் நீ வேல செய்யவேணாம். எனக்கு போன் போட்டுச் சொல்லு. இல்ல, வேலைக்காரிய வச்சுக்க. இப்பத்தான் நீ ரொம்ப கவனமா இருக்கணும். நானும் ஆபீஸ் போயிருவேன். ஒன்கூட தொணைக்கு யாருமில்ல. நீ பேசாம மாடிப்படியில கீழே எறங்கி ஒண்ணுகெடக்க ஒண்ணு ஆகிப்போனா... அப்பெறம் நான் உன் குடும்பத்துக்கு பதில்சொல்ல முடியாதும்மா. எல்லாமே ஒன்னோட கையிலதான் இருக்கு" என்றான் கணவன் குமார்.

"இல்லங்க... நீங்க தைரியமா இருங்க. எனக்கு எதுவும் வராது. நீங்க ஆபீஸ் போயிட்டு வாங்க; நான் பாத்து இருந்துக்கிறேன். அவ்வளவு இக்கட்டான சூழலிலும் கணவனுக்கு தைரியம் சொன்னாள் சுப்ரஜா.

இது ஒன்பது மாசம்; சுப்ரஜா ரொம்ப கவனமா இருக்கணும். ஒன்னைய தனியா வீட்டுல விட்டுட்டுப் போறதுக்கு எனக்கு பயமா இருக்கு. ஏதாவது ஆகிருமோன்னு எனக்கு மனசு எப்படி 'படக்' 'படக்'குன்னு அடிக்குதுன்னு தெரியுமா? கொஞ்சங்கூட பயத்தின் குரல் தெளியாமல் சொன்னான் குமார்.

“ஐயய்யோ, நீங்க இன்னும் சின்னப் புள்ளையாவே இருக்கீங்க. பொம்பள நானே தைரியமா இருக்கேன். நீங்க ஏன் இவ்வளவு பயப்படுறீங்க. போங்க...” கணவனின் முதுகைப் பிடித்து தள்ளினாள், சுப்ரஜா.

“இல்லம்மா, இது ஒனக்கு தலப்பிரசவம். எங்க வீட்டுலதான் யாரும் வரல. அட்லீஸ்ட் ஒங்க வீட்டுக்கும் போகமாட்டேன்னு சொல்ற. ஒவ்வொரு நிமிசமும் எனக்கு என்னமோ மாதிரி இருக்கு. சரியா வேலசெய்ய முடியல. சதா ஒன்னையவே நெனச்சிட்டு இருக்க வேண்டியிருக்கு” என மேலும் மேலும் அதையே சொல்லிக் கொண்டிருந்தான் குமார்.

“இது டவுன்ங்க. நம்ம வீட்டுல உள்ளவங்கெல்லாம் கிராமத்துக்காரங்க. இந்த வாழ்க்கை அவங்களுக்கு செட்டாகாது. அதுவும் ரெண்டு மூணுமாசம். ஒங்கள தனியா விட்டுட்டுப் போகமுடியல .நான் போயிட்டா நீங்க எப்படி சாப்பிடுவீங்க. ஒங்கள விட்டுட்டுப் போக என்னால முடியாது.”

அலுவலக நேரம் கரைந்துகொண்டிருந்தாலும் இருவரின் அன்பு மட்டும் கரையாமல் ஊறிக்கொண்டே இருந்தது.

“இல்ல சுப்ரஜா.. நமக்கு கல்யாணமாகி பத்து பதினஞ்சு வருசமாச்சு. ஏன் புள்ளை இல்லைன்னு கேக்காத ஆளுக இல்ல. ஏனோ தெரியல, அந்த பாக்கியம் நமக்கு இதுவரைக்கும் கெடைக்கல. ஆனா அது இப்ப கெடச்சிருக்கு. ஆனா இந்த நெலமையில ஒன்னைய தனியா விட்டுட்டுப் போகத்தான் மனசில்ல” பேசும்போதே குமாரின் கண்கள் குளமாயின.

“ச்சே... அதுக்கென்னங்க இப்போ? எல்லாம் எது எது, எப்ப எப்ப வருமோ? அப்பப்ப கண்டிப்பா வந்துசேரும். இப்பத்தான் நமக்கு இந்த வரம் கெடைக்கணும்னு இருந்திருக்கு. இதுல யாரச்சொல்லி என்னங்க பிரயோசனம். நமக்கு எது சரின்னு படுதோ அதச் செய்வமே. மத்தவங்களுக்கு நாம வாழணும்னு நெனச்சா நம்மோட வாழ்க்கைய நாம கண்டிப்பா தொலச்சிருவோம். நமக்கு இட்ட கட்டளைப்படியே காலத்த நகத்துவோம். யாருக்காகவும் நாம வாழ வேணாமே” சுப்ரஜா ரொம்பவே தைரியமாகப் பேசினாள்.

“சரி, ஒன்னோட தைரியம்தான் எனக்கு முக்கியம் சுப்பு. நான் வரவா? மனமில்லாமலே வீட்டிலிருந்து கிளம்பினான் குமார். கணவன் வீட்டிலிருக்கும் வரை மௌனம் காத்திருந்த சுப்ரஜாவின் உதடுகள் இப்போது அலறல் மொழியில் உளற ஆரம்பித்தன. ஓ வென வாய்விட்டே அழுதாள்.

அவள் அழுவதை கண்ணாடித் தொட்டிக்குள் விளையாடிக் கொண்டிருந்த வண்ணமீன்கள் கொஞ்சம் நின்று கவனிப்பதுபோலிருந்தது. கூரிய ஈரக்கண்களால் அவை பார்த்துக் கொண்டிருந்தபோது, சுப்ரஜா வாய்விட்டு தேம்பித் தேம்பி அழுதுகொண்டிருந்தாள்.

"என்னைய மன்னிச்சிருங்க... நான் தப்பு பண்ணிட்டேன்"

ம்ம்மம... ம்ம்ம்... ம்ம்ம்... ம்ம்ம்...... அவள் அழுகையின் நீளம் அதிகமாகிக் கொண்டேபோனதேயொழிய கொஞ்சங்கூட குறையவே இல்லை. அவள் அழுவதை கொஞ்சம்கூட மிகைப்படுத்தாமல் அப்படியே படம்பிடித்துக் காட்டிக் கொண்டிருந்தது வீட்டிலிருந்த ஆளுயரக் கண்ணாடி. வயிற்றை தொட்டுப் பார்த்தாள். வயிற்றுக்குள் ஓர் உயிர் உருள்வது தெரிந்தது.

இந்த உசுரச் சுமக்கத்தானே இவ்வளவு பெரிய பாடு. இந்த உசுர பூமியில வெதச்சிட்டேன்னா அதுபோதும். எனக்கு வேற எது வந்தாலும் பரவாயில்ல. இந்த ஜீவன பெத்து எம்புருசன் கையில ஒப்படைச்சிருவோம். அப்பெறம்...? அழுதாள். என்ன இது வீட்டுக்குத்தெரியாது ; என்னென்னு சொல்லல ; சொல்ற விசயமாவும் இது இல்லயே; பாப்போம் — நாம இந்த பூமியில ஒரு உசுரா பொறந்தோம். நாமதான் இன்னொரு உசுர உருவாக்கிக் குடுக்கணும் . அதுதான் தார்மீகம். மத்தவங்களோட நம்பிக்கை. இத செய்யத்தவறுனா நாம பெரிய குற்றவாளியாகிருவோம்" என்று, தனக்குத்தானே பேசி சமாதானம் செய்து கொண்டாள், சுப்ரஜா.

அப்போது அவளின் செல்போன் அலறியது. பதறியபடியே போனை எடுத்தாள்.

"ஹலோ, டாக்டர் சொல்லுங்க"

"இல்ல சுப்ரஜா, இது என்னமோ எனக்கு தப்பா தெரியுறமாதிரி தோணுது. இந்த குற்ற உணர்வு என்னையும் ஒரு குற்றவாளியாக்குது." "நீங்க சொல்றீங்களா? இல்ல நானே சொல்லிரவா?" கொஞ்சம் பதற்றம் பற்றிய குரலில் பேசினார் டாக்டர்.

"வேணாம் டாக்டர்... ப்ளீஸ் வேண்டாம். இது தெரிஞ்சா எங்க வீட்டுல என்னமோ மாதிரி ஆகிருவாங்க. ப்ளீஸ் வேண்டாம் டாக்டர்..." கதறினாள்.

"இல்ல சுப்ரஜா, எனக்கென்னமோ இது தப்பாத்தான் தோணுது." அவர் விடுவதாக இல்லை.

"இதுல தப்பு என்ன இருக்கு டாக்டர். யாருக்கோ, எப்பவோ, எங்கயோ இது வரத்தான் செய்யும். அப்படி எனக்கு இது வந்ததுன்னு நெனச்சுக்கங்க

“ம்ஹூம். இது என்னோட மெடிக்கலுக்கு செய்ற துரோகம்னு நெனைக்கிறேன் சுப்ரஜா”

“இல்ல டாக்டர். இது நீங்க ஒரு உயிருக்குச் செய்ற தர்மம்னு நெனச்சுக்கங்க”

“இல்ல சுப்ரஜா. தர்மம் செய்யாமக்கூட இருந்திரலாம் .ஆனா யாருக்கும் நாம துரோகம் பண்ணக்கூடாது. அதுதான் நியதி.”

“இப்ப என்னதான் முடிவு டாக்டர் . நான் உசுரோட இருக்கும்போதே ஒரு சிசுவ பூமிக்கு கொண்டுவரணும்னு நெனைக்கிறேன். நீங்க என்ன சாகடிச்சுதான் இதக் கொண்டுவரணும் . இல்ல என்னோட சேத்து இந்த சிசுவும் உசுரோட இருக்கணும்னா அது நீங்க பேசுற பேச்சிலதான் இருக்கு” அழுதுகொண்டே மருத்துவரைப் பயமுறுத்தினாள் சுப்ரஜா

“சரி, இதப்பத்தி நான் எதுவும் சொல்லல. நீங்க தைரியமா மட்டும் இருங்க”. டாக்டர் கொஞ்சம் பிடிதளர்ந்து பேசினார்.

“ஓ.கே டாக்டர்”

போனை கட் செய்தாள் சுப்ரஜா. அவள் வயிற்றுக்குள் கிடந்த குழந்தை உருண்டு உருண்டு மேலே வந்தது.

அழுத கண்களோடு உருளும் குழந்தையை தடவிக் கொடுத்தாள். அப்போது அழுகையும் சிரிப்பும் ஒருசேர அவளிடம் குடிகொண்டது.

இரவும் — பகலும் இரண்டறக் கலந்து ஒன்பது மாதத்தை பத்தாக்கியது.

ஓர் பனி இரவு, அவளுக்கு பிரசவ வலி ஏற்பட்டது. அவசரம் அவசரமாகப் பிரசவத்திற்குச் சேர்க்கப்பட்டாள், சுப்ரஜா.

மருத்துவமனைக்குள் நுழைந்த குமார் ‘டாக்டர்’ என உருகினான்.

‘டோன்ட் ஓரி... பீ ஹேப்பி குமார், பட் ஒன் திங் ஐ டோல்ட்’“ “யூ... பிகாஸ், திஸ் இஸ் மை மிஸ்டேக்... திஸ் இஸ் லாஸ்ட் மினிட்...”

“ஒன் திங் ஐ டெல் யு.... ஐ டெல் யூ என நடுங்கிக்கொண்டே சொன்னார் டாக்டர்.

அவர் சொன்ன வார்த்தைகளைக் கேட்டு அப்படியே உருகி உட்கார்ந்தான், குமார்.

“இத, ஏன் டாக்டர் என்கிட்ட முன்னாடியே நீங்க சொல்லல” பதற்றம் பற்றிக்கொண்டே கேள்வி கேட்டான் குமார்.

“இல்ல குமார்... ஒங்களோட ஒய்ப்தான் சொல்லக்கூடாதுன்னு சொல்லிட்டாங்க”

“இது எவ்வளவு பெரிய விசயம். இதப்போயி இவ்வளவு சாதாரணமா இப்பிடிச் சொல்றீங்களே?” பதறினான் குமார்.

டாக்டர் அமைதியாய் நின்றிருந்தார்.

“டாக்டர் எப்ப பிரசவம் ஆகும்?” பயம் பற்றிக்கொண்ட பிடியில் கேட்டான் குமார்.

“இன்னும் அஞ்சு நிமிசத்தில.”

“டாக்டர் இதுக்கு வேறவழியே இல்லையா?’ குமாரின் பயம் இன்னும் கூடியது.

“நோ சான்ஸ்” டாக்டர் கையை விரித்தார்.

“அப்போது சுப்ரஜாவிற்கு பிரசவ வலி அதிகமாயிருச்சு” என்று செவிலியர் ஒருவர் சொல்ல, டாக்டர் ஓடினார்.

அங்கே பிரசவ வார்டில் அனுமதிக்கப்பட்ட சுப்ரஜா வேதனையில் துடித்தாள். அழுதாள் நிமிடகளெல்லாம் நெருப்பாய்க் கரைந்தன. பல அவஸ்தைக்குப்பின், பெண் மருத்துவர்கள் பிரசவ வார்டிலிருந்து வெளியே வந்தனர். அவர்களிடம் உயிர் வலிக்க ஓடிப் போய் தாயையும் சேயையும் விசாரித்தான், குமார்.

அவனின் மூச்சு மேலும் கீழும் உயர்ந்து உயர்ந்து எழுந்தது.

“கவலப்படாதீங்க. பிரச்சனை எதுவும் இல்ல. ஒங்களுக்கு ஆண் குழந்தை பெறந்திருக்கு... ரெண்டு பேரும் நலம் போய்ப் பாருங்க” என்று, ஒரு பெண் மருத்துவர் சொன்னதும், இருப்புக் கொள்ளவில்லை குமாருக்கு.

“டாக்டர் என்ன இது?” படபடப்பாய்க் கேட்டான், குமார்.

“எனக்கே தெரியல குமார். எனக்கே இது ரொம்ப ஆச்சர்யமா இருக்கு.”

“குழந்தையைப் பெற்றெடுக்கிற பாக்கியம் இருந்தாலும் டெலிவரியின்போது தாய்க்கு ப்ராப்ளம் வரும். தாயின் உயிருக்கும் ஆபத்துன்னு மெடிக்கல் ரிப்போட்டும் சொல்லுது. இங்க என்னடான்னா, ரெண்டுபேரும் உசுரோடவே இருக்காங்களே, ‘இட்ஸ் எ மெடிக்கல் மிராக்கிள்’. அடுத்த ஜென்மம்னு இருந்தா நான் ஒரு பொண்ணாப் பெறக்கணும்னு ஆசப்படுறேன்.” “வேண்டாம்மா... ஒங்களுக்கு ஒரு குழந்தை சொமக்கக்கூடிய சக்தியில்ல. அப்படியே நீங்க கன்சீவ் ஆனாலும் டெலிவரி அப்ப அது ஒங்க உசுருக்கு ஆபத்துன்னு சொல்லியும் கேக்காம என்னோட உசுரு போனாலும் தப்பில்ல இந்த பூமிக்கு ஒரு உசுர கொண்டுவந்து தாரதுதான் என்னோட வேல. இந்தக் குழந்தை இல்லாமதான எங்கள எல்லாரும் ஒருமாதிரி

பேசுறாங்க. நான் செத்துப்போனாகூட பரவாயில்லன்னு, தன்னோட உசுரப் பணயம் வச்சாங்க பாருங்க ஒங்களோட மனைவி சுப்ரஜா... உண்மையிலயே அவங்க சாமிதாங்க" என்று சொல்லியபடியே டாக்டரும் குமாரும் பிரசவ வார்டுக்குள் நுழைந்தார்கள்.

பிரசவப்படுக்கையில் சுப்ரஜாவும் பிறந்த குழந்தையும் சிரித்தபடியே இருந்தார்கள். பொங்கும் கண்களோடு சுப்ரஜாவையும் குழந்தையும் இறுக அணைத்தான், குமார்.

■ ■ ■

நடிகர், இயக்குநர்
ஹரிக்குமார்

மக்கள் குரல் பத்திரிகையில் தொடர்ந்து சிறுகதைகள் எழுதிவரும் ராஜா செல்லமுத்துவின் 'தேயிலையை' வாசித்தேன்.

பறித்த தேயிலைக்கொண்டு செய்த தேநீரை ருசித்த திருப்தி தந்தது. இதன் சிறப்பம்சமாக நான் கருதுவது, கதையைப் படிக்க ஆரம்பித்த சில வரிகளிலேயே அந்துவான காட்டிலுள்ள ஒற்றை வீடு, சுற்றியுள்ள மரங்கள், தேயிலைத்தோட்டம் என, நான் கூடவே பயணம்செய்து காட்சியைக் கண்முன் கொண்டுவந்து படிக்கும்விதமாக எழுதியிருப்பது.

இதுபோன்று இன்னும் பல படைப்புகளை உருவாக்கவும், உங்கள் எண்ணம்போல் சினிமாவில் பிரகாசிக்கவும் எனது மனமார்ந்த பாராட்டுகள்.

...

தேயிலை

"பெருமாயி கிழவிக்கு என்னாச்சு?" என்றதும் உதடு பிதுக்கினார், ஒரு பெரியவர்.

"என்னாச்சுய்யா, இப்பிடி ஒதட்டப் பிதுக்குறீங்க?"

"முடிஞ்சு போச்சுப்பா" கவலை ரேகைகள் படர சொல்லிவிட்டுச் சென்றார், அந்தப் பெரியவர்.

கதிரேசன், மேடு பள்ளங்கள் நிறைந்த அந்த புல்வெளிப் பாதையில் திடுதிடுவென ஓடினான்.

சுரீரென்று அடிக்காத வெயில், 'சோ' வென பெய்யாத மழை, உஷ் உஷ் என்று சத்தமிடாத காற்று, ஆடியும் ஆடாமலுமிருக்கும் மரங்கள், க்கூ... க்கூ... என விட்டுவிட்டுக் கூவும் குயில்கள் காட்டுப் பாதையெங்கும்.

பனித்துளியைச் சுமந்த புல்வெளிப் பாதையில் திமுதிமுவென ஆட்களும் நுழைந்தனர்.

அதோ... அதுதான் பெருமாயி கிழவி வீடு. அங்கு ஏற்கனவே ஆட்கள் கூடியிருந்தார்கள்.

ஒற்றை வீடு. சுற்றிலும் மரங்கள். வீட்டை ஒட்டி வளர்ந்து நிற்கும் தேயிலைச்செடிகள். அந்த வீட்டின் வாசலில் கிடத்தப்பட்டுக் கிடந்தாள், பெருமாயி கிழவி. சுருங்கிய தோல், வாழ்ந்துமுடித்ததற்கான வயோதிகம் பெருமாயிக் கிழவியிடம் அப்படியே அப்பிக்கிடந்தது.

"எப்ப நடந்துச்சு?"

"தெரியல. எப்பவும்போல காலையில வேலைக்குப் போக ஆத்தாவ கூப்பிட வந்தேன். ஆளு அரவமில்ல. ஆத்தா... ஆத்தான்னு கதவத் தட்டுனேன். மூச்சுப்பேச்சு எதுவுமில்லை. அப்பறந்தான் கதவ ஒடச்சுப் பாத்தோம். ஆத்தா செத்துப்போனது தெரியவந்துச்சு." அழுதுகொண்டே சொன்னாள், பூங்கொடி.

"அவங்க புள்ளைங்களுக்குச் சொல்லிவிட்டாச்சா?"

"போன் போட்டிருக்கோம்" என்றாள் இன்னொரு பெண்மணி.

கதிரேசன், பெருமாயி கிழவியின் காலருகே உட்கார்ந்தான்.

ஆத்தா தூங்குவதுபோல் கிடந்தாள். லேசாக அவளின் காலை வருடினான். கால்கள் இரண்டு மதமதவென விறைத்துப் போயிருந்தன. கதிரேசனின் கண்கள் இரண்டும் குளமாயின.

"ஆத்தா..." என நடுங்கும் குரலில் மெல்லப் பேசினான்.

அவன் நினைவுகளில் கண்ணீர் கரைந்தது.

"ஆத்தா, நீ ஏன் திரும்பவும் அந்துவான காட்டுக்கு வந்தே? ஊரு நாட்டுல இருக்க முடியலயா?"

"சின்ன வயசுல இருந்து இங்கயே இருந்து பழகிட்டனா... என்னால அங்க இருக்க முடியல. இந்தக் குளிரும் வெயிலும் எம் ஒடம்புக்குப் புடிச்சிருக்குய்யா... சின்னமனூர்ல ஒரு நாள், ஒரு பொழுது இருக்கப் புடிக்கல. அதுலயும் அங்க என்ன வேல இருக்கு. எப்பப் பாத்தாலும் காரு, வண்டின்னு சர்சர்ன்னு ஓடிட்டுத்தானிருக்கு. என்னால அங்கயெல்லாம் சீவிக்க முடியாதுப்பா" என்ற பெருமாயி கிழவி சுருங்கிய தோலில் விழுந்த முந்தானையை சரியாகப் போட்டுக்கொண்டு பேசினாள்.

"நீதான் தேயிலை எஸ்டேட்டுலயிருந்து ரிட்டர் ஆயிட்டயே... பெறகு எப்பிடியாத்தா வேலைக்குப் போவே?"

"ஏய்யா.. கிரிசி (தோட்டம்) இருக்கு. இங்கனக்குள்ள இருந்துட்டு கெடைக்கிற வேலையச் செய்ய வேண்டியதுதான்."

"கடைசி காலத்துல ஊர், நாட்டுல இருக்கமாட்டாப்ல... மழ தண்ணியில இங்கன வந்து கஷ்டப்படணுமா?"

"அடப் போய்யா... எதுய்யா சொகுசு வாழ்க்கை... காலையில பத்து மணிக்கு எந்திரிச்சு பல்ல வெளக்கிட்டு இட்லியும் தோசையும் சாப்பிட்டு, டி.வி. பாக்குறதுதான் சொகுசு வாழ்க்கையா? ம்ஹூம்... விடியக் கருக்கல்ல எந்திரிக்கணும்... கிடுக்கிடுன்னு பல்லு நடுங்குற குளிர்ல குளிக்கணும். வானம் செங்கமங்கலா இருக்கும்போதே தேயிலைக் காட்டுக்கு வேலைக்குப் போகணும். தலையில கொங்காணிய

கட்டிட்டு முதுகுக்குப் பின்னாடி கூடைய தொங்கப்போட்டுட்டு பட்டுப்பட்டுன்னு தேயிலைய கிள்ளிப் போடுற அழகு... வேல.. வேற எந்த வேல செஞ்சாலும் வராதிய்யா... என்னமோ எனக்கு இந்த எடமும் இந்த வேலையும் இந்தத் தேயிலையும் புடிச்சுப் போச்சுய்யா... நான் செத்தாக்கூட இங்கனத்தான் சாவேன்னு புள்ளகுட்டிக கிட்ட சொல்லிட்டு வந்திட்டேன்." என சிரித்துக்கொண்டே சொன்னாள், பெருமாயி கிழவி.

"ம்... என்னமோ சொல்ற?"

"டேய்.. பொசகெட்ட பயலே.. ஒன் கூடப் பேசிட்டே நேரமாயிருச்சு பாரு... எங்க வீட்டு ஆம்பளையும் இப்பிடித்தான் ஒன்னையமாதிரி பேசிட்டே இருப்பாரு. மகராசன் அவரு போயிச் சேந்திட்டாரு. இப்ப நீ வந்து உசுர எடுக்கிற... நான் வேலைக்குப் போறேன். மதியக் கஞ்சி கொண்டுட்டு வட்டப்பாறைக்கு வா" எனச் சொல்லிவிட்டு விறுவிறுவென நடந்தாள்.

"இந்தக் கெழவி என்ன.. இப்பத்தான் பதினெட்டு வயசான கொமரி மாதிரி பேசுது. வேல செஞ்சு சம்பாரிச்சு வைக்கிற காலமெல்லாம் போயி, இப்ப கடைசி காலத்திலயும் இந்த அத்துவானக் காட்டுல வந்து கஷ்டப்படுது" என நொந்தபடியே கிளம்பினான் கதிரேசன்.

"என்ன கதிரேசா? பெருமாயி கிழவி வந்திருக்காமே"

"ஆமா"

"ம்.. தாய் தகப்பன் இல்லாத ஒனக்கு, இன்னொரு தாயி மாதிரிய்யா இந்தக் கெழவி. ஒன்னையப் பாக்காம இருக்கமுடியாதுன்னுதான் வந்திருச்சுபோல."

"ம்" என தலையாட்டினான்.

"அவனவன் எளந்தாரிப் பயலுக எல்லாம் என்னென்னமோ செஞ்சிட்டு இருக்கயில... நீ என்னாடான்னா கெழவி கூடவே இருக்கியே..."

"என்னமோ தெரியலண்ணே. அந்த ஆத்தாமேல எனக்கு அப்பிடியொரு பாசமிருக்கு... அந்தக் கெழவி போகும்போது ரொம்பக் கஷ்டமாயிருந்துச்சு. இப்ப திரும்பி வந்திருச்சு. இருந்தாலும் வயசான காலத்தில இங்க வந்து ஏன் கஷ்டப்படணும்னுதான் தெரியல. அவங்க புள்ளகுட்டிகள் எல்லாம் சின்னமனூர்ல் செட்டில் ஆகிட்டாங்க. இந்தக் கெழவிதான் திரும்பவும் இங்க வந்திருச்சு..."

"ம்... ஒரே எடத்தில இருந்து பழகிட்டு திடீர்னு வேற எடத்தில குடித்தனம் நடத்தமுடியாதப்பா . அதான் வந்திருச்சுபோல. மதியச் சாப்பாடு நீதான் கொண்டு போகணுமா?"

"ஆமா"

"வெரசா கொண்டு போ. இல்ல.... கெழவி கிழிக்கப் போறா" என்று சிரித்தபடியே சொல்லிச் சென்றான் முருகன்.

கதிரேசன் தனிக்கட்டை. உறவென்று சொல்லிக்கொள்ள அவனுக்கு யாருமில்லை. இந்த அந்துவானுக்கு எப்படி வந்தான் என்ற வரலாறு இல்லை. வளர்ந்து பெரியவன் ஆன பிறகுதான் அனாதை என்பதைத் தெரிந்துகொண்டான். அவனுடைய ஒரே உறவு, சொந்தம், நண்பர் எல்லாம் இந்தப் பெருமாயி கிழவிதான். வேலைமுடிந்த நேரம் போக எப்போதும் பெருமாயி கிழவி வீட்டிலேயே இருப்பான். அவன் உலகமே இந்தக் கிழவிதான்.

வீட்டில் தான் ஆக்கிவைத்திருந்த சோற்றை தூக்குவாளியில் ஊற்றினான். குழம்பை சட்டியில் கொட்டினான். வட்டப்பாறை நோக்கிக் கிளம்பினான். அந்துவான். தேயிலைத் தோட்டங்கள் நிறைந்த சின்னமனூரின் மலைப்பகுதி. அவன் இருப்பிடமும் அதுவே என்பதால் ஆட்கள், பாறைகள் கடந்து பயணப்பட்டான். தூக்குவாளியைச் சுமந்துகொண்டு தேயிலைத் தோட்டங்களுக்குள் நுழைந்தான். மேடும் பள்ளமுமாயிருக்கும் பாதைகள். பள்ளிப் பிள்ளைகள்போல் ஒரே மட்டமாய் வெட்டப்பட்ட தேயிலைச் செடிகள். எதையோ தேடிச்செல்லும் மேகங்கள். ஒரே இடத்தில் நிழல் கொடுக்கும் சில மரங்கள். என கடந்து வேலைசெய்யும் இடத்திற்குச் சென்றான். ஆட்களோடு பெருமாயி கிழவியும் தேயிலை பறித்துக் கொண்டிருந்தாள்.

பெருமாயி கிழவி, தேயிலை எஸ்டேட்டில் ரிட்டயராகி இப்போது வேலைக்குச் சென்றுகொண்டிருந்தாள். ஆட்கள் முதுகில் கூடையைப் போட்டுக்கொண்டு வெடுக்வெடுக்கென தேயிலைக் கொழுந்துகளைக் கிள்ளி கூடையில் போட்டுக் கொண்டிருந்தார்கள்.

"ஏய், பெருமாயி ஆத்தா... ஒன்னோட வளப்புப் பேரன் சோறு கொண்டுவந்துட்டான்போல. போய் சாப்பிடு... ரெண்டு பேத்துக்கும் அப்பிடியென்ன ஒறவோ தெரியல" என்று, கேலி பேசியது தேயிலை கிள்ளும் பெண்கள் கூட்டம்.

"ஏண்டி சீமச்சிறுக்கிகளா? அவன் என் வயித்தில பெறக்காத புள்ளடி. நான் பெத்த புள்ளைகளே என்னைய, என்னா ஏதுன்னு கேக்க மாட்டாங்க. ஆனா எம்புள்ள, என்னைய அப்பிடிப் பாத்துக்கிருவான் தெரியுமா? எவ்வுசுர ஆனைகிட்டயிருந்து காப்பாத்துன சாமிடி அவன். அவன் மட்டுமில்லன்னா நான் என்னைக்கோ ஆன மிதிச்சு செத்துப்போயிருப்பேன்" என்ற பழைய கதையை சொல்லிக் கொண்டிருந்தாள் பெருமாயி.

“அதான் எல்லாத்துக்கும் தெரியுமே. இதையே எத்தனை தடவதான் சொல்லுவ. இதையே கேட்டுக் கேட்டு எங்களுக்கு காதே வலிச்சுப் போச்சு” என, கெக்கிலி கொட்டிச் சிரித்தது தேயிலை கொளுந்து கிள்ளும் கூட்டம். புலர் பொழுது உச்சியைத் தொட்டு நின்றது. கதிரேசன் அதற்குள் வேலைசெய்யும் இடத்திற்கு வந்திருந்தான்.

பெருமாயி கிழவி சுமந்திருந்த தேயிலையைக் கீழே இறக்கிவைத்தாள்.

“வா ராசா”

“ஆத்தா மொதல்ல சாப்பிடு”

“ம்“

“ஏய்... நீ சாப்பிடலயா?”

“சாப்பிடணும்... நீ சாப்பிட்டுட்டு தூக்குவாளியக் குடுத்துவிடு” ஆட்கள் சொல்ல கிழவி, “உஷ்” என உட்கார்ந்தாள். முகம் தொட்டுப்போகும் வெள்ளை மேகங்களை கையில் தட்டியபடியே ஒரு தேயிலைத் தூரில் சாய்ந்து உட்கார்ந்தான், கதிரேசன்.

“நீ சாப்பிடுறயா ராசா”

“நான் சாப்பிட்டேன். நீ சாப்பிடு ஆத்தா .”

கிழவி கையைக் கழுவாமலே சாப்பிட ஆரம்பித்தாள்.

“ஆத்தா கையக் கழுவலயா?”

“நான் என்னைக்குடா கை கழுவிட்டுச் சாப்பிட்டுருக்கேன்... தேயிலை மணக்க மணக்கத்தான தெனமும் சாப்பிடுறேன். ஒன்னுமே தெரியாத மாதிரியே கேக்குற?”

“ம்.. சரி சரி. சாப்பிடு... தூக்குவாளியை ‘படக்’கென திறந்தாள்.

“திடீர்னு வந்துட்டேன். எனக்கும் சோறு சேத்து ஆக்குனயா?”

“ம். இருக்கு .பேசாம நீ சாப்பிடு...”

“வாளிக்குள் கை விட்டு சோற்றைப் பிசைந்த பெருமாயி கிழவியின் கண்களில் கண்ணீர் பெருகியது.

“ஆத்தா ஏன் அழுகுற?”

“இல்ல” என்பதுபோல் தலையாட்டினாள்.

“சொல்லுத்தா... ஏன் அழகுற?”

“இல்ல கதிரு... நான் இங்க வேல செஞ்சு ரிட்டேடு ஆகித்தான ஊருக்குப் போனேன்.”

“ம்...”

“ரிட்டேடு காசெல்லாம் புள்ளைக வாங்கிட்டு சோறு, தண்ணி குடுக்கமாட்டேன்னு சொல்லிட்டாங்கப்பா. என்னால சின்னமனூர்ல வேற வேல செய்யமுடியல. எம்புட்டு நாளைக்குத்தான் அடுத்தவங்க கையவே எதிர்பார்த்து நிக்குறது. அதான் திரும்பவும் அந்துவானுக்கே வந்துட்டேன்” என்று அழுதுகொண்டே சொன்னாள்.

“சரியாத்தா... அழாதே, நானிருக்கேன். நீ இருக்கிறவரைக்கும் நானே ஒன்னய பாத்துக்கிறேன். அழுகாத ஆத்தா”

“இல்லப்பா... ஒனக்கு நான் எதுவும் தரல. சம்பாரிச்சதில ஒத்தக் காசுகூட நீ அனுபவிக்கல. ஆனா பெத்தபுள்ளமாதிரி நீதான் எனக்குச் செய்ற” என அழுதுகொண்டே சொன்னது நினைவில் வர கதிரேசன், பெருமாயி கிழவியின் காலடியிலே உட்கார்ந்திருந்தான். அக்கம்பக்கமுள்ள ஆட்கள் கிரிசியில் கூடியிருந்தார்கள். நேரம் இரவை நெருங்கிக் கொண்டிருந்தது.

“என்னப்பா... பெருமாயி கிழவியோட புள்ளைங்க வருவாங்களா?”

“இம்புட்டு நேரமாச்சு வர்றது மாதிரித் தெரியலங்க”

“வரலன்னா என்ன? அதான் அதோட புள்ளமாதிரி கதிரேசன் இருக்கானே . அவனே எல்லாம் செய்யட்டுமே” என ஆட்கள் சொல்ல, சிறிதுநேரத்தில எல்லா காரியங்களையும் கதிரேசன் செய்து முடித்தான்.

“ஆத்தாவ எங்க பொதைக்கலாம்?”

“ஆத்தா எப்பவும் இருந்த கிரிசியிலயே வாழ்ந்தது. இங்கனயே பொதைக்கலாமே?”

“ஆமாங்க. இந்த வீடுதான் ஆத்தாவோட ஒலகம். இந்த தேயிலச் செடிகதான் ஆத்தாவோட ஒறவு. அதனால இங்கனயே கெழவியப் பொதைங்க” சிலர் சொல்ல...

பெருமாயி கிழவியிருந்த கிரிசி வீட்டின் பின்னால் குழி வெட்டப்பட்டு அங்கே புதைக்கப்பட்டாள்.

அவள் புதைக்கப்பட்ட அந்தப் புதைகுழியின் மீது கதிரேசன் ஒரு தேயிலைச் செடியை வேரோடு தூரோட பிடிங்கி வந்து தலைமாட்டில் நட்டுவைத்தான் அப்போது,

சன்னமாகப் பெய்துகொண்டிருந்தது மழை. தேயிலைச் செடிகளில் விழுந்த மழைத்தண்ணீர் சொட் சொட் சொட்டென புதைகுழியில் விழுந்தது.

'தேயிலை இலைகளிலிருந்து விழும் தண்ணீர்த்துளிகள், அது சிந்தும் கண்ணீர்த் துளிகள்போல' என்று நினைத்தபடியே, சொட்டும் மழைத்துளிகளை வெறித்துப் பார்த்தபடியே நின்றிருந்தான் கதிரேசன். ஆட்கள் கலைந்து சென்று கொண்டிருந்தார்கள்.

திடீரென பெருமாயி கிழவி, கதிரேசனை கூப்பிடுவதுபோல் இருந்தது. கதிரெசனைப் பாத்து 'சூதானமா இருய்யா, நான் எப்பவும் உன் கூடவே இருப்பேன்' என்ற சத்தம் கேட்க திரும்பினான். எங்கும் கும்மிருட்டு. சன்னமாய் விழும் மழைத் தண்ணீரை இலைகளில் வாங்கிக்கொண்டு சொட் சொட் சொட்டென தண்ணீரைச் சிந்திக்கொண்டிருந்தன தேயிலைச் செடிகள்.

■ ■ ■

திரைப்பட இயக்குநர், நடிகை
லட்சுமி ராமகிருஷ்ணன்

வாழ்க்கை, எழுதப்படாத கதை. கதை, எழுதப்பட்ட வாழ்க்கை. இந்த இரண்டும் ஒன்றோடொன்று தொடர்புடையது.

வாழ்க்கையை நேசிக்காத மனிதர்கள் கதைகளை வாசிப்பதில்லை. வாழ்க்கையை நேசிப்பவர்கள் கதைகளை வாசிக்காமல் இருப்பதில்லை.

ராஜா செல்லமுத்துவின் ஒற்றை ரோஜா சிறுகதையை வாசித்தேன். வாசிக்கும்போதே காதலின் மணத்தை நுகர ஆரம்பித்தேன். ஒற்றை ரோஜாவில் அழகியல்சார்ந்த அழகு இருக்கிறது. ரோஜா இதழ்களைப் போன்ற மென்மையிருக்கிறது. கதையிலிருக்கும் உறவு மாறாத புனிதத்தை உணர்ந்தேன்.

சேர்வது மட்டுமல்ல காதல், பிரிவதுகூட ஒரு சுகமான அனுபவம் தான். அது பக்தி‌மயமானது, சராசரி காதலைவிட உயர்ந்தது என்பதை ஒற்றை ரோஜாவில் அழகாக உணர்த்தியிருக்கிறார், கதாசிரியர் ராஜா செல்லமுத்து. இந்த ஒற்றை ரோஜாவை நான் நேசிக்கிறேன். இது காக்கப்படவேண்டிய பொக்கிஷம். இதுபோன்ற உணர்வுகள் அழிந்து போய்விடக்கூடாது என்பதை வலியுறுத்துகிறேன்.

'வாழ்க்கையில் ஒரு தடவையாவது காதலியுங்கள்' என்கிறேன். இந்த ஒற்றை ரோஜா சிறுகதையும் இதையே உணர்த்துகிறது.

ராஜா செல்லமுத்து இலக்கியத்திலும் திரையிலும் ஜெயிக்க வாழ்த்துகிறேன்.

• • •

ஒற்றை ரோஜா

'ஹலோ, செல்லமா?'

'எஸ்'

'நீங்க?'

'ஆயிஷா பேகம்'

'ஓ! எப்பிடியிருக்கீங்க

'இருக்கேன்'

'ஒங்ககூட எம் பொண்ணு பேசணுமாம்'

'ம்...'

'ஹலோ அங்கிள் எப்பிடியிருக்கீங்க?' மழலை மொழியில் பேசியது, அந்த பிஞ்சுக் குழந்தை.

'நல்லாயிருக்கேன்... நீ எப்பிடி இருக்க?'

'நல்லா இருக்கேன்'

'நீங்க எங்க இருக்கீங்க?'

'சென்னையிலதான்'

'நாங்களும் சென்னையிலதான் இருக்கோம்' கெக்கே பிக்கே என்று சிரித்தது.

'ஒம்பேரு என்ன பாப்பா?'

'அலினா'

‘குட் நேம்’

‘நீங்க என்ன செய்றீங்க?’

‘ம்... சொல்லணுமா?’

‘ஆமா’

‘நாளைக்குச் சொல்றேன்’

‘அம்மா எப்பவுமே ஒங்களப்பத்திதான் பேசிட்டு இருப்பாங்க’

‘ஓ!’

‘நான் ஒங்களப் பாத்ததில்லையே. நீங்க எப்ப வீட்டுக்கு வருவீங்க?’

‘வாரேன்’

‘போன அம்மாகிட்ட குடுக்கிறேன்.’

‘ம்...’ அந்தப் பிஞ்சுக்கிளி செல்போனை அம்மாவிடம் கொடுத்தது.

‘என்ன ஒங்களை ரொம்பப் படுத்திட்டாளா?’

‘அப்பிடியெல்லாம் இல்ல’

‘ஏய்! அலினா ரொம்பச் சுட்டிப்பா. எப்பவும் துறுதுறுன்னு இருப்பா. தொணத்தொணன்னு பேசிட்டே இருப்பா’

‘ம்... நீ... ச்சே, ஸாரி. நீங்க எப்பவுமே என்னையப் பத்திப் பேசிட்டே இருப்பீங்களா?’

மறுமுனையில் மௌனம்.

‘ஏங்க... ஹலோ?’

‘ம்... சொல்லுங்க...’

‘என்னப்பத்தி வீட்ல எப்பவும் பேசிட்டே இருப்பீங்களா?’

‘இல்லையே’

‘கொழந்தை பொய் சொல்லாது. அலினா இப்ப சொல்லுச்சே...’

‘வேண்டாம் ஆயிஷா... என்னப்பத்தி பேசாதீங்க. அது தப்பாப் போகும்?’

ஆயிஷா செல்லமாய் அழுதாள்.

‘ஏன்? என்னாச்சு?’

மீண்டும் எதுவும் பேசாமல் அழுதாள்.

‘இல்ல ஆயிஷா... நீங்க இன்னொருத்தவங்களோட மனைவி. நீங்க என்கூடப் பேசுறது தெரிஞ்சா, மத்தவங்க தப்பா நெனப்பாங்க.’

‘ஏன்? அப்பிடியெல்லாம் இல்ல. அவரு ரொம்ப நல்லவரு. ஒங்களப்பத்தி அவர்கிட்ட சொல்லியிருக்கேன்.’

‘எப்பிடி?’

‘சொன்னேன், அவ்வளவுதான். வேற எதுவும் கேக்காதீங்க.’

‘ம்...’

‘இப்ப என்ன பண்றீங்க?’

‘ஏதோ பண்றேன்’

‘ஏன், இவ்வளவு விரக்தி. எல்லாம் கொஞ்சநாள்தான் செல்லம்... சரியாயிரும்.’ தண்ணீரைக் கூட சல்லடையில் அள்ளலாம்னு கவிஞர் வைரமுத்து சொல்லியிருக்காரு.’

‘ம்...’

‘ம்...ன்னு மட்டும் சொன்னாப் போதாது. எப்பிடின்னு கேக்கணும்.’

‘சொல்லு?’

‘தண்ணீரைக்கூட சல்லடையில் அள்ளலாம். அது பனிக்கட்டியாகும் வரை காத்திருந்தால்’னு சொல்லியிருக்காரு. கொஞ்சம் வெயிட் பண்ணுப்பா, நீ நெனச்சத அடைஞ்சிருவ.’

‘ஓ.கே.’

‘இன்னும் பழைய வீட்டுலதான் இருக்கீங்களா?’

‘ஆமா’

‘கஸ்தூரி அக்கா எப்படி இருக்காங்க?’

‘இருக்காங்க’

‘அடுத்த வாரம் பேங்குக்கு வரும்போது ஒங்களப் பாக்குறேன். அலினாதான் ஒங்களப் பாக்கணும்னு சொல்லிட்டே இருப்பா’

‘சரி, வாங்க.’

‘வச்சிரவா?’

‘ஓ.கே.’

போன் உரையாடல் முடிந்தது. உணர்வுகள் உள்நோக்கி எனைப் கூட்டிப்போனது, பின்னோக்கி நான் குடியிருக்கும் வீட்டருகே குடியிருந்த தேவலோகத்துத் தேவதை ஆயிஷா பேகம். எத்தனை அழகானவள். ஆயிரமாயிரம் கவிதைகளுக்கு அடியெடுத்துக் கொடுத்தவள். அவள் தலையில் சூடும் அந்த ஒற்றைரோஜா

என்னுள் ஒரு சூரியோதத்தையே உருவாக்குமே... இந்தச் சென்னை வாழ்க்கையில் எத்தனையோ பெண்களை நான் கடந்திருந்தாலும் என் அடிமனதில் ஆழமாய்ப் பதிந்திருப்பவளும் அவள்தானே!

அவள் திருமணத்தின்போது எனக்குக் கொடுத்த ரெடிமேட் சட்டையும் மயிலிறகையும் பார்த்தேன். மனதின் மெல்லிய பகுதியில் மயிலிறகு கோடு வரைந்தது.

'டேய் செல்லம்...' கத்தினாள்.

'ஐயய்யோ, இவ நம்மள அடிவாங்கவிடாம விடமாட்டா போல' 'சொல்லு' சைகையில் 'என்ன' என்று கேட்டேன்.

'இந்த டிரஸ் ஒனக்கு நல்லாயில்ல. வேற போட்டுட்டுப் போ' கட்டளை பிறப்பித்தாள்.

மாடியிலிருக்கும் என்னை கீழிருந்து பார்த்துச் சொன்னாள். அவளுக்காக உடனே டிரஸ் சேஞ்ச் செய்துகொண்டு வந்தேன்.

'சரியா?' என சைகையில் கேட்டேன்.

'ம்... ஓ.கே. டேய், நீயே அட்டக்கருப்பு. இதுல கான்ட்ராஸ்ட்டா வேற டிரஸ் பண்ற. கருப்பானவங்களெல்லாம் லைட் கலருலுல தான்டா டிரஸ் போடணும். சரியா?'

'ஓ.கே.'

'ஒவ்வொருநாளும் அலுவலக வேலைகளில் மூழ்கும்போது ஆயிஷா பேகத்தின் நினைவுகள் என்னைக் கிறங்கடிக்கும்.

அலுவலக வேலைகளில் இருக்கும்போது அடிக்கடி போன் செய்வாள்.

தினமும் 'சரியாக பதினொன்றரை மணிக்கு 'காபி சாப்பிட்டயா? மதியம் ஒரு மணிக்கு லஞ்ச் முடிச்சாச்சா?'

இப்படிக் கரிசனையோடும் அக்கறையோடும் கேட்பாள். அவள் என்னை காதல்தான் செய்தாளேயொழிய அவளை நான் அருகில்கூடப் பார்த்ததில்லை. தூரத்திலிருந்துதான் பார்த்துக் கொண்டிருப்பேன். தொடுதலோ, துரத்தலோ எங்களுக்குள் எதுவுமில்லை. ஒரு கண்ணியமான காதல் என்னுடையது.

ஒவ்வொரு நாள் சாயங்காலமும் ஒற்றைரோஜா வாங்கி மாடியிலிருந்து போடுவேன். வைத்துக்கொள்வாள். ஏதாவது அவளுக்குக் கோபம் வந்தால் திரும்பவும் அந்த ஒற்றைரோஜா மாடிக்கு வந்துவிடும். இப்படியாய்ச் சென்றுகொண்டிருந்த வாழ்க்கையில் திடீரென்று ஒருநாள் ஆயிஷா போன் செய்தாள்.

'ஹலோ'

'ம்... சொல்லு'

'நான் ஒண்ணு சொன்னா செய்வியா?'

'சொல்லு'

'என்னைய எங்கயாவது கூட்டிட்டுப் போறயா?'

'எங்க?'

'மரமண்ட. என்னைய எங்காவது கூட்டிட்டுப் போய் கல்யாணம் பண்ணிக்கிறயா?'

"என்ன கல்யாணமா? அதுவும் கூட்டிட்டு ஓடவா? முடியவே முடியாது. என்னால அது ஆகாது'

'ஏன்?'

'முடியாதுன்னா முடியாது'

இதுதான் உன் முடிவா?'

'ஆமா'

கோபமாகப் போனை கட் செய்தாள். சிறிதுகாலத்திற்கு அவளிடமிருந்து போன் வரவேயில்லை.

கொஞ்சநாள் கழித்து ஒருநாள் போன் செய்தாள்.

'ஹலோ...'

'ம்... சொல்லு'

'எனக்குக் கல்யாணம்'

'ஏய், என்ன சொல்ற ஆயிஷா'

'பெறகு ஒன்னையமாதிரி பயந்தாங்கொள்ளிய காதலிச்சா என்ன பண்ண முடியும். வீட்டுல மாப்பிள்ளை பாத்தாச்சு. இது வாழ்க்கை செல்லம். வீட்டுல இருக்கிறவங்க பேச்ச மீற முடியல. நீயும் என்னைய கல்யாணம் பண்ணமாட்டேன்னு சொல்லிட்ட. இதுகூட எனக்காக நான் செய்யல... வயசான அப்பா, அம்மா. கடைசிக்காலத்துல அவங்களை கஷ்டப்படுத்த விரும்பல. அதான்.

'சரி...'

'சரியா? டேய் ஒனக்கு கொஞ்சங்கூட கவலையில்லையா?' திட்டினாள்.

'திட்டு... ஆயிஷா திட்டு... நான் என்ன பண்ணமுடியும்?'

'நாளைக்குப் பத்திரிகை தாரேன்...'

'ம்...'

இரவெல்லாம் எனக்கு ரண அவஸ்தை. என்னைக் காதலித்தவளை கல்யாணம் செய்யமுடியவில்லையே என மனசு வெம்பியது. மறுநாள் காலை சொன்னபடியே பத்திரிகையுடன் வந்து நின்றாள்.

'இந்தா, ஒன்னோட அளவு சட்டையெல்லாம் எனக்குத் தெரியாது. இந்தா சட்டை, இது என்னோட கல்யாணப் பத்திரிகை கோபமாய் வீசிவிட்டுச் சென்றாள். அந்தப் பத்திரிகையில் மயிலிறகு ஒன்றும் இருந்தது. என் இயலாமைதான் என் காதலைத் தின்றது.

கையில் பத்திரிகையுடன் கண்ணீர் பெருகிய கண்களோடு நின்றேன்.

ஆயிஷா கொடுத்த மயிலிறகு முருகன் படத்தின்மீது இருந்தது. அதைக் கையில் எடுத்தேன். ஒவ்வொரு இழைகளிலும் ஆயிஷாவின் முகம்.

'ச்சே... என்னை உயிராய் காதலித்தவளை விட்டுவிட்டேனே! இனியொரு பெண் எனக்காக இருப்பாளா? தவறு செய்துவிட்டேன். இல்லை என்றால் பார்க்கும் ஆட்களையெல்லாம் இன்னும் ஏன் கல்யாணம் பண்ணல? என்று கேட்பார்களா, காயம்பட்ட என் காதல் வலி கேள்வி கேட்பவர்களுக்கு எங்கு தெரியப் போகிறது.' வழியும் கண்ணீரைத் துடைத்தேன்.

காலம் கடந்துவிட்டது. ஆயிஷாவின் மகள் என்னை அங்கிள் என்கிறாள்.

இது முறையல்ல. ஆயிஷாவினுடைய தொடர்பைத் துண்டிக்க வேண்டும். உடனே முடிவு செய்தேன்.

ஷோரும் சென்றேன்.'சார்... ஏர்டெல் சிம்கார்டு குடுங்க?'

எல்லா தஸ்தாவேஜ்களையும் கொடுத்தேன். என் பழைய சிம்கார்டை மாற்றினேன்.

மறுநாள் வீட்டைப் பூட்டினேன். மாடியில் போய் ஒளிந்து கொண்டேன்.

'ஆயிஷா தன் வீட்டிற்கு வந்தாள். என் போன்நம்பரை டயல் செய்தாள். எரிச்சலடைந்தாள். கோபப்பட்டாள்.

'ச்... சே" நேத்துத்தான பேசுனோம்? நாட் ரீச்சபிள்னு வருதே!' அதுக்குள்ள கடுகடுத்தாள்.

'அம்மா... செல்லம் அங்கிள் வருவாரா?'

ராஜா செல்லமுத்து

‘தெரியலம்மா. வாரேன்னு சொன்னார், வரலயே. வீட்டையும் பூட்டிட்டு செல்போனையும் ஆப் பண்ணிப் போட்டுட்டாரு” கோபமாய்ப் பேசினாள்.

‘அம்மா, அவர நான் பாக்கவே இல்ல. என்னையக்கூட பாக்க அவரு விரும்பலையா?’ பிஞ்சு மொழியில் பேசினாள் அலினா.

ஆயிஷா என்னைத் தேடி திண்டாடினாள். இவை அனைத்தையும் மாடியிலிருந்து பார்த்துக் கொண்டிருந்தேன். கலங்கிய கண்களோடு அந்த இடத்தைவிட்டு நகர்ந்தாள். அலினா, ஆயிஷாவின் இடுப்பில் உட்கார்ந்தபடியே திரும்பித் திரும்பி பார்த்தபடியே சென்றாள். நான் மாடியிலிருந்து கீழே பார்த்தேன்.

கண்ணீர் என்னுள்ளும் பெருக்கெடுத்தது.

ஆயிஷா நடந்து சென்றாள். அவள் தலையில் நான் எப்போதும் ரசிக்கும் ஒற்றை ரோஜா இருந்தது.

கடைசிவரை அவர்களை நான் பார்க்கவே இல்லை. இப்போது இருக்கும் வீட்டைக் காலி செய்ய வேண்டுமென முடிவெடுத்தேன்.

சில நேரங்களில் பிரிவும், கண்ணீரும், காயங்களும், ஏமாற்றங்களும் கூட ஒரு நல்ல வாழ்க்கையை அமைத்துக் கொடுக்கும்.

‘ஆயிஷா நல்லா இருக்கணும்.’

■ ■ ■

கோடிபெறும் கோடிச்சேலை கவிஞர்

தியாரூ

இன்றைய பரபரப்பான வாழ்க்கைச் சூழலில் காப்பியம், புதினம் போன்றவற்றை நிதானமாகப் படிப்பதற்கு நமக்குப் போதிய நேரம் கிடைப்பதில்லை. கிடைத்தாலும் அவற்றை படிப்பதற்குப் பொறுமை இல்லை.

ஆனால், சிறுகதைகள் அப்படியல்ல. அவை சுருக்கமானவை; சுவையானவை. அவை அன்றாட வாழ்வின் பிரதிபலிப்புகளாய் இருப்பதால், அவற்றின்பால் வாசகர்களின் உள்ளங்கள் பெரிதும் ஈர்க்கப்படுகின்றன.

ஏறத்தாழ நூற்றைம்பது ஆண்டுகளுக்கு முன்னர்தான் எட்கர் ஆலன்போ போன்ற ஆசிரியப் பெருமக்கள் புத்தம் புதிய படைப்பாகச் சிறுகதை என்ற தனி இலக்கியப் பிரிவை உலாவ விட்டனர். ஓ.ஹென்றி, மாப்பசான், டால்ஸ்டாய் முதலானோர் அவர்களைப் பின்பற்றி கதைகளை எழுதினர். டால்ஸ்டாயைப் பின்பற்றி கவி தாகூரும், மாப்பசானைப் பின்பற்றி சுவாமிநாத ஐயரும் புதுமைப்பித்தனும் எழுதினர் என்று இலக்கிய ஆய்வாளர்கள் கூறுகின்றனர்.

ஆனால், கதாசிரியர் ராஜா செல்லமுத்து, எவரையும் பின்பற்றி கதைகளைப் புனையாமல், தம்மைத்தாமே பற்றிக்கொண்டு மானுட தர்மத்தைப் பின்பற்றியே தமது கதைகளைப் படைக்கிறார். தற்கால சிறுகதைத் துறையில், ராஜா செல்லமுத்து குறிப்பிடத்தக்க ஓர் இடத்தைப் பெற்றிருக்கிறார் என்பதற்கு அவர்தம் சிறுகதைகளே சான்று.

ஒருமைப்பாடு கதையமைப்பிற்குரிய அடிப்படை விதி. சிறுகதை உணர்த்தும் கருத்து ஒரே நோக்கத்தோடும், ஒரே அமைப்பு முறையோடும், தக்க முடிவோடு சிறுகதையாக உருப்பெறல் வேண்டும். இவ்வொருமைப்பாட்டைக் கொண்டதே மிகச் சிறந்த சிறுகதை. அப்படி, ராஜா செல்லமுத்து படைத்தளித்திருக்கும் மிகச்சிறந்த சிறுகதைகளில் ஒன்று ‘கோடிச்சேலை’.

ராக்கம்மா கிழவி இறந்துபோகிறாள். அன்றுவரையில் அவளைக் கண்டுகொள்ளாத இரத்த சொந்தங்கள், இறுதியில் கோடிச்சேலை போடுவதில் போட்டி போட்டுக்கொண்டு சண்டையிடுகின்றனர். இறுதிச்சடங்கை நடத்தவிடாமல் சண்டை வலுக்கிறது. அப்போது ஊர்ப்பெரியவர்களில் ஒருவர் பேசுகின்ற வார்த்தைகள், அந்த இரத்த

சொந்தங்கள்மீது சவுக்கடிகளாய் விழுகின்றன. கோடிச்சேலை கொடுப்பதற்குத் தகுதியற்ற சொந்தங்கள் தலைகவிழ்கின்றன. அப்படியெனில், கோடிச்சேலை யார் கொடுத்திருப்பார்? கதையைப் படித்துப் பாருங்கள்.

'ஒரு கதைக்கு நிகழ்ச்சியோ, உணர்ச்சியோ சிறந்து விளங்க வேண்டும். நிகழ்ச்சியால் சிறந்து வெற்றிபெறும் கதையும் உண்டு. இவ்விரண்டிலும் உணர்ச்சி அடிப்படையில் எழுதப்படும் சிறுகதையே சிறந்தது எனப்படும்' என்று, சிறுகதை இலக்கியத் தந்தை எட்கர் ஆலன்போ குறிப்பிடுகின்றார்.

ராஜா செல்லமுத்து அவர்களின் சமூக அக்கறை, குடும்ப உறவுகளின் மேம்பாடுசார்ந்த சிந்தனை, கோணலானவற்றை நேராக்கும் துடிப்பு, உணர்ச்சிப் பிரவாகம் இவையனைத்தையும் 'கோடிச்சேலை'யில் காண முடிகிறது.

மண்வாசமும் மானுட நேசமும் கமழ்கின்ற ராஜா செல்லமுத்து அவர்களின் சிறுகதைப் புதையல்கள், நம் சிந்தனைக்கு விருந்தாகவும் மருந்தாகவும் அவர்தம் இதயச் சுரங்கத்திலிருந்து கிளர்ந்தெழுந்து வருகின்றன. மிகச்சிறந்த எதிர்காலம் இவருக்கு மிக அருகில்.

● ● ●

கோடிச் சேலை

டண்டணக்கு... டண்டணக்கு... டண்டணக்குடா... டும்... டும்... டும்... டும்... என்ற, தாரைதப்பட்டையின் ஒலி அந்த ஊரின் கடைசி எல்லை வரை கேட்டுக் கொண்டிருந்தது.

“யாத்தே... பாதகத்தி இப்பிடிப் போயிட்டாளே. அவ போனாலும் ஊனும் உசுரும் உறவச் சுத்திட்டுத்தான் இருக்கும். புள்ளைகமேல பாசம் வச்சவப்பா... எப்பிடித்தான் உசுரு போச்சோ” என்று கூட்டத்திலிருந்து பெண்களில் இருந்த பவுனு புலம்பினாள்.

“என்னமோ பதினாறு வயசுல செத்துப்போனதுமாதிரி சொல்ற. ஆண்டு அனுபவிச்சு, வாழ்ந்து வாசம்பட்டுதான செத்துப் போயிருக்கு. வகைவகையா வாரிசு, சொத்து சொகம், என்னயில்ல கெழவிக்கு. ராசாத்திமாதிரி வாழ்ந்துட்டுப் போயிருச்சு. மனுசப் பொழப்புங்கிறது மல்லுக்கட்டி வாழற வாழ்க்கைதான. அதுல ஜெயிச்சுட்டுப் போயிட்டா மகராசி” என்றாள் காமாட்சிக் கெழவி.

“ஏய்... என்னப்பெத்த எங்காத்தா, போயிட்டயே... ஆங்ங்.... சொல்லாமக் கொள்ளாம எங்களுக்குச் செய்வியே... ஆங்ங்.... ஒன்னோட பொழப்பென்ன தழப்பென்ன ஆங்ங்... என ஆட்கள் ஒப்பாரி வைத்துக்கொண்டிருந்தார்கள்.

ராக்கம்மாள் கிழவி நேற்று இரவு இறந்துபோயிருந்தாள். ஊரே அவள் பேச்சாகத்தான் இருந்தது. ஆம்பளப்புள்ள நாலு பேரு; பொம்பள ரெண்டுபேரு. பேரன், பேத்தின்னு கெழவிக்குக் கொள்ளச் சனம் குமுஞ்சு கெடக்கு. இனி என்னென்ன சண்ட போடப் போறாங்களோ... கடவுளுக்குத்தான் வெளிச்சம் என்று ஆட்கள் பேசி முடிக்க, ஒரு கூட்டம் கூடி சண்டை போட்டுக்கொண்டிருந்தார்கள்.

“ஏய்! எவன்டா அவன், எங்க அம்மாவுக்கு கோடிச்சேல போட்டிருக்கிறது. நாங்கதாண்டா போடுவோம். அப்பிடி எவனாவது சேல போட முன்வந்தா கொறவளய கடிச்சிடுவோம். பெறந்த வீட்டுக் கோடி எங்க வீட்டுல இருந்துதான் போகணும். இத நாங்க விட்டுக்குடுக்க மாட்டோம்” என்று, மீசையை முறுக்கிக்கொண்டு சண்டை போட்டுக்கொண்டிருந்தான், ராமர்.

“ஏய்! ராமரு, என்னபேச்சுப் பேசுற? அம்மாவுக்கு எங்க வீட்டுக் கோடிதான் போடணும். நான் தலைப்புள்ள. என்னோட கோடியப் போட்டுத்தான் அம்மாவ தூக்கிப் போடணும். இந்த உரிமையை விட்டுக் குடுக்க மாட்டேன். இதுல என்ன சண்ட வந்தாலும் எதுத்து நிக்கத் தயாரா இருக்கோம்” என்றான் ராக்கம்மா கிழவியின் மூத்த மகன் ரங்கராசு.

“அதெல்லாம் முடியாதுங்க. நீங்கெல்லாம் எங்க அக்கா பெத்த புள்ளைக. எங்கக்கா, எங்க வீட்டுல பெறந்தது. எங்களோட கோடிச் சேலையத்தான் போடணும். இத நாங்க விட்டுக் குடுக்க மாட்டோம்” என முறையிட்டார் ராக்கம்மாளின் தம்பி மூக்கையா.

“ஆளாளுக்கு பேசிக்கிட்டு இருக்காதீங்கப்பா. சட்டுப்புட்டுன்னு ஒரு முடிவுக்கு வாங்கப்பா. நீர் மால எடுக்கணும், கொள்ளிக் கொடம் ஒடைக்கணும், சாஸ்திரம், சம்பிரதாயம்னு இன்னும் என்னென்னமோ இருக்கு. நீங்க என்னடான்னா கோடிச்சேலைக்கு சண்ட போட்டுக்கிட்டு இருக்கீங்க” என்று விரட்டினான் உள்ளூரில் புரோகிதம் பண்ணும் பூசாரி.

“தப்பாட்டம் களை கட்டியது. கப்பல்பாடை தயாரானது. இழவு வீட்டில் கூட்டம் நெட்டி நெருக்கியது. ராக்கம்மாள் கீழே சாத்தப்பட்டுக் கிடந்தாள். குளிப்பாட்டவிடாமல் பெத்த புள்ளைகளும் உடன்பிறந்தவர்களும் யார் கோடிச்சேலை போடுவதென சண்டை போட்டுக் கொண்டிருந்தார்கள்.

“ஏய், பாத்தியாடி கூத்த? செத்தபெறகு சொந்தம் கொண்டாடுறானுக பயக. ஆனா உசுரோட இருக்கும்போது ஒரு வா தண்ணி மோந்து குடுக்க ஆளில்ல. ஒத்தையில கெடந்தா பாதகத்தி மக. இன்னைக்கு என்னமோ, பவுசா சண்ட போட்டுட்டு இருக்கானுக. இப்ப இருக்கிற உரிமை, அந்தக் கெழவி உசுரோட இருக்கும்போது ஒரு பயலுக்கும் ஒறைக்கலையே” என்றபோது ராக்கம்மாள் சாய்ந்து கிடந்தாள். அவள் தொண்டைக்குள் பாசக் கிணற்று நீர் வற்றிப்போயிருந்தது.

“கெழவி செத்துப்போயிட்டா, நல்ல மொறையில அடக்கம் பண்ண விடுங்கடா... சண்டை போடாதீங்க” என்று பொன்னையா பெரியவர் குரல் கொடுத்தார்.

ராக்கம்மாளின் கடைசிக்காலம் மூடப்பட்ட அவள் கண்ணில் தெரிந்தது. பக்கவாத நோயினால் பாதிக்கப்பட்டு படுத்த படுக்கையாய்க் கிடந்தாள்.

“ராக்கம்மா... ராக்கம்மா...”

“ம்...”

அவள் அருகில் ஒரு நாய் மட்டும் சுருண்டுகிடந்தது.

“இப்பிடியே மொடங்கிக் கெடந்தா எப்பிடி? செத்த காலாற நடந்துட்டு வரவேண்டியதுதானே. அப்பத்தான காலு, கை பெலப்படும். எந்திரிச்சு வா” என எழுப்பினாள் பவுனு.

“எங்கடி... ஒரு எட்டுக்கூட வைக்கமுடியல. காலு கையெல்லாம் இழுத்திட்டுப் போகுது. நானும் நடக்கணும்னுதான் விசனப்படுறேன், முடியலையே” என்றாள் ராக்கம்மாள்.

ஒருவழியாய் ராக்கம்மாளைத் தூக்கி உட்காரவைத்து, கைத்தடியை எடுத்துக் கையில் கொடுத்து நிக்கவைக்க காலு கையெல்லாம் கிடுகிடுவென நடுங்கியது. அப்போது நாய் ராக்கம்மாளை வளைய வளைய வந்தது.

“நிமிந்து நில்லு ஆத்தா”

“முடியலையே”

“ஏன், இத்தன கிழிசலா இருக்கு சீல. வேற சீல மாத்த வேண்டியதுதான. வானத்து நச்சத்திரம்மாதிரி இத்தனை பொத்தல் இருக்கு. அதுலயும் அழுக்குவேற அப்பிக் கெடக்கு. சொத்து சொகம் சேத்து வச்சு யாருக்குக் குடுக்கப்போற. பூராத்தையும் வித்துச் சாப்பிட்டு கடைசியல கால நீட்டவேண்டியதுதானே”

“இல்லடியம்மா, இந்தச் சொத்தெல்லாம் அந்த ஆம்பள சம்பாரிச்சது. நமக்கென்ன உரிம இருக்கு இத வித்துத் திங்க”

“ஆமா, இப்பிடியே நீ வாயக்கட்டி, வயித்தக்கட்டி சேத்துவையி. பூராத்தையும் கொண்டுபோக ஆள் வருவாங்க. ஓம்புள்ளைக பேரன் பேத்தின்னு இம்புட்டுச் சனமிருக்கே. ஏதாவது தீவாளி, பொங்கல், நல்ல நாள், திங்கநாளுன்னு என்னைக்காவது ஒருநா புதுச் சீலத் துணி வாங்கித் தந்திருக்காங்களா? இப்பிடி நன்றிகெட்ட மனுசங்களுக்கா நீ சொத்துச் சேத்து வைக்கிற?”

“நீ சொல்றது நெசந்தான் பவுனு. அது பெத்த புள்ளைகளுக்கும் வீட்டுக்கு வந்த மருமகளுக்குமில்ல தெரியணும்.

“நாம போயா புதுத்துணி எடுத்துத் தாங்கன்னு கேக்க முடியும். அவங்களோடது அம்புட்டுதான்” எனப் புலம்பினாள் ராக்கம்மாள். ராக்கம்மாளின் மகன்கள், மகள்கள் எல்லாம் வெளியூரில்

இருந்தார்களேயொழிய யாரும் ஒரு வார்த்தை என்ன ஏதுவென்று கேக்க மாட்டார்கள். இப்படியாய் யாரின் ஆதரவில்லாமல் கிடந்த கிழவி ஒரு பனி இரவில் கண்ணை மூடினாள். பசித்திருக்கும் போது பச்சத்தண்ணிகூட குடுக்க முன்வராத உறவுகள்தான் செத்தபிறகு கோடிச்சேலை போடுவதற்கு சண்டை போட்டுக் கொண்டிருந்தார்கள்.

டுங்டுங்டா... டுங்டுங்டா... டும்... டும்... என்ற தப்புச் சத்தம் சண்டைச் சச்சரவுகளை மீறிக் கேட்டது.

“என்னப்பா ஒரு முடிவுக்கு வந்திட்டீங்களா?”

“இல்லங்க... எங்களோட கோடிச்சேலைதான் போடணும்”

‘‘இல்ல, எங்களோடதுதான்” என சண்டை போட்டுக் கொண்டிருந்தார்கள்.

“ஏய்! எல்லாரும் சண்டை போடுறத நிப்பாட்டுங்கடா...” என ஒரு பெரியவர் சத்தமாய்ப் பேசினார். எல்லோரும் கப்சிப்—பென பேச்சை நிறுத்தினார்கள்.

“என்னமோ பெருசா சண்ட போடுறீங்க? இதுக்கு முன்னாடி எங்க போயிருந்தீங்க? உசுரோட இருக்கும்போது ஒரு சீலத்துணி வாங்கிக் குடுக்க வக்கத்த பயக, செத்தபெறகு கோடிச்சேலைக்குச் சண்டை போடுறீங்களோ? கெழவி உசுரோட இருக்கும்போது எங்கய்யா போச்சு ஒங்களோட கௌரவம், தலைக்கனமெல்லாம். யாரு வீட்டுத் துணியும் வேணாம். ஒங்களோட அம்மா கடைசி வரைக்கும் அனாதையாத்தான் இருந்துச்சு. அப்பிடியே எங்க ஊருபேர்ல கோடிச்சேலையப் போட்டு தூக்கப்போறோம். இதில யாரும் தலையிடக்கூடாது” என அந்தப் பெரியவர் சத்தம் போட்டார்.

பெரியவர் போட்ட சத்தத்தைக் கேட்ட ராக்கம்மாளின் மகன்கள், மகள்கள், உறவுகள் அமைதியாகினர்.

ராக்கம்மாள் குளிப்பாட்டப்பட்டு ஊர்ப் பொதுச்சேலை கட்டி பாடையில் ஏற்றப்பட்டாள். சொந்தபந்தங்கள் கிழவி சேர்த்துவைத்த சொத்துகளை பங்கு போட ஆயத்தமானார்கள். ஊர் உறவுகள் ஒப்பாரி வைக்க அன்றே அடக்கம் செய்யப்பட்டாள், ராக்கம்மாள். மறுநாளே, உறவுகளின் வீடுகளில் அசைவ வாசனை வீசத் தொடங்கியது.

ராக்கம்மாள் கிழவி வளர்த்த நாய் மட்டும் பல நாட்கள் பட்டினியாய்க் கிடந்தது.

■ ■ ■

எழுத்தாளர்
சாந்தகுமாரி சிவகடாட்சம்

மகாத்மா காந்தி சொன்னார்: என்றைய தினம் ஒரு பெண் சுதந்திரமாக நள்ளிரவில் தெருவில் நடந்துசெல்லுகிறாளோ அன்றைய தினம்தான் இந்தியா உண்மையான சுதந்திரத்தை அடைந்து விட்டதாகச் சொல்லலாம்.

இன்று, இந்தியா சுதந்திரமடைந்து 70 ஆண்டுகள் ஆகிவிட்டது. ஆனால், பெண்களுக்குக் கிடைக்கவேண்டிய பாதுகாப்பு கிடைக்கவில்லை. பச்சிளம் பெண் குழந்தைகள் நான்கு வயது முதல் பத்து வயதுவரை பாலியல் பலாத்காரம் செய்யப்பட்டு கொல்லப்படுகிறார்கள். சட்டத்தின் பிடியிலிருந்து குற்றவாளிகள் தப்பித்துவிடுகிறார்கள். பல சமயங்களில் குறைவான தண்டனையைப் பெறுகிறார்கள்.

சமீபத்தில்தான், இப்படி இளம்பெண்களை பாலியல் பலாத்காரம் செய்பவர்களுக்கு மரண தண்டனை என்கிற கடுமையான சட்டத்தை அமல்படுத்தியிருக்கிறார்கள்

'அழகோவியம்' என்ற இந்தச் சிறுகதையை எழுதிய ராஜா செல்லமுத்து, தன்னுடைய கதையின் கதாநாயகியான அமலாமூலம் இன்றைய சமுதாயத்தில் பெண்களுக்குக் கிடைக்காத பாதுகாப்பை பற்றியும், அந்தப் பெண் எப்படி தனக்குத்தானே ஒரு பாதுகாப்பு வளையத்தை அமைத்துக் கொள்கிறாள் என்பதைப் பற்றியும் வெகு அழகாக சித்தரித்திருக்கிறார்.

அழகான வர்ணனைகளோடும் சொற்றொடர்களோடும் இருக்கும் இந்தக் கதையை எழுதியதற்கு என் பாராட்டுகளை உரித்தாக்குகிறேன்.

● ● ●

அழகோவியம்

ஏயிலேறச் செல்லும் பயணிகள், சாலையின் குறுக்கே விரைந்து சென்றார்கள்.

“நான் என்ன கேனையனா? கிறுக்கனா? முட்டாளா? டேய் வாடா, ஒரு கை பாப்போம்” என்ற மூர்க்கத்தனமான வார்த்தைகளை உதிர்த்தபடியே ஆட்டோவிலிருந்து ஒருவன் பேசிக் கொண்டிருந்தான்.

“ஏன் அவன் இப்பிடி பேசிட்டு இருக்கான்” விவரம் தெரியாத சிலபேர் கேட்டனர்.

“அதுவா அவன் தெனமும் இங்க வந்து ஆட்டோவ நிப்பாட்டிட்டு இப்பிடித்தான் பேசிட்டு இருப்பான்”

“அதுக்காக பொம்பளப்புள்ளைங்க போற வாற எடத்துல இப்பிடியா பேசுவான். இவனையெல்லாம் சும்மா விடக்கூடாது. போலீஸ்ல புடிச்சுக் குடுக்கணும்” என்று சிலர் முறைத்துப் பேசிவிட்டுச் சென்றனர்.

“பாவம்ங்க, அவன் மனசு என்ன பாடு பட்டுச்சோ தெரியலையே... பித்துப் புடிக்கிற அளவுக்கு சித்தம் கலங்கியிருக்கான்னா, அவன் எதுல சிக்கி இப்பிடி சின்னாபின்னமானானோ?” அவனைப்பற்றி வருத்தப்பட்ட சிலர் பாவ அறிக்கை வாசித்தனர்.

அவன் பேச்சு முதலில் முற்றியிருந்தது, பின் ‘சப்’பென்று ஆனது. அவன் கண்ணில் நீரொழுகி வார்த்தைகள் ஈரமாய் விழுந்தன. ஒருகட்டத்தில் வார்த்தைகள் வெளிவராமல் அழுதேவிட்டான். அவனின் இந்த நிலையைப் பார்த்த சிலர் ஈரம் கண்டு கிடந்தனர்.

அருகிலிருந்த பெண்கள் கல்லூரிப் பேருந்து நிறுத்தத்தில் ஒரு அழகோவியம் வந்தமர்ந்தாள். அவள் ஆடைகளில் அழுக்கு

அப்பியிருந்தது. அவள் அப்பிடியிருந்ததை பார்க்காதவர்கள் பாவம் செய்தவர்கள்.

இது எதையும் கவனிக்காமல் அந்தப் பெண், தன் கைப்பையைத் திறந்து அதில் எதையோ எடுத்துப் பார்த்துக் கொண்டிருந்தாள். பார்த்தவள் அவளாய்ப் பேச ஆரம்பித்தாள். சிவப்பும் காவியும் கலந்த கலரில் ஒரு சுடிதார் போட்டிருந்தாள். கழுத்திலிருந்து கால் வரையில் ஆங்காங்கே ஈரம் சொட்டியிருந்தது. கால் பகுதியில் சகதி அப்பியிருந்தது. கன்னக்கதுப்பில் யாரோ பிராண்டிய தடம் தெளிவாய்த் தெரிந்தது.

“ச்சே.. பாவம், நல்ல பொண்ணா இருக்கா? என்ன பிரச்சனையோ? இவ ஏன் இந்தத் தப்பு செய்யணும்? இப்படி, அந்தப் பெண்ணைப் பற்றி பேசாதவர்கள் குறைவு. கல்லூரிப் பேருந்து நிறுத்தம் ஆட்களால் நிரம்பி வழிந்தது. நேரம் ஆக ஆக வெயிலின் உக்கிரம் வலுக்கத் தொடங்கியது. வீதியில் நின்றிருந்தவர்கள் எல்லாம் நிழற்குடை தேடி ஓடி வந்தனர்.

தார்ச்சாலையில் மாநகரப் பேருந்துகளின் சத்தம் காதை கிழித்துக்கொண்டு ஓடியது.

இருபக்கமும் நின்றிருந்த பாதசாரிகள், சாலையைக் கடக்கலாமா? வேண்டாமா? என்ற படபடப்பில் நின்றிருந்தனர்.

ஒரு போக்குவரத்துக் காவலர் ஹெல்மெட் போடாத டூவீலரை மடக்கிப் பிடித்தார். டூவீலர்க்காரன் பயந்து நடுங்கியவாறே டூவீலரை ஓரம் கட்டினான். ஏன் ஹெல்மெட் போடல? லைசென்ஸ் இருக்கா? ஆர்சி புக் எங்க? கேள்விகளை அடுக்கினார். அந்த டிராபிக் போலீஸ் அந்த டூவீலர்க்காரனை வாட்டி வதைத்துக் கொண்டிருந்தார்.

“இது பெரிய தப்பு, பைன் கட்டுங்க” சீறினான்.

“சார்... ஆபீஸ் போற அவசரத்தில ஹெல்மட்ட மறந்திட்டேன். நாளைக்கு எடுத்திட்டு வந்திருவேன். ஸாரி” திணறினான்.

“ஒன்னோட ஸாரி” எனக்குத் தேவையில்ல’

“சாப்பிட மறந்தியா?”

“முடியாது, பைன் கட்டிட்டு போ” விரட்டினார்.

“சார்... வண்டிகள ஸ்டாப் பண்றீங்களா? இல்ல நாங்களே போகவா?” என்று மக்கள் கேட்டபோதும் இது எதையும் செவி மடுக்காமல் அந்த டிராபிக் போலீஸ், டூவீலர்காரனையே தொந்தரவு செய்துகொண்டிருந்தார். பொறுத்து பொறுத்துப் பார்த்த மக்கள் கூட்டம் சாலையை தைரியமாகக் கடந்தனர். டூவீலர்க்காரன் பணத்தைக் கொடுத்ததும் அவனுக்கு அவர் வழிவிட்டார்.

அவனாய்ப் பேசிக்கொண்டிருந்த அந்த ஆட்டோக்காரன், இப்போது அழுதுகொண்டிருந்ததை நிறுத்திவிட்டு, மீண்டும் புலம்ப ஆரம்பித்தான்.

அழகோவியம் தன் ஆடைகளை சரிசெய்யத் தொடங்கினாள்.

"ஒம்பேரு என்ன?"

அழகோவியம் திருப்பிப் பார்த்தாள்.

"ஏம்மா கேக்குறேன்னு தப்பா நெனைக்காதே, ஏன் ஒன்னோட ஒடம்பெல்லாம் இப்பிடி இருக்கு, ஏதாச்சும் தப்பு பண்ணுனியா?" என்று அங்கிருந்த ஒரு அம்மா கேட்டாள்.

தேம்பித்தேம்பி அழுத அந்த அழகோவியம், கேள்வி கேட்ட அம்மாவை, ஆணியடித்ததுபோல் பார்த்துவிட்டு, 'எம்பேரு… எம்பேரு அமலா' என்றாள் அழுத உதடுகளோடு.

சுற்றியிருப்பவர்கள் அவளை ஒரு மாதியாகப் பார்த்தார்கள்.

தன், கன்னத்தில் பதிந்த தடங்களை கை கொண்டு தடவினாள்.

பெருமூச்சு அவளுக்கு மேலும் பெரிதானது.

"சொல்லும்மா, தப்பு நீயா பண்ணுனியா, இல்ல. யாரும் ஒன்னய இந்த நெலமைக்கு ஆளாக்குனாங்களா?" அதே தாய் மீண்டும் இதையே கேட்டாள். உதடுவரை வந்த வார்த்தைகள் தொண்டைக்குழிக்குள் போய் சிக்கி நின்றது.

"ம்ம்ம்" எனத் தேம்பினாள் அந்தக் குமரி. குலுங்கிக்குலுங்கி அழுதாள். அங்கு நின்றிருந்தவர்களுக்கு அது என்னவோ போலானது.

"யம்மா, யம்மா, ஏன் அழுற?" என்று கேட்டவர்களுக்கு பதில் சொல்லாமலே அழுதுகொண்டிருந்தது, அந்த அழகோவியம்.

ஈரம் நிறைந்த ஒருத்தி, அவளின் அருகே வந்து அவளைத் தொட்டு உட்கார்ந்தாள்.

"ஏம்மா, நீ எங்க போகனும்… ஏன் இப்படி இருக்க?'

"சொல்லு… சொல்லும்மா" எனக் கேட்க, அந்த அழகோவியம் அழுகையைத் தவிர வேறெதும் செய்யவில்லை. அவளின் கண்கள் ஈரத்தில் நின்றது கண்ணீர் கன்னத்தில் வழிந்தது.

"நான் கோயம்பேடு போகணும்… ம்ம்ம்…". என அழுதுகொண்டே சொன்னாள். "கோயம்பேடுதான, அதுக்கு ஏன் இப்படி அழுகுற?" தோள்தட்டினாள், ஒரு பெண். நிறையப் பெண்கள் ஆதரவாய்ப் பேச அவள்மீது இரக்கமழை பொழிந்தது.

ஆட்டோக்காரன் புலம்பிப்புலம்பி பேசியே அந்த இடத்தைவிட்டு நகர்ந்திருந்தான்.

அமலாவை கைத்தாங்கலாகப் பிடித்தபடியே சாலையைக் கடந்தனர் சில பெண்கள்.

“அமலா அமலா”

“ம்”

“இப்பவாவது சொல்லும்மா.. என்ன நடந்துச்சு”

“அக்கா உண்மையச் சொல்லட்டுமா?”

“ம்... சொல்லு”

“என்னோட சொந்த ஊரு சேலம். அப்பா இல்ல, வயசான அம்மா மட்டும். வேல தேடி நான் இங்க வந்தேன். எல்லா ஆபிசுக்கும் போய்வந்தேன். வேல குடுக்கிறதவிட என்னைய தப்பா பாத்த மனுசங்கதான் அதிகம். காலையில் இருந்து ராத்திரி வரைக்கும் அலஞ்சேன். யாரும் வேல தர்றமாதிரி தெரியல. நைட்டு ஆயிருச்சு. ஊருக்குப்போகவும் கையில காசில்ல. நைட்டு எங்கபோயித் தங்குறது. எனக்கு பயமா இருந்துச்சு. ரோட்டுல படுத்தா ஏதாவது விபரீதம் நடக்கும்னு தெரியும். அதான் சகதியில நானே எறங்குனேன். ஒடம்பெல்லாம் சேற அள்ளிப் பூசிக்கிட்டேன். என்னோட கையால நானே கன்னத்தில் கீறிட்டேன் . இப்படியே ராத்திரி முழுக்கக் கெடந்தேன். கூடவே பைத்தியம்மாதிரி பொலம்பிட்டே இருந்தேன். என்னைய வந்து பாத்தவங்ககூட நான் யார்கூடவோ தப்புப் பண்ணிட்டேன்னு நெனச்சிட்டு என்கிட்ட வரல. அதோட, என்னைய பைத்தியமுன்னு நெனச்சிட்டாங்க. அப்படியும் ரெண்டுபேரு வந்து வம்பிழுத்தாங்க. நான் கத்தி கூச்சல் போடவும் ஓடிட்டாங்க.

ராத்திரி முழுசும் ஒருபொட்டு தூங்கலக்கா. அழுதிட்டே கெடந்தேன்” தேம்பித் தேம்பி சொன்னாள், அமலா. அவள் சொன்னதைக் கேட்ட பெண்கள் கண்ணீர் சிந்தினர்.

“அக்கா பசிக்குதுக்கா”

என்று, அமலா ஈனக்குரலில் கேட்டாள்,

“பாவி மகளே, வாடி எங்க வீட்டுக்குப் போவோம்“ என்று, ஒரு பெண் கூப்பிட்டாள்.

“எங்க வீட்டுக்கு கூப்பிட்டுப் போகட்டுமா?” என்றாள் இன்னொரு பெண்.

“நான் கூட்டிட்டுப் போகவா?” என்றாள் மற்றொரு பெண் .

அமலாவை ஆளாளுக்குத் தாங்கினர்.

“ச்சே, இந்தப் பொண்ணத்தா ராத்திரியில பாத்தோம். இவ பைத்தியம் இல்லடா, நல்லாதான் இருக்கா? நம்மள ஏமாத்திட்டா மாப்ள.

இன்னைக்கு விடக்கூடாது" என்று கங்கணம் கட்டிக்கொண்டனர் அந்தவழியாகப் போன சில ஆண்கள்.

"அமலா, நான் ஒரு கம்பெனி வச்சுருக்கேன். நாளைக்கே நீ வேலைக்குச் சேரலாம்" என்றாள் ஒருத்தி.

இதுயல்லாம் கேட்டுக்கொண்டிருந்த அமலாவிற்கு என்னவோ போலானது.

இங்க யாரும் உதவமாட்டார்கள் என்ற மாயை அவளுள் உடைந்து, அவளையும் மீறிய அழுகையில் அவள் கன்னங்களில் அப்பியிருந்த அழுக்கு கொஞ்சங்கொஞ்சமாய் கரைந்துகொண்டிருந்தது.

■ ■ ■

இயக்குநர், எழுத்தாளர்

பாவலர் மைந்தன்

ராஜா செல்லமுத்துவுக்கு எழுத்து ரொம்ப சுலவமா வருது, இவரோட கையில பேனா பதினோறாவது விரலா இருக்கு, ரொம்ப அற்புதமான எழுத்து நடை, வாசகரை கை பிடிச்சு கூட்டிட்டுப் போற மாதிரியான லாவகம், திடீருனு வெறும் வசனத்தில ஆரம்பிக்கிற கதை, யாரும் யாரும் பேசுறாங்கன்னு சட்டுனு வாசகனுக்குப் புரிஞ்சிடுது, எழுத்தாளனுக்கு உள்ள அடையாளமே அதுதான், இந்த எழுத்து நடையை நான் கி.ராஜநாராயணன்கிட்ட அனுபவிச்சிருக்கிறேன். சிறுகதைக்குன்னு ஒரு இலக்கணம் இருக்கு. கடைசி வரியில, கடைசி வார்த்தையில, கடைசி எழுத்துலதான் கதையோட மையம், கதையோட உசிரு, கதையோட க்ளைமேக்ஸ் மூணும் இருக்கணும். அது இந்தக் கதையில இருக்குது. கிராமத்து வாடை எழுத்துகளுக்குள்ளே புகுந்து புகுந்து போயிக்கிட்டே இருக்கு. அது, நம்ம மனசுலேயும் மணமா வீசுது. வாசிக்கிறபோது அதை சுவாசிக்கிறமாதிரியே இருக்கு. கதையில வர்ற ஏதாவது ஒரு வார்த்தையை, ஒரு வரியை குறிப்பிட்டுச் சொல்லி பாராட்டலாமுன்னு நினைச்சா, இந்தச் சிறுகதையை மறுபடியும் ஒருதரம் அப்படியே இங்கே எழுதவேண்டியிருக்கும்.ஒரு வார்த்தைகூட அதிகமாகவும் இல்ல, குறைவாகவும் இல்ல. அளந்து எழுதினமாதிரி இருக்கு. தினமும் ஜெயிலுக்குப் போய் பேரை எழுதி கையெழுத்துப் போடும் சடையன், சொந்தக்காரனோட கல்யாணப் பத்திரிகையில அவன் பேரை போடலைன்னு வறட்டுப் பிடிவாதமாக குடும்பத்தோட நிம்மதியைக் கெடுக்கிறான், அதுக்கு ‘பேருதான் காரண’முன்னு எழுத்தாளர் சொல்றாரு. ரெண்டு வரி கதை, ரெண்டு பக்கமாக விஸ்வரூபம் எடுத்து நிக்குது.

●●●

பெயர் மாற்றம்

“ஏ! சடையா, நீ வராம இருக்கிறது நல்லாயில்லப்பா”

“இல்லண்ணே நான் வரப்போறதில்ல”

“அது எப்படிப்பா? சொந்தபந்தம், நல்லது கெட்டதுக்குத்தான சேர முடியும்! ஒரு நல்ல காரியம் நடக்கும்போது, சொந்தக்காரன் வராம இருக்கிறது அவ்வளவு சொகமில்லப்பா” என்றார் சீனி.

“நீங்க என்னா சொன்னாலும் வரமாட்டேங்க. நீங்க போயிட்டு வாங்க”

“இல்ல சடையா, தூரத்து சொந்தக்காரன் நானே கை நனைக்கப் போறேன். ரத்தச் சொந்தம் நீ, பச்சப்பந்தல தள்ளி வைக்கிறது தப்புப்பா”

“இவ்வளவு அக்கறையா நீங்க சொல்றீங்க! அவனுக்கு எங்க போச்சு அறிவு. யோசன இல்லாமப் பண்ணிட்டானுக. அவனுக மூஞ்சியிலேயே இனி முழிக்கமாட்டேன்”

“அது இல்ல சடையா. ஏதோ சின்னப்பயக தப்புப் பண்ணிட்டானுக. கொஞ்சம் பெரியமனசு பண்ணி நீதான் மன்னிக்கணும்பா”

“யாரு நானா? எவனோ வம்சம் தெரியாத பயகளக்கூட வரிஞ்சு கட்டிட்டுக் கூப்பிட்டுருக்கான். உருத்தான என்ன ஒதுக்கி வச்சது எனக்கு ரொம்ப உறுத்துதப்பா”

“ம்... அப்ப என்னா சொன்னாலும் கேக்கமாட்ட”

“மாட்டேன்ங்க...”

“சரி, நான் வாரேன்” என்று சொல்லிவிட்டு, அந்த இடத்தை விட்டு நகர்ந்தார் சீனி.

“சடையன் சம்மணம் போட்டு வீட்டிற்குள் உட்கார்ந்திருந்தார். அவரிடம் போய்க் கேட்பதற்கு பயந்துகொண்டிருந்தாள், சடையனின் மனைவி. சீனியை சமாதமானம் சொல்ல அனுப்பியிருந்தாள். சீனி ஊர்த்தலைவர் என்பதால் அவர் சொன்னால் கேட்பார் என்ற நம்பிக்கையில் இருந்தவர்களுக்கு அவரும் திரும்பியது சங்கடமாக இருந்தது.

“மாமா, என்னாச்சு மாமா” என்றாள் சடையனின் மனைவி.

“இல்லம்மா... நான் எவ்வளவோ சொல்லிப் பாத்திட்டேன். பய கேக்கமாட்டேங்கிறான். நீ வேணும்னா போயி பேசிப் பாரு.”

“ஐயய்யோ.. ஒரு தடவ சோத்த ஊத்திட்டு, தண்ணி மோந்து வெக்க மறந்ததுக்கு சோத்துப் பானைய போட்டு ஒடச்சு, ஊரக்கூட்டி ஒப்புச்சு, என்னைய அசிங்கப்படுத்திட்டாரு. இதுல இத வேற கேட்டேன்னா அம்புட்டுத்தான். குடியிருக்கவும், கூடயிருக்கவும் குந்தகம் வந்திரும்”

“ம்..... அப்ப என்னா பண்ணப் போற”

“பாப்போம்... முகூர்த்தத்துக்கு இன்னும் ஒரு மணி நேரம் இருக்கில்ல. என்ன செய்றார்னு பாப்பமே.”

மனைவியும் பிள்ளைகளும் சடையனைப் பார்த்தபடியே இருந்தனர்.

“சடையன், கதவை அடைத்துக்கொண்டு வீட்டுக்குள் இருந்தார்.

அப்போது வீட்டிற்கு வந்த இன்னொரு பெரியமனுஷி சமாதானம் செய்தாள்.

“ஏ.... இன்னாரு பொண்டாட்டி, அவனுகதான் அப்பிடிச் செஞ் சானுகன்னா நீங்களும் அப்பிடியேன் இருக்கணும்? ஓம்புருசனக் கூட்டிட்டு வந்து சேரும்மா”

“நான் சொல்லல ஆத்தா, வீம்பு புடிச்ச மனுசன்ட விதண்டவாதம் பேசுனா எம் மூஞ்சிதான் வீங்கிப்போகும். பந்திச் சாப்பாடு சாப்பிடலன்னா முந்தியெல்லாம் செத்துப் போகமாட்டோம். என்ன எல்லாரும் ஒண்ணா சாப்பிடுற சந்தோஷமே தனி. அது எங்களுக்கு குடுத்துவைக்கல போல” எனப் பொறுமினாள், சடையன் மனைவி.

“ஏய், அங்க என்னடி பொலம்பிட்டு இருக்க. நாலு பேரு முன்னாடி நம்மள மூக்க ஒடச்சுப்புட்டான். அதவிட்டுட்டு, சீமப் பன்னி திங்க அலஞ்சது மாதிரி, கல்யாணக் கஞ்சிக்கு காத்தாடியா அலையுற!” என்று கடிந்தான் சடையன்.

‘‘ஐயா... ஒண்ணும் சொல்லலய்யா. என்னமோ சொல் பொறுக்காத சுப்பன் செட்டி கெனக்கா, சுர்ருன்னு ஒக்காந்திருக்கீங்க, மன்னிச்சுவிடக்கூடாதா யென்ன?”

“எதடி மன்னிக்கச் சொல்ற? தலையில வெட்டு விழுந்தாலும், கழுத்துல கத்தி விழுந்தாலும், ஏன்? என் உயிரையே உரிச்சு நாரு நாரா தொங்கவிட்டாலும் அதக்கூட மறந்திருவேன். ஆனா மன்னிக்க மாட்டேண்டி. இது எனக்கு மட்டுமில்ல என் அப்பன், தாத்தா, ஏன் பரம்பரைக்கே வந்த அவமானம்டி. இத ஒருக்காலும் மறக்க மாட்டேன்” என விடாப்பிடியாக உட்கார்ந்திருந்தார் சடையன்.

“ஏ!.... கோவாலு, போய் சடையன ஒரு எட்டு கூப்பிட்டு வாப்பா” என, மணமகனாக இருந்தவனிடம் சிலர் சொன்னார்கள்.

“முடியாதுங்க. அந்தாளு எங்க தாய்மாமன்தான். ஆனா அந்தாளு செஞ்ச அலப்பற தாங்கமுடியல. அதுனாலதான போனாப் போகட்டும்னு விட்டுட்டோம்” என்று சொன்னான் கோபால்.

முகூர்த்தத்திற்கு, கடிகார நொடிகள் குறைந்துகொண்டிருந்தன.

‘ப்பீப்பீ... ப்பீப்பீ.... டெட டெட டெட டே..... ப்பீப் பீப்...’ என இசை ஒலித்துக்கொண்டிருந்தது.

தாலி கட்டிவிடுவார்களோ என்னமோ என்ற கவலையில் தவியாய்த் தவித்தாள் சடையன் மனைவி.

“ஏய்... அந்தப் பந்தலுக்குப்போன ஒங்கால வெட்டிப் புடுவேன்” என நாக்கைத் துருத்திக்கொண்டு சொன்னான் சடையன்.

“நான் போகல சாமி. ஒன்னையக் கட்டுன குத்தத்துக்கு, அடியும் மிதியும் வாங்கி, கண்ணீரும் கம்பலையுமா நிக்கிறதுதான மிச்சமாயிக்கு” என அழுது புலம்பினாள், சடையனின் மனைவி.

அப்போது, சடையன் வீட்டுவாசலில் ஒரு பெண் வந்து நின்றாள்.

“ஏ! சடையன் பொண்டாட்டி, இங்கவாடி. எம்புள்ளைக்கு சடங்கு வச்சிருக்கேன். சடையன் பேரப்போடலாமான்னு ஒங்கிட்ட கேட்டுட்டுப் போகலாம்னு வந்தேன்” என்றாள் அந்தப் பெண்.

“ஏ! ஆமாடி, பேரப் போட்டுரு. இப்ப என்ன பெரச்சினைன்னு தெரியுமில்ல!

“எங்க அண்ணன் மகன் கல்யாணப் பத்திரிகையில பேரப் போடலன்னுதான் இந்த ஆர்ப்பாட்டம் பண்ணிட்டு இருக்கான்.” என, பத்திரிகையில் சடையன் பெயர் இல்லாததைக் காட்டினாள். பத்திரிகையில் சடையன் பெயர் இல்லாமல் இருந்தது.

சிரித்தபடியே, வெளியே வந்த சடையன் “வா மதினி... வா வா.... என்னா... புள்ளைக்கு சடங்கு வைக்கப் போறாயா? எம்பேர

பெருசாப் போடு... வெக்காலி, நம்மபுள்ள போட்டாவப் போட்டு, பெரிய கட்அவுட்டே வைக்கிறேன்' என சிரித்துக்கொண்டே சொன்னான்.

"சடையா... ஓம்பேர ஓம் மச்சினன் பத்திரிகையில போடலையா"

"ஆமா, ஊர்ல இருக்கிறவன் பேரெல்லாம் போட்டுட்டு, எம்பேர விட்டுப்புட்டேன், பெறகு எப்படி அங்க நான் போவேன்.

"ஆமாமா... இதெல்லாம் பெரிய கௌரவப் பிரச்சினப்பா" என்றாள் அந்தப் பெண். சடையனுக்கு கௌரவம் தலை தூக்கியது.

அப்போது, 'ஏ சடையா... போவமா" என வீட்டு வாசலில், ஒருவன் கூப்பிட்டான்.

"இந்தா வாரேன்" என சடையனும் வெளியே வந்தான்.

"ஆமா ரெண்டுபேரும் எங்க போறாங்க" என்றாள், வந்தவள்.

"அது தெரியாதா... ஜெயில்ல இவங்கபேரு பேரும் இருக்குல்ல. அதான் கையெழுத்துப் போடப் போறாங்க!" என்றாள் மனைவி.

விக்கித்து நின்றாள், வந்தவள்.

■ ■ ■

ப. தங்கப்பன்
செயலர் (இந்திய ரஷ்ய வர்த்தக சபை)

நண்பர் ராஜாசெல்லமுத்து, அவர்கள் எழுதிய 'பிளாஸ்டிக் அரிசி' வாசித்தேன். தற்போது தமிழ்நாடு மற்றும் உலகம் சந்தித்துக்கொண்டிருக்கிற பிரச்சனைகளில் குறிப்பாக, விவசாயத்தைச் சார்ந்த தொழில் செய்கின்றவர்களின் அவலநிலையை சிறுகதைமூலம் எளிய நடையில் எழுதியிருப்பது, பாராட்டுக்குரியது.

விவசாயி அழிந்தால், விவசாயம் மட்டுமல்லாமல் மனித குலமும் அழியும் என்பதை எச்சரிக்கைவிடுக்கிறது, இந்தச் சிறுகதை.

சமூகப் பார்வையோடு மக்களுடைய சிந்தனையில் புதிய மாற்றங்கள் வருவதற்கு இக்கதை நிச்சயம் பெரும் தாக்கத்தை ஏற்படுத்தும் என்பதில் ஐயமில்லை.

பிளாஸ்டிக் அரிசி

கண்ணுக்கெட்டிய தூரம்வரை காய்ந்துகிடந்த வயல்வெளியை கவலையோடு பார்த்துக் கொண்டிருந்தார், முருகானந்தம்.

உச்சிவெயிலின் உஷ்ணம் தாளாமல் தலைக்குமேலே துண்டை தூக்கிப் பிடித்தார்.

அப்பவும் வெயில் அவர்மேல் விழுந்தபடியே இருந்தது.

வயல்வெளியில் எதுவும் இல்லையென்று சர் சர் சர் சர்ரென பறந்து சென்றுகொண்டிருந்தன வயல் நாரைகள். காய்ந்துபோன வயல்வெளியில் மேயாமலிருந்தன ஆடு, மாடுகள். கையிலிருந்த குச்சியைக் கொண்டு பொட்டல் பூமியை கிளறிக்கொண்டே இருந்தார், முருகானந்தம். ஈரம் தட்டுப்படாத மண்ணிலிருந்து புழுதி கிளம்பிக்கொண்டேயிருந்தது.

முருகானந்தம் முகத்தில் சோகம் அப்பிக்கிடந்தது.

"ஏய்..... முருகானந்தம்... ஏய்..."

"ஏய்.... முருகானந்தம்..."

காற்றின் திசையிலிருந்து எங்கிருந்தோ கேட்டது ஒரு தூரக் குரல். கூப்பிடும் குரல் காதில் விழுந்தும் திரும்பிப் பார்க்காமல் மண்ணைக் கிளறிக்கொண்டே இருந்தார். அவரை தூரத்திலிருந்து கூப்பிட்ட பொன்னுசாமி, முருகானந்தத்தின் அருகிலேயே வந்து விட்டார்.

"என்னா முருகானந்தம், ஒன்னைய எங்கெல்லாம் தேடுறது. இந்த வெட்டவெளி பொட்டல் புழுதியில ஒக்காந்து என்ன பண்ற? ஒரு

பெரிய விசயம் ஊருக்குள்ள நடந்திட்டு இருக்கு, வா போகலாம்" என்று கூப்பிட்டார்.

"முருகானந்தம், ஏப்பா அழுகுற?" தோள் தொட்டார்.

"பொன்னுசாமி... இந்த பூமி முன்னாடி எப்பிடியிருந்துச்சு. கண்ணுக்கெட்டுன தூரம் வரைக்கும் பச்சப்பசேல்னு இருந்துச்சு. பூராம் நெல்லு வெளையுற பூமி. தமிழ்நாட்டுக்கே சோறு போட்ட பூமி நம்மது. இன்னைக்கு இப்பிடிக் கெடக்குபாரு. ஒண்ணு நல்லா மழ பெய்யும். இல்ல, முல்லையாத்து வாய்க்கால் தண்ணி வரும். இன்னைக்கு என்னாடான்னா ரெண்டுக்கும் வழியில்ல. வானம் நம்மள ஏமாத்திப்புடுச்சு. முல்லையாத்து அணைத் தண்ணி வாரதில்ல.

நம்ம அளவு தண்ணி தீந்துபோச்சுன்னு கேரளாக்காரன் கைய விரிச்சுட்டான். முப்போகம் வெளய வேணடிய வாய்க்காலெல்லாம் இப்ப என்னாடான்னா ஆடு, மாடுகளுக்கு புல்லு, பூண்டுகூட மொளைக்காம இருக்கு.

இந்த வயல்வெளிகள்ல நெல்லு வெளஞ்சு பாத்து ரெண்டு, மூணு வருசமாயிப் போச்சு. இங்கிட்டு நெல்லு வயல், அங்கிட்டு காய்கறிக வெளையுற பூமின்னு, இப்பிடி நல்லா வெளஞ்சு நின்னுச்சு. ஊருக்கும் கொடுத்துட்டு ஒலகத்துக்கும் கொடுப்போம். இன்னைக்கு, பூராம் மண்ணுமேடா கெடக்கு" புலம்பினார், முருகானந்தம்.

"ஆமாடா... நீ சொல்றது நெசம். மனுச வாழ்க்கை நல்லாயிருக் கணும்னுதான் இயற்கை எல்லாத்தையும் அழிச்சுட்டானுக. ரெண்டு பேருக்கு ஒரு வீடு. ஒத்த ஆளுக்கு ஒரு காரு. இப்பிடி வசதியா வாழணும்னு அம்புட்டையும் நாமளே கெடுத்துப்புட்டோம்.

காடு, மலைகள்ல மரங்கள் இல்ல. எல்லாம் கதவு ஜன்னலா போச்சு. நெல்லு வெளையுற வயலு கான்கிரீட் வீடுகளாயிருச்சு. எங்க பாத்தாலும் காரு வண்டி. ஊரே கரும்புகையில மெதக்குது. மனுசன் நுரையீரல், கிட்னிகூட கருப்பாயிருச்சுன்னு டாக்டர்கள் சொல்றாங்க." ஆதங்கப்பட்டார் பொன்னுசாமி.

"இருக்கிற கொஞ்ச விவசாய நெலத்திலயும் இயற்கையா யாரும் விவசாயம் செய்றதில்ல. எல்லாம் விஞ்ஞான அடிப்படையில இங்கிலிஷ் மருந்த அடிச்சுத்தான் பயிர் வளக்கிறாங்க. இதுனால சின்னப்புள்ளைகள்ல இருந்து பெரிய புள்ளைங்க வரைக்கும் பூராம் சீக்காளியாப் போயிட்டானுக" என்று புலம்பினார், முருகானந்தம்.

இதெல்லாம் இப்பிடி கெட்டுப் போனதுனாலதான் குழந்தைங்க குடிக்கிற பால்ல கலப்படம் பண்ணுன காவாலிப் பயக, இன்னைக்கு பிளாஸ்டிக்கில முட்டை, முட்டைக்கோஸ், அரிசின்னு டூப்ளிகெட்

பொருட்களை இங்க எறக்கிட்டாங்க. அது சம்பந்தமாதான் ஒங்கிட்ட பேசணும்னு ஓடி வந்தேன் முருகானந்தம்” என்றார் பொன்னுசாமி.

பொன்னுசாமி புரியாமல் பார்த்தார்.

“நம்ம ஊருக்குள்ள பிளாஸ்டிக் அரிசி வந்திருச்சாம் முருகானந்தம்.”

“என்னது, பிளாஸ்டிக்கில அரிசியா?” வாய் பிளந்தார்.

‘ஆமாப்பா... என்னமோ சீனாக்காரன் பிளாஸ்டிக்ல என்னென்னமோ செய்றானாம். அதுலயிருந்து புதுசா இப்ப பிளாஸ்டிக்ல அரிசிய எறக்குமதி பண்ணிட்டானாம். ஊரே அதப்பத்தித்தான் பேசிட்டு இருக்காங்க. நீ என்னாடான்னா, இங்கன ஒக்காந்து மண்ணை கௌறிக்கிட்டு இருக்க. சரி, வா ஊருக்குள்ள போகலாம்” என இருவரும் வேகுவேகுவென ஊருக்குள் நுழைந்தார்கள்.

ஊர் முக்கில் அப்படியொரு கூட்டம் கூடியிருந்தது. திரும்பிய பக்கமெல்லாம் ஆட்கள்.

“என்னய்யா இம்புட்டு கூட்டம் கூடியிருக்காங்க”

“பெறகு, சாப்பிடுற சோறு பிளாஸ்டிக்னா எவனுக்குத் தூக்கம் வரும். அதான் இப்படி நிக்குறானுக” என்று பேசிக்கொண்டே கூட்டத்தில் ஊடுருவினார்கள்.

இந்த பிளாஸ்டிக் அரிசியில சிந்தடிக், செமிசிந்தடிக் இருக்கிறதால மனுச உடலுக்கு கேடு ஏற்படுது. இதுனால நாளமில்லா சுரப்பி சீர்கெட்டுப் போயி புற்றுநோய், பெறவிக் குறைபாடு இப்படி இதுல நாம ஏதோ ஒருவகையில நோயாளி ஆகி, சீக்கிரமே செத்துப் போயிருவோம் என்று ஒருவர் பிளாஸ்டிக் அரிசியைப் பற்றி சொல்லிக் கொண்டிருந்தார்.

“மக்களே பிளாஸ்டிக் அரிசியப் பத்தி யாரும் கவலப்படாதீங்க. பிளாஸ்டிக் அரிசியக் கண்டுபிடிக்கிறது ரொம்ப ஈஸி. ஒரு தம்ளர் தண்ணியில கொஞ்சம் அரிசியப் போடுங்க. கிளாஸ் அடியில போயி நின்னா அது நல்ல அரிசி. தண்ணியில மெதந்தா அது பிளாஸ்டிக் அரிசி. அடுத்து ஒரு லைட்டர்ல அரிசிய எரிச்சுப் பாருங்க. அப்படி எரிக்கும்போது பிளாஸ்டிக்குன்னா வாடை வரும். இப்படி பல வகையில நீங்க பிளாஸ்டிக் அரிசியக் கண்டுபிடிக்கலாம்” என அதைப்பற்றி விளக்கம் சொல்லிக் கொண்டிருந்தார், ஒரு அதிகாரி. முருகானந்தமும் பொன்னுசாமியும், ஒருவரை ஒருவர் பார்த்துக் கொண்டனர்.

“ஏய்யா, அதிகாரி நீங்களும் ஒங்க அரசியல்வாதிகளும்தான்யா நாட்டை குட்டிச் சுவராக்கிட்டீங்க. காசு எங்கயிருந்து வந்தாலும் அத வாங்கி ஒங்க பெட்டிக்குள்ள போடுறதுதான உங்க வழக்கம்.

நேபாளம் வழியா பிளாஸ்டிக் அரிசிய சீனா கடத்துதுன்னு ரெண்டு வருசத்துக்கு முன்னாடியே நான் வழக்கு போட்டேன். ஒரு பயலும் என்னையக் கண்டுக்கல. அரிசி, பருப்பு, சர்க்கரையில இந்தக் கலப்படத்த பண்ணுறானுகன்னு நான் கேள்வி கேட்டேன். என்னைய கிறுக்குப்பயன்னு சொன்னீங்க. இன்னைக்குப் பாருங்க சாப்பிடுற சாப்பாட்டுல பிளாஸ்டிக் கலந்துட்டானுக, அப்பிடி நல்ல அரிசிகூட பிளாஸ்டிக் அரிசியக் கலந்துட்டான்னா கண்டுபிடிக்கிறது சிரமம்ங்க. நல்ல அரிசி சாப்பிட்டது செறிச்சிடும். பிளாஸ்டிக் அரிசி உள்ளேயே தங்கி புற்றுநோயை உண்டாக்கும். அத குணமாக்க அதே சீனாக்காரன்தான் மருந்தும் குடுக்கிறான்” என்று, அந்த ஊரின் வழக்கறிஞர் மாரிமுத்து பேசியபோது எல்லோருக்கும் பீதியே வந்துவிட்டது.

‘மாரிமுத்து ரொம்ப அறிவாளிங்க எப்பவும் படிச்சிட்டே இருப்பாரு. இப்பப் பாருங்க அம்புட்டையும் அக்குவேறு ஆணிவேரா பிச்சுப்போட்டதப் பாருங்க’ என்று பேசியது கூட்டம்.

“அய்யா அதிகாரி, எங்க மாரிமுத்து கேட்ட கேள்விக்கு பதில் இருக்காய்யா?’ இதெல்லாம் நாட்டுல எப்படி வருது. மழ தண்ணியில்லாம விவசாயம் சீரழிஞ்சு போனதுனால வந்த வினைய்யா. விவசாயத்துடன் தள்ளுபடி பண்ணச் சொன்னோம், செஞ்சீங்களா? இல்லையே ஆயிரம் ரூபா கடன் வாங்குன ஏழைய ஆயிரத்தெட்டு கேள்விகேக்குற உங்க அரசாங்கம், பல ஆயிரம் கோடி ரூபா கடன் வாங்குன கோடீஸ்வரனுகள எதுவும் கண்டுக்கிறதில்லையே. விவசாயத்துக்கு தண்ணியில்லன்னா அதுக்கு மாத்து ஏற்பாடு பண்ணத் துப்பில்ல. கரைவேட்டியக் கட்டிட்டு வந்திர்றானுக” என்று கவலையோடு சொன்னார், முருகானந்தம்

“இப்பப் பாருங்க! பிளாஸ்டிக் அரிசி நாட்டுக்குள்ள வந்திருச்சு. இதுக்கெல்லாம் யார் காரணம்னு தெரியும்ல; எல்லாம் அரசியல் வாதிகள்தான். எவ்வளவு காசு வாங்க முடியுமோ அவ்வளவு வாங்கிட்டு, அந்நிய முதலீடுன்ற பேர்ல அநியாயத்த உள்ள அனுமதிக்கிறாங்க. இப்பப் பாருங்க, குடிக்கிற கஞ்சியில கொற வந்திருச்சு” என்றார், கூட்டத்திலிருந்த பெரியவர்

“எல்லாம் பற்றாக்குறைதாங்க இதுக்குக் காரணம். நமக்கு தேவையானது நமக்கு இல்லாதபோதுதான் எறக்குமதி செய்றோம். அப்படி வந்ததுதாங்க இந்த பிளாஸ்டிக் அரிசி. இத விரட்டணும், இத நம்ம நாட்டுக்குள்ள நுழையவிடாம தடுக்கணும்னா, மொதல்ல நம்ம நாட்டுல விவசாயத்த காப்பாத்துங்க, விவசாயிகள காப்பாத்துங்க. விவசாயம் செழிச்சா இதெல்லாம் நம்ம நாட்டுக்குள்ள வராது” என்றார், இன்னொரு பெரியவர். ஊரே வேடிக்கை பார்த்தபடியே நின்றிருந்தார்கள்.

"ஐயா, போங்க. ஓட்டு வாங்கிட்டுப்போற அரசியல் வாதிக்கிட்ட சொல்லுங்க. இன்னைக்கு அரிசியில பிளாஸ்டிக் வரைக்கும் வந்திருச்சு இன்னும் இங்க என்ன வரப்போகுதோ? பொறுத்திருந்து பாருங்க. இது அத்தனைக்கும் ஒங்க அரசியலும் வீணாப்போன அரசியல்வாதிகளும்தான் காரணம்" என்று ஊர் முழுவதும் சொல்ல அதிகாரிகள் வெளியேறினார்கள்.

'எல்லாத்தையும் பண்றதும் இவனுக, பயமுறுத்துறதும் இவனுக' என்று பேசிய கூட்டம் ஊரைவிட்டுக் கலைந்து சென்றது.

அப்போது வீட்டில் மூன்று வருடத்திற்கும் மேலாக பாதுகாத்து வைத்திருந்த விதைநெல்லை அள்ளிப் பார்த்தார், முருகானந்தம். பொன்னுசாமியின் கண்களிலிருந்து கண்ணீர் வழிந்தது.

'பொன்னா வெளையுற நெல்லுல இருந்து வர்ற அரிசியில பிளாஸ்டிக் அரிசிய கலந்துப்புட்டானுக. கடவுளே, காலாகாலத்துல இந்த பூமிக்கு நல்ல மழையைக் கொண்டு வா' என்று, கைகூப்பி வேண்டினர் பொன்னுச்சாமியும் முருகானந்தமும்.

வானில் காய்ந்துகொண்டிருந்த வெயில் மேகங்கள் இதை வேடிக்கை பார்த்துக் கொண்டிருந்தன.

■ ■ ■

கவிஞர்
சொ. கலைச்செல்வி

(புலியூர்க் கேசிகன் மகள், மறைமலையடிகளார் கொள்ளுப் பெயர்த்தி)

பல்லாயிரம் கதைகள் படைத்து வாழ்க!

கடுகு சிறிதென்றாலும் காரம் குறைவதில்லை. சிறுசிறு நார்கள் ஒன்றாய்ச் சேர்ந்தால் அரும்பெரும் தேரை இழுக்கும் வடமாய் ஆகிவிடும். சிறுசிறு மழைத்துளி ஒன்றாய்ச் சேர்ந்தால் பெருவெள்ளமாய் பெருக்கெடுக்கும். ஒன்றே முக்கால் அடியில் திருக்குறளும் அதன் கருத்துகளும் உலக மொழிகள் அனைத்திலும் வலம் வந்துகொண்டிருக்கிறது. அதன்பலம். கருத்தின் ஆழம்.

சிறுகதைகள் எப்போதும் சொல்லவந்த கருத்தை வாசகர்கள் மத்தியில் மெல்ல புகுத்திவிடும். இங்கே, ராஜா செல்லமுத்துவின் 'உருவுகண்டு எள்ளாதே' சிறுகதை என்னை உருகச் செய்தது. காரணம், செல்வம் என்ற கதாபாத்திரம் ஒரு எளியவனாய், 'தன் கடன் பணிசெய்து கிடப்பதே' என்ற கொள்கையுடையவனாய், ஏற்ற பொறுப்பை ஏற்றமுடன் செய்யும் கதாபாத்திரம். எழுத்தாளரான எஜமான ராஜேசிடம் கைகட்டி, வாய்பொத்தி சேவகம்செய்பவன் செல்வம், உள்ளத்தால் உயர்ந்தவன், தன் நிலையில் தளராத ஊக்கம்கொண்டவன். ராஜேஷ் தனக்குக்கீழ் பணியாற்றுபவன் என்ற அளவிலேயே ஏவலும் ஏசலுமாய் செல்வத்தை நடத்தினார். இருந்தாலும் செல்வம், தன் தலைவனை மதிக்கத் தவறவில்லை என்பதை, தன் மகளின் திருமண நாளில் உணர்த்தினான். ராஜேஷ் உணர்ந்து திருந்தினார். இட்ட பணியைச் செய்பவர்களை இட்டமுடன் நடத்த வேண்டும் என்பதை இந்தச் சிறுகதை உணர்த்துகிறது. ஆயிரம் கதைகளைப் படைத்த ராஜா செல்லமுத்து, பல்லாயிரம் படைப்புகளை வழங்க பைந்தமிழால் வாழ்த்துகிறேன்.

● ● ●

உருவு கண்டு எள்ளாதே

"செல்வம் செல்வம்..." தன் கனிவான இலக்கியக் குரலை கொஞ்சம் கடுமையாக்கிக் கத்திக்கொண்டே இருந்தார் ராஜேஷ்.

"ம்ஹுூம்" அவன் காலடி மிதியை சுத்தம் செய்தவாறு அசைவேனா என்றிருந்தான்.

"டேய் செகிடா... டேய்... செல்வம்..." தன் மொத்த பலத்தையும் ஒன்றுகூட்டிக் கூப்பிட்டும் செல்வம் செவிசாய்க்கவே இல்லை. 'இவனையெல்லாம் வச்சு, என்ன செய்யப்போறேனோ... என்றவாறு, எழுந்து போய் செல்வத்தை ஒரு உலுக்கு உலுக்கினார்.

"சார்" என்று காலடி மிதியை தூரம் போட்டுவிட்டு திடுமென எழுந்து நின்றான்.

"செகிட்டுப்பயலே... ஒண்ணு காது கேக்குற மெஷின வாங்கி வையி. இல்ல என்னைய பாத்திட்டே இரு; ஒன்னையக் கத்திக் கூப்பிட்டே எனக்கு பாதி உசுரு போயிரும்போல" ராஜேஷ் கோபித்தார்.

"சொல்லுங்க சார்,"

"கடைக்குப் போயிட்டு வா"

"சரிங்க" பணத்தை வாங்கிக்கொண்டு விரைந்தான் செல்வம்.

"எப்பிடித்தான் இவனையெல்லாம் வச்சு சமாளிக்கிறீங்களோ... ஒங்க ஆஸ்திக்கும் அந்தஸ்துக்கும் எப்படி எப்படியோ வேலக்காரங்கள வைக்கலாம்— செகுட்டுப்பயல வச்சுருக்கீங்களே" என்று, உடன் உட்கார்ந்திருந்த இலக்கிய நண்பர் கோவிந்த், ராஜேஷை உரசினார்.

வெளி மூச்சை உள்ளிழுத்துக்கொண்டு அதை பெருமூச்சாய் வெளியேவிட்டார், ராஜேஷ்.

"கோவிந்த்"

"என்னோட கதைகளப் படிச்சிருக்கீங்களா?"

"ஓ! நெறய"

"ம்" எப்பிடியிருக்கும்?

"எதார்த்தமான மனுசங்கள, எதார்த்தமான கதைகளுக்குள்ள கொண்டு வர்ற எதார்த்தமான எழுத்தாளராச்சே நீங்க..."

"ம்"

"அது மட்டுமில்லீங்க. எழுத்தாளர்கள்னா, ஏழைகளென்ற சம்பிரதாயத்த ஒடவச்சவரும் நீங்கதான். ஒங்க கம்பீரம் எப்படியோ? அப்பிடித்தான், ஒங்க எழுத்தும்" கோவிந்த் சொன்னபோது ராஜேஷ் கொஞ்சம் நிமிர்ந்து உட்கார்ந்தார்.

"கோவிந்த், நான் பகட்டுக்கும் பந்தாவுக்கும் எப்பவும் மயங்குறதே இல்ல. என்னோட எளிமை எப்படியோ, அப்படித்தான் என்னோட வாழ்க்கை. செல்வம், இருக்கானே அவன் ஒரு அப்பிராணி, பாவம்... சூதுவாது தெரியாத பய. உண்மைக்கு உருவம் இருக்குன்னா, அத செல்வம்னு கண்டிப்பா சொல்லலாம். அப்படியொரு நேர்மையான பய" என்ற சர்டிபிகேட்டை செல்வத்திற்குக் கொடுத்தார், ராஜேஷ்.

இருவரும் பேசிக்கொண்டிருக்கும்போதே, ஆவி பறக்கும் தேநீர் அவர்கள் முன்னால் வந்து சேர்ந்தது.

குளிரூட்டப்பட்ட அந்த மெல்லிய அறையில், தேநீரின் ஆவி மெல்லமெல்ல பரவி அந்த அறையையே நிறைத்தது.

கோவிந்த், இலக்கியம் சம்பந்தமாகப் பேசிவிட்டு விடைபெற்றார்.

அன்று சிந்தித்த ஒரு அற்புதமான கதாபாத்திரத்தில் கரைந்து எழுதிக்கொண்டிருந்தார், ராஜேஷ்.

"சார்... சார்..." என்று, சந்தேகக் குரல் கொண்டு பேசியபடியே உள்ளே நுழைந்தாள் செல்வி. குதிரை வேகத்தில் போய்க்கொண்டிருந்த எழுத்தை கொஞ்சம் இளைப்பாற விட்டுவிட்டு, செல்வியை நிமிர்ந்து பார்த்தார்.

"சார், செல்வத்த கடைக்கு அனுப்புனீங்களா?"

"ஆமா, அதுக்கு என்ன இப்போ"

"இங்க பாருங்க, எல்லாம் காஞ்சுபோன முருங்கக்கா, முத்திப்போன கத்திரிக்கா, கண்டிப்போன உருளக்கெழங்கு, அதுமட்டுமில்ல; கடைக்குப் போகும்போதெல்லாம் பயங்கரமா கமிசம் அடிக்கிறான்.

அவன வேலைய விட்டு நிறுத்துங்க"என்று, எப்போதும்போல செல்வத்தின்மீது பழியை தூக்கிப் போட்டாள்.

"சரி சரி பாத்துக்கலாம், போ"

அலட்சியமாகப் பேசிக்கொண்டே, மீண்டும் தன் கதைமாந்தர்களின் கைப் பிடித்து கதைக்குள் சென்றார் ராஜேஷ்.

"சார், நான் சொல்றத எப்பவும் கேக்க மாட்டீங்கிறீங்க. ஒரு நா அவனப் பத்தி தெரிஞ்சுக்குவீங்க" என்ற, கண்டனக் குரலை செல்வத்தின்மீது திணித்துவிட்டுச் சென்றாள் செல்வி.

அழுக்குச்சட்டை, முழங்கால் வரைக்கும் மடித்துவிட்ட பேண்ட், சரியாக மழிக்கப்படாத தாடி என, ஒரு கிறுக்கனைப்போல் வீட்டிற்குள் நுழைந்தான் செல்வம். எழுதிக்கொண்டே அவனை ஒருமாதிரியாகப் பார்த்தார், ராஜேஷ். கவனம் எழுத்தில் செல்லாமல், செல்வத்தை கவனிப்பதிலேயே சென்றது.

"ஏன், இவ்வளவு லூசுப் பயலா இருக்கான். கொஞ்சங்கூட வெவரம் இல்லையே. இந்த பொல்லாத ஒலகத்தில எப்படித்தான் இவன் பொழைக்கப் போறானோ?" என்று நொந்தபடியே செல்வத்தை கூப்பிட்டார்.

"செல்வம், செல்வம், ம்ஹூம்... இவன் இன்னைக்கு வரமாட்டான்" என்றபடியே அவன் அருகே சென்று கூப்பிட்டார்.

"சார்" என்று, அரக்கப்பரக்க எழுந்தான் செல்வம்.

"ஏண்டா கூறுகெட்ட பயலே, இவ்வளவு வெவரமில்லாம இருந்து எப்படிடா பொழைக்கப் போற, கொஞ்சமாவது வெவரமா இருடா" என்று திட்டினார்.

தலையை குனிந்துகொண்டே "சரி, சரி" என்றான் செல்வம்.

"இப்ப ஒனக்கு எத்தன வயசாச்சு?"

"அம்பத்தஞ்சு"

"பொண்டாட்டி புள்ளையெல்லாம் இருக்குல்ல"

"ஆமாங்க. தெரியாதமாதிரி கேக்குறீங்க. ஆணு ஒண்ணு பொண்ணு ஒண்ணு"

"ம். கொஞ்சமாவது வெவரமா இருடா. இல்லன்ன இங்க பொழைக்க முடியாது .மாடா வீட்டு வேலைய செய்ற, ராத்திரி ஆனா மட்டமல்லாக்கப் படுத்துக்கிற. நான் குடுக்கிற காச வச்சு, பொண்டாட்டி புள்ளைகளுக்கு அனுப்பி வச்சு என்னைக்கு உருக்கூட்டி, ஒண்ணு சேத்து, ஓம்பொண்ணுக்கு கல்யாணம் காச்சி முடிச்சு வைக்கப் போற"

எழுதுவதை நிறுத்திவிட்டு கொஞ்சம் காரசாரமாக திட்டினார் ராஜேஷ்.

எல்லாத் திட்டுகளையும் வாங்கிக்கொண்டு ஆமா போட்டுக்கொண்டிருந்தான் செல்வம்.

“இவனெல்லாம் என்ன செய்யப் போறானோ?”

செல்வத்தை நினைத்து நொந்துகொண்டே, விட்ட இடத்திலிருந்த தன் எழுத்துகளைத் தொடர்ந்தார் ராஜேஷ்

நாட்கள் நகர்ந்தன, மாதங்கள் உருண்டன

ஒரு மழை மாதத்தில், எழுத்தாளர் ராஜேஷின் மகளுக்கு கோலாகலமாக திருமணம் நடத்த முன் ஏற்பாடுகள் மும்முரமாக நடந்தன.

திருமண ஏற்பாடுகள் திருவிழாபோல் நிகழ்ந்தன. திருமணத்திற்கு வந்திருந்த விஐபி—களைப் பார்த்த செல்வம் விறைந்துப்போய் நின்றான்.

இலக்கியவாதிகளைப் பார்த்து இளகிப்போய் உருகினான். தொழிலதிபர்களைப் பார்த்து விலகியே நின்றான். அத்தர் வாசனையும் பணக்காரத் தோரணையுமாய் களைகட்டி நின்றது திருமண மண்டபம்

“செல்வம்... செல்வம்...” கொஞ்சம் உரத்த குரலிலேயே அவனை விரட்டிக் கொண்டிருந்தார்கள்.

ராஜேஷும் ராஜேஷ் வீட்டார்களும் நடத்திய திருமண பிரமிப்புகளிலிருந்து வெளிவராத செல்வம், திகைப்புடனே வேலை செய்துகொண்டிருந்தான். திருமண விழா சிறப்பாக அரங்கேறியது.

சில காலங்களுக்குப்பிறகு, தலையைச் சொறிந்துகொண்டே ராஜேஷின் முன்னால் வந்து நின்றான் செல்வம்.

“என்ன?” என்ற இளக்கார வார்த்தையும் ஏளனப் பார்வையும் ஒருசேர கலந்து பார்த்தார்.

“என்னோட பொண்ணுக்கு கல்யாணம் வச்சிருக்கேன் சார்...”

“எங்க?”

“மப்பேட்டில சார்”

“ம்“

“நீங்க அவசியம் வரணும் சார்”

“பாக்கலாம்... பாக்கலாம்...” அலட்சியமாக சொல்லிவிட்டு, வேறு வேலையில் கவனம் செலுத்தினார்.

அன்று மாலையே, தன் மனைவியுடன் பத்திரிகை வைத்தான். அதை ஒரு பொருட்டாகவே அவர் எடுத்துக்கொள்ளவில்லை.

நாட்கள் நகர்ந்தன. திருமண நாளும் வந்தது. பத்திரிகை வைத்த நாளிலிருந்து "சார், கல்யாணத்துக்கு வந்திருங்க சார்... ஒங்க தலைமையிலதான் கல்யாணம்" செல்வம் இப்படிச் சொல்லாத நாட்களே கிடையாது.

"சரிடா... கண்டிப்பா வாரேன்"

சமாதானம் சொல்லிக்கொண்டே வந்தவருக்கு திருமண நாளன்று செல்வம் சொன்னது பளிச்சென்று ஞாபகம் வந்தது.

"பாவம், எவ்வளவோ வருசமா, நம்ம வீட்டுல வேல பாத்திட்டு வாரான் பாவம். போய்ட்டுத்தான் வருவோமே?" என்ற ராஜேஷ், அரை மனதுடனே கிளம்பினார். அவரின் இருப்பிடத்திலிருந்து பல சந்தடிகளைக் கடந்து மப்பேடு போய்ச் சேர்ந்தார்.

திருமண வீட்டை அவரால் கண்டுபிடிக்கவே முடியவில்லை. காரை நிறுத்தினார்.

"தம்பி, இந்த செல்வத்தோட பொண்ணுக்கு கல்யாணம்னு சொன்னான். அது எங்க நடக்குது"

"அதுவா சார், ரெண்டு தெரு தள்ளிப் போனா, ஒரு பெரிய கல்யாண மண்டபம் இருக்கு, அங்கதான் நடக்குது சார். அது ஏன் சார்.. இங்க பாருங்க இங்கயிருந்து கல்யாண மண்டபம் வரைக்கும் ஒரே கட்அவுட்டா இருக்கு பாருங்க, இதப் பாத்துக்கிட்டே போனீங்கன்னாபோதும். அதுவே ஒங்கள கொண்டு போயி மண்டபத்தில் விட்டுடும்" என்று, ஒரு வழிப்போக்கன் சொன்னபிறகுதான் திரும்பிப் பார்த்தார். செல்வமும் அவனின் மனைவியும் கட்அவுட்டில் சிரித்தபடியே இருந்தனர்.

"யாரு... இது நம்ம செல்வமா? ஒண்ணும் தெரியாதமாதிரி இருக்கிற நம்ம செல்வமா இது!" ராஜேஷின் ஆச்சரியம் அடங்கவே இல்லை. கட்அவுட்டுகளைப் பார்த்துக்கொண்டே சென்று கல்யாண மண்டபத்துக்குள் நுழைந்தார். நுழைந்ததுதான் தாமதம்.. ஆச்சரியத்தின் அளவு அவருக்கு மேலும் கூடியது.

'இது, நம்ம வீட்டுல வேல செய்ற செல்வத்தோட வீட்டுக் கல்யாணமா?' வியப்பின் உச்சிக்கே போனார்.

"சார், வாங்க சார்... ஒங்களுக்காகத்தான் காத்துக்கிட்டிருக்கோம் சார்..." என்று செல்வம் இழுத்தபோது, ராஜேசுக்குள்ளிருந்த அத்தனை கவுரவங்களும் சுக்குநூறாக உடைந்து தூள்தூளாகின.

மண மேடை ஏறினார். மணமகளிடம் ராஜேஷை அறிமுகம் செய்துவைத்தான் செல்வம்.

“சார், இதுதான் எம்பொண்ணு, சின்ன வயசில பாத்திருப்பீங்க” என்று, தன் மகளை அறிமுகப்படுத்தியபோது, மணமகளின் நிறத்தையும் அவள் கழுத்தில் அணிந்திருந்த நகைகளையும் கண்டு மேலும் மேலும் ஆச்சர்யம் கூடியதேயொழிய அடங்கியபாடில்லை.

“சார், இவருதான் மாப்பிள்ளை. மாசம் முப்பதாயிரம் சம்பாரிக்கிறாரு, நல்ல பையன் சார், அதான் சரின்னு சொல்லிட்டேன்” என்று, வெள்ளந்தியாய்ச் செல்வம் சொன்னபோது ராஜேஷால் வியப்பிலிருந்து விடுபடவே முடியவில்லை.

“கல்யாணத்துக்கு அஞ்சு லட்ச ரூவா செலவு சார்” என்றும் சொல்ல, அதுவரையில் செல்வத்தைப் பற்றிய அபிப்ராயங்கள் ராஜேஷுக்குள் எப்பிடியிருந்ததோ அதற்கு எதிர்மாறானது.

‘வீட்டு வேலைக்காரன், முட்டாள், பண வசதியில்லாதவன். இன்னும் என்னென்னமோ தவறான கருத்துகளை செல்வத்தின்மீது வைத்திருந்தோமே! அத்தனையும் இந்தத் திருமண விழாவில் உடைத்தெறிந்துவிட்டானே பாவி’ என்ற பிரமை கொஞ்சங்கூட பிரியாமல் திருமணத்தை நடத்திவிட்டு மண்டபத்திலிருந்து வெளியே வந்து காரில் ஏறினார்.

அப்போது, அவர் புத்தியில் சுரீரென்று உறைத்தது ஒரு வாக்கியம்.

யாரையும் ‘உருவு கண்டு எள்ளாதே’.

■ ■ ■

பேராசிரியை

சுடர்க்கொடி

(இராணிமேரி கல்லூரி, சென்னை)

தேனி மாவட்டம், போடி அருகே மார்ச் 2018ல் குரங்கணி வனப்பகுதியில் மலையேற்றப் பயிற்சியில் ஈடுபட்டிருந்த 40 பேர் காட்டுத்தீயில் சிக்கிய, நெஞ்சை பதைபதைக்க வைக்கும் சம்பவத்தை கதாசிரியர் ராஜா செல்லமுத்து அவர்கள் சமூக அக்கறையோடு சிறுகதையாக்கியுள்ளார். இயற்கைக்கும், இயற்கை ஆர்வலர்களுக்கும் என்றும் அழிவில்லை. இறந்தவர்கள் மலை, மழை, மரங்களின் காதலர்கள். இரசனைக்காரர்கள், இந்த இயற்கை ஆர்வலர்களின் ஆன்மா இயற்கையுடன் என்றென்றும் வாழ்ந்துகொண்டே இருக்கும். அப்பேரழிவுச் சம்பவத்தை மையமாக வைத்து வரிக்குவரி, வரிப்புலியின் பாய்ச்சலோடு இச்சிறுகதையை அவர்களுக்கு அஞ்சலியாக்கியுள்ளார். காட்டுத் தீக்கான பாதிப்புகளை மட்டும் சொல்லாமல் அதற்கான காரணத்தையும் பொறுப்பேற்க வேண்டியவர்களைப்பற்றிய கேள்விகளையும் அவர் எழுப்பியுள்ளார். இயற்கைமீது அவர் கொண்ட அக்கறை, மண்ணின்மீது அவர்கொண்ட பாசம் கதையிலும் யதார்த்தமாக வெளிப்படுகிறது. அவர், தன் மண்சார்ந்த மரபை ‘காட்டுத் தீயாக’ ஏந்தியுள்ளார்.

ராஜா செல்லமுத்து, படைப்பிலும் ராஜாவாகத் திகழ்கிறார். தேனியின் இராணித்தேனீ, இயக்குநர் இமயம் பாரதிராஜாவின் இணை இயக்குநராக சிகரம் தொட்டுள்ளார். இயக்குநர் பாரதிராஜாவின் திரைவானில் ஓராயிரம் நட்சத்திரங்கள் ஒளிர்ந்தாலும், சமூகப் பிரச்னைகளை நிதர்சன உண்மைகளை, ஊறிய உரக்கச்சொல்வதால் சமூகத்திற்கு நம்பிக்கைதரும் அரிதான துருவநட்சத்திரம் இவர். அப்படி என்ன சாதித்துவிட்டார் எனக் கேட்போரை வியக்கவைக்கும் ஆற்றல்பெற்ற மனிதராய், ஆயிரம் கதையெழுதும் மாரத்தானில், மூச்சு வாங்காமல் முந்தி ஓடிக்கொண்டிருப்பவர். சமூக அக்கறையை இக்கதையிலும் வெளிச்சம்போட்டு காட்டுத்தீயாக காட்டியுள்ளார். சமூகப் பிரச்சினைகளை மையப்படுத்தி கதைகளாக்கி வருவது இவரை இன்னும் இலக்கிய உலகில் உயர்த்தும். தன் வாழ்விலிருந்து இலக்கியம் படைக்கும் எப்படைப்பாளரும் வணங்கத்தக்கவரே.

கதையின் ஆரம்பம், மல்லிகைப்பூவின் மகரந்த வார்த்தைகளால் மனங்களை வருடி இயற்கையின் அழகை ஆராதிக்கிறது. எளிய வார்த்தைப் பிரயோகங்களோடு அழகியலோடு பேசுகிறது. பின், சுயநலத் தீயின் துயரங்களை வெகுநேர்த்தியாகச் சொல்கிறது.

இயற்கை சமநிலையைக் காக்கும் கலசமான காடுகளை அழித்தால் நிறையப் பணம் சம்பாதிக்கலாம் என்று நினைக்கும் கருப்பன் போன்ற மனித ஜந்துகளின் சுயநலத்தால் தலைமுறைக்கும் நேர்ந்துவிட்ட கொடுமையை புனைவின் வண்ணம்கலந்து வலியோடு விளக்கியுள்ளார். கதையை நகர்த்தும்போக்கு திரைப்படம் பார்ப்பதைப்போல் உள்ளது.

மனிதர்களின் சுயநலத் தீ, காட்டுத்தீயாய் பரவி, உயிர்ப் பூக்களைக் கருக்கி, உண்மைகளை உரக்கச்சொல்லி, உயிர்வலியை உண்டாக்கிவிட்டது. உயிர்வலிக்கும் இக்கதையின் முடிவு, நம் இதயத்தை சுருக்கென்று தைக்கின்றது என்பது நிதர்சனமான உண்மை. இக்கதை நல்லதொரு படிப்பினையை சொல்லிச் செல்கிறது.

● ● ●

காட்டுத் தீ

'டுர் டுர் டுர்' என்ற உறுமல் சத்தத்தோடு போடி — குரங்கணி மலைப்பாதையில் நிறைய வாகனங்கள். ஏறிக்கொண்டிருந்தன. மலைமேகங்களுக்கு ஊடே வாகனங்களின் புகை மண்டலங்களும் சேர்ந்து அந்தப் பகுதியையே இருட்டாக்கிக் கொண்டிருந்தது.

ஓடும் காரில், ஒரு காரின் கண்ணாடிவழியே குனிந்து பார்த்த திவ்யாவுக்கு 'திக்' என்று இருந்தது.

"யப்பா எவ்வளவு ஆழம்?" அவள் சொல்லும்போதே, பயத்தின் ஆழம் அவள் கண்களில் தெரிந்தது.

"அம்மா... அங்க பாருங்க, குருவி எப்படி பறக்குதுன்னு" என்றாள் திவ்யாவின் குழந்தை சுமிமலைகளில் பறந்து கொண்டிருக்கும் பறவைகள், குருவிகள் அத்தனையும் பார்த்து குதூகலம் கொண்டது

"ம்ஹூம், அங்கெல்லாம் பாக்கக்கூடாது" என்று குழந்தையை தன் மடியோடு அமுத்தினாள், திவ்யா.

"ஏய், ஒரு நாள் வர்றதுக்கே இப்படி பயப்படுறியே... தெனமும் இந்த வழி போய்ட்டு வாரவங்க என்ன பண்ணுவாங்க?" திவ்யாவின் கணவர் சூர்யா சொன்னதும், திவ்யாவின் முகம் சுருங்கி விரிந்தது. நான்கு பேரை ஏற்றிய அந்தக் கார், கொண்டை வளைவுகளில் ஊர்ந்து சென்று, ரோட்டின் உச்சியை உரசிக்கொண்டு மலைமீது மேலேறியது.

"கடவுள் எப்படியெல்லாம் இந்த ஒலகத்தப் படைச்சிருக்கான்... மேடு, பள்ளம், தண்ணீர், தீ... யப்பப்பா... இறைவன் படைப்போ படைப்பு" என்று, இயற்கையை உச்சிமோந்து உச்சுக் கொட்டினார்,

காரில் உடன்வந்த சுதன். அவர் சொன்னதை அப்படியே “ஆமாம்” என்று ஆமோதித்தார் குணா. கண் பார்வையைக் கொஞ்சங்கூட அங்குமிங்கும் நகர்த்தாமல், நங்கூரம் அடித்ததுபோல ஒரே திசையை, தன் புத்தியில் நிறுத்தி காரை ஓட்டிச் சென்று கொண்டிருந்தார் டிரைவர், ரூபன்.

குமரிப்பெண்ணைப்போல வளைந்து நெளிந்து சென்றது குரங்கணி தார்ச்சாலை. கூடவே வந்தன குடைபிடித்த மரங்கள். கார் மலையேற மலையேற, காற்றின் ஈரப்பதம், காதுகளை அடைத்து மூக்கை நிறைத்து உடம்பை சில்லென்று ஆக்கியது.

பல குருவிகளின் சத்தம் ஒன்றாய்ச் சேர்ந்து கேட்டதில் ஒரு இன்னிசைக் கச்சேரியைக் கேட்டது போன்ற உணர்வு ஏற்பட்டது, அந்தப் பாதை வழியாகச் செல்பவர்களுக்கு.

ஒற்றைக்குயிலின் சத்தம் திவ்யாவை தலைநிமிர வைத்தது. வளைவுகளில் வளர்ந்திருந்த மரங்களைப் பார்த்தவளுக்கு மீண்டும் பள்ளத்தின் பயம் பற்றிக்கொண்டது. இருந்தும் காதில் விழுந்த குயிலின் குரல் கரையாமல் கண்களைமூடிக் கேட்டுக்கொண்டே வந்தாள், சுமி.

“ச்சே, படு, கீழ பாக்காத பயமா இருக்கும்” என்றபோது, “எனக்கு பயமில்லையே ” என்றது வெள்ளந்தியாக குழந்தை. மேடு பள்ளம் தாண்டிய கார் குரங்கணி மலையின் கொண்டைமேட்டில் போய் நின்றது. காரைவிட்டு அத்தனைபேரும் இறங்கினர்.

‘திபுதிபு’ வென பள்ளத்தாக்கை நோக்கி இறங்கின மலை மேகங்கள். வானத்தையே வண்ணங்களால் வளைத்தது போன்ற உணர்வில் வில்லாய் நின்றிருந்தது வானவில். எங்கும் பச்சையைப் போர்த்தியது போன்று இருந்தது பூமி.

“இதத்தான பாக்கணும்னு ஆசப்பட்ட, அப்பெறம் குய்யோ முறையோன்னு அழுதா எப்படி?” சூர்யா திவ்யாவைச் சீண்டினான்.

“இப்படி இருக்குமுன்னு நெனச்சுப் பாக்கலீங்க? எவ்வளவு பள்ளம்” திவ்யாவின் அகலக்கண்கள் இதைச் சொன்னபோது ஆச்சர்யம் அளந்தது.

“என்னவொரு அதிசயமுங்க. ஊட்டி, கொடைக்கானல், மைசூரு, வெளிநாடுகள் என்ன? எல்லாம் இந்த குரங்கணி மலைகிட்ட தோத்துரும்போல. குரங்கணியின் அழகை குணா சொன்னபோது சுதனும் இதையே சேர்ந்து சொன்னார்.

சுமி, இது எதையும் கேட்காமல் தன் கைதொட்டுப்போன ஈர மேகங்களை தொட்டுத்தொட்டு விளையாடியபடியே இருந்தாள்.

“ரூபன் நீங்க வரலியா?”

“இல்ல சார், நீங்க போயிட்டு வாங்க. நானும் வந்திட்டா வண்டிகிட்ட ஆளு இல்லாம இருப்பாங்க. கொரங்கு அட்டகாசம் இங்கன அதிகமா இருக்கும். நான் இங்கயே இருக்கேன்” என்று சொன்ன ரூபன், அந்த இடத்தை விட்டு நகராமலே இருந்தார்.

காரை விட்டுத் தூரம்வந்த குணா, சுதன், சூர்யா, திவ்யா குரங்கணி மலையின் அழகை தங்கள் கண்களில் வாங்கி வாங்கி உணர்வில் கலந்தார்கள்.

வகைவகையான பாறைகள் படுத்துக்கிடந்தன. பெயர் தெரியாத எத்தனையோ மரங்கள் வானை முட்டி நிற்க எழுந்து நின்றன.

காட்டுப்பூக்கள் பூத்துக் குலுங்கின. முகம் தெரியாத பறவைகள் எங்கிருந்தோ பாடின. பட்டாம்பூச்சிகள் தன் உதடுகளில் தேனைச் சுமந்துகொண்டு, தன் சிறகுகளில் காற்று வீசிப் பறந்து கொண்டிருந்தன.

அங்கு கொட்டிக்கிடந்த குரங்கணியின் கொள்ளையழகை நான்குபேரும் ரசித்தபடியே மலையை வலம் வந்தனர்.

இப்படியொரு அழகை இதுவரை ரசித்ததில்லை என்ற சந்தோசத்தில் திளைத்திருந்தனர்.

அப்போது, மலைமுகட்டின் மேலே கற்பூரம் ஏற்றியதுபோல ஒரு சிறுநெருப்பு தென்பட்டது. அது தொட்டுத்தொட்டு தொடர்ந்து தீப்பற்றியது. சருகுகளில் பற்றிய தீ, சரசரவென பிடித்து பச்சை மரமென்றும் பாராமல் தொட்டுத் தொடர்ந்தது. பட்பட்பட் பட்டென வெடித்துத் தெறித்தன மூங்கில் மரங்கள். வேதனையோடு வேர்களில் அழுதன தீப்பிடித்த எஞ்சிய மரங்கள்.

இயற்கையை ரசித்தபடியே வந்தனர் நான்கு பேரும். தீயைக் கண்டு பயந்து ஓடியது கரடிக் கூட்டம். அபயக் குரல் கொடுத்து எங்கோ பறந்தன குருவிக் கூட்டம். நால்வரின் நாசியிலும் தீயின் வாசம் புகுந்தது.

“எங்கயோ தீப்பிடிக்குது போல”

“ஆமா “

“கீழப் போயிரலாமா?”

“ம்” என்றாள் திவ்யா. சுமி சிணுங்கினாள்.

“என்ன பண்ணனும்னு தெரியல. சும்மாயிரு சுமி.” அழும் அழகுமகளை தட்டிக் கொடுத்து தேற்றினாள். அதற்குள் மலையேறியவர்களைக்

காணவில்லையென ரூபனும் மலையேறினான். குணா, சூர்யா, சுதன் மூவரும் தீய்க்குப் பயந்துகொண்டு பின்னேறினார்கள்.

பற்றிய தீ, யாரைப் பற்றியும் கவலைப்படாமல் படப்படவென எரிந்துகொண்டு தரை வழியே தண்ணீரைப் போல் ஓடிவந்தது.

“ஏங்க, தீ பக்கத்துல வந்திருச்சு” திவ்யா பதறினாள். சுமியைச் சுமந்து கொண்டு பாறை, பாதை எதுவும் பார்க்காது ஓடினாள்.

“திவ்யா இந்தப்பக்கம் போ, அந்தப்பக்கம் போகாத திவ்யா”

சூர்யாவின் பதற்றம் தீயைவிட அதிகமாகப் பற்றியது. சூல்கொண்ட தீ வேல்கொண்ட வீரியமாய் விரைந்தது. காடு முழுவதும் தீ நதியாய் ஓடி, ஓடி தீ கலவரம் செய்துகொண்டிருந்தது. திசைக்கொன்றாய் ஓடினர் ஐவரும். ரூபனும் தீயின் பிடியில் சிக்கித் திணறினார். சிகரெட் புகையைக்கூட தாங்காத அவரின் மூச்சுக்காற்று, காட்டுத்தீயின் புகை கட்டுக்கடங்காமல் வெளியேறியதில் நுரையீரலையே நிறைத்து. உடம்பின் வழியே உஷ்ணமாய் வெளியேறிக் கொண்டிருந்தது. மரத்தை தொற்றிக்கொண்டு கொடிகளின் கைபிடித்து மளமளவென ஏறியது தீக்கொடி. உச்சிவரை போய் இலைகளை, எரித்துவிட்டு மீண்டும் தரைக்கே மறுபடியும் திரும்பி வந்து எரியும் மொத்தத் தீயோடு சேர்ந்துகொண்டு தீ யுத்தப் போராட்டம் நடத்தியது.

மூலிகைகளை எரித்து மூர்க்கத்தனம் கொண்டது. அரிய மரங்களைக் கொளுத்தி கொடூரம் கொண்டாடியது.

எங்கும் தீ... காடு முழுவதும் காட்டுத்தீ, தீயில் சிக்கிய திவ்யா பாறைகளின் இடையே மாட்டிக்கொண்டு பதறினாள். கதறினாள். எழுந்து நின்ற பாறைகள் எரிந்து நிற்கும் தீய்க்குக் கட்டுப்பட்டே நின்றது. அவர்களை வெளியே விடவே இல்லை.

கோபம்கொண்ட கொழுந்துத் தீ, திவ்யாவையும் சுமியையும் கொளுத்திவிட்டே அடுத்த இடம் விட்டுப் பெயர்ந்தது. தன் உடம்பில் பற்றிய தீ தன் தளிரின் மேல் படாமலிருக்க தன் உடம்பை வளைத்து சுமியைப் பற்றினாள்.

இரண்டுபேரையும் கோரமாக கொளுத்திக் கொண்டாடியது. அந்தக் காட்டுத் தீ. எரிந்து விழுந்த மரக்கட்டைகளின் நடுவே இரண்டு மனித உடல்களும் கருகி விழுந்தன.. கொஞ்சம் தள்ளி கருகி விழுந்தனர் மற்ற மனிதர்கள். மனித உடல்களை எரித்தது அந்தக் கொடூரத் தீ. எரிந்து எரிந்து அந்தக் காட்டையே தீய்க்கு இரையாக்கி, ஓடிப் போய் ஓரிடத்தில் போய் இளைப்பாறியது.

இளைப்பாறிய இடத்திலிருந்து மீண்டும் பற்றி எரிய ஆரம்பித்தது. ஐந்து உயிர்களைக் குடித்துத் தாகம் தீர்த்தது. குரங்கணி மலையின்கீழே இருந்து தீயைப் பார்த்தவர்களுக்கு பகீரென்றது.

"ஏய் என்னய்யா... மலையில இம்புட்டு தீ புடிச்சு எரியுது?"

"யாரும் தீ வச்சு விட்டுட்டாங்களா? இல்ல தன்னால புடிச்சிருச்சா?" வியப்பாய்க் கேட்டனர், விவரம் தெரியாதவர்கள்.

"மூங்கிலோட மூங்கில் ஒரசுனா தீப்புடிக்கும்ங்கிறது உண்மை. ஆனா ஏதோ இடிக்குதே" என்று வினாக்களையும் சிலர் தொடுத்தனர்.

"அங்கே... அங்கே... குரங்கணியின் மலைப்பகுதியில் நான்கைந்து பேர் வலம் வந்தனர்.

"என்னைய்யா, தீ நல்லா புடிச்சிருக்கா?" கருப்பன், அதிரடியாய் கேட்டான்.

"ம்... புடிச்சிருக்கு"

"இதுபத்தி யாருக்காவது தெரியுமா?"

"தெரியுமே"

"ஏங்க, இது என்ன அடுப்புல போடுற தீயா, அங்கனக்குள்ளயே எரிஞ்சு அமந்து போறதுக்கு? இது காட்டுத் தீங்க. தேனிகிட்ட நின்னு பாத்தாலும் தெளிவாத் தெரியும்" என்றான் முகுந்தன்.

"எல்லாத்துக்கும் பணம் செட்டில் பண்ணியாச்சில்ல" கேட்டான் கருப்பன்.

"ம்... பண்ணியாச்சு"

"கார்டு, வாச்சருகளுக்கு"

"அவங்களுக்குத்தான் மொதல்ல குடுத்தோம். தீய வச்சதே அவங்கதான"

"ஆமாப்பா... மரக்கரிக்கு மவுசும் அதிகம் வெலையும் அதிகம் தீ எரிஞ்சு நின்னுருச்சான்னு பாருங்க. கீழ வச்ச தீ அப்படியே மேல போயிட்டு இருக்கு நாம எரிஞ்சு முடிஞ்ச எடத்தில நாளைக்கு கரி எடுப்பமா?"

"ம்" என்று பேசியபடியே மலையை விட்டு இறங்கினர் தீ வைத்தவர்கள். திவ்யாவின் குடும்பங்கள் அவளின் செல்போன் கிடைக்காமல் திண்டாடினர். தடுமாறினர். மற்ற குடும்பங்களும் மன்றாடினர் என்ற விவரம் தெரிந்தது. மீட்புக் குழு குரங்கணி மலையில் ஏறியது. மறுநாள் காலை வனம் முழுவதும் பிணவாடை. நேற்று பற்றவைத்த தீ இன்றும் நின்று எரிந்து கொண்டிருந்தது. மீட்புக் குழுவிற்கே மூச்சு முட்டியது. எல்லாம் ஒரு பார்மாலிட்டின்னுதான்.

"நீங்க ஒங்க வேலையப் பாருங்க" என்றான் கருப்பன்.

கருப்பன் வகையறா எரிந்த மரக்கரியைச் சேகரிக்க ஆரம்பித்தனர்.

உருண்டு திரண்டு கிடந்த மரங்களின் வெந்து கிடந்த கரியை அள்ளியள்ளி சாக்குகளில் நிறைத்தனர். அப்போது நன்கு எரியாத திவ்யாவின் காலும் சுமியின் உடம்பும் தென்பட்டது. மரக்கரி என எடுத்துப்போட்ட கருப்பனுக்கு அதை கையில் தூக்கவும் பதற்றம் பற்றியது.

“ஐயய்யோ... மனுசன், மனுசன்...”

அவன் போட்ட சத்தத்தில் உடன் மரக்கறி பொறுக்கிக் கொண்டிருந்த கூட்டமும் சேர்ந்தது. அவர்களும் எரிந்த உடம்பைத் தொட்டு சதை எனத் துடித்தார்கள்.

மீட்புப் பணிக் குழு மலைக்குமேலே வராமல் கீழேயே தேடிக் கொண்டிருந்தார்கள்.

தூரப்போய்ப் பார்த்தவர்களுக்கு ஐந்து உடல்களும் கருகிய நிலையில் கிடந்தன.

அள்ளிய மரக்கறியை அப்படியே போட்டுவிட்டு அழுதபடியே அங்கிருந்து ஓடினர்.

அப்போது கருப்பனின் செல்போன் சிணுங்கியது.

“ஹலோ”

“ம்”

“கருப்பா”

“ஆமா சொல்லுங்க”

“குரங்கணி தீ விபத்துல சிக்கினது திருப்பூர்ல இருந்து வந்த ஒங்க தம்பி சூர்யா குடும்பம்தான். செத்துப் போயிட்டாங்களாமே” என்றபோது, பதறித் துடித்து அழுதபடியே எரிந்து கிடந்த கரிக்கட்டை போன்று கிடக்கும் தன் தம்பியின் குடும்ப உறவினர்களின் உடல்களை நோக்கி ஓடினான், கருப்பன்.

இழந்ததை எப்படித் திரும்பப் பெற முடியும்.

எரிந்துகொண்டிருக்கும் தீ அவனையும் விடவில்லை பற்றிக் கொண்டது. எதையும் கவனிக்காமல் ஓடிக்கொண்டிருந்தான் கருப்பன். எரிந்த மரங்களைப் பார்த்து, எரியாத மரங்கள் கண்ணீர் சிந்தியபடியே இருந்தன.

தீயின் நாக்கு இன்னும் எதையோ தீண்ட நீண்டது.

■ ■ ■

எழுத்தாளர்

கோவிந்தராம்

இயக்குநர், நண்பர் ராஜா செல்லமுத்து, எனக்குக் கவிஞர் வைரமுத்துவால் அறிமுகம் செய்யப்பட்டவர். கூரிய அறிவையும் சிந்திக்கும் திறமையும் கொண்டவர்.

மக்கள் குரல் பத்திரிகையில் தினமும் சிறுகதை எழுதுவதுதான் இவருக்குத் தொழில். இவருடைய கதைகளை நிறையப் படித்து பிரமித்துப்போயிருக்கிறேன். அதில் ஒரு கதை ‘அடகுவைத்த நகைகள்’ என் மனதை மிகவும் கவர்ந்தது.

ஒரு பழமொழி கேட்டிருக்கிறேன். ‘எலியூருக்குப் பயந்து புலியூருக்குப் போனமாதிரி’ என்பார்கள். குறைந்த வட்டிக்கு நகையை அடகுவைத்த சுந்தரம், தனது நணபர் நாராயணன் பேச்சைக் கேட்டு நகையை மீட்கப் போகிறேன் என்று மனைவி ரங்கநாயகியிடம் சொன்னபோது, அவள் முடிவை முதலிலேயே தெரிந்துகொண்டவள்போல் பேசியது அப்போது சுந்தரத்திற்குப் புரியாமல் போனது.

நண்பர் சுந்தரம் நகையை மீட்க பணம் உதவி செய்தாரே தவிர திருப்பிக்கொண்டு செல்ல அல்ல. என்பதை, நாராயணன் செய்திருக்கிறார். இம்மாதிரியும் நாட்டில் ஏமாற்றுப்பேர்வழிகள் இருக்கிறார்கள். இவர்களிடம் மிகவும் கவனமாக இருக்க வேண்டும் என்பதை மேற்படி சிறுகதையில் தனது வாழ்வியல் அனுபவங்களை கூறியிருப்பது போற்றத்தக்கதாகும்.

●●●

அடகுவைத்த நகைகள்

“சார் ஒங்க நகைகள எவ்வளவுக்கு அடகு வச்சிருக்கீங்க?”

“ரெண்டு லட்சம் சார்”

“அடகு வச்சு எவ்வளவு நாளாச்சு?”

“நாள் எல்லாம் இல்ல, ஒரு வருசத்துக்கு மேலாச்சு. ஏலம் விடணும்னு சொல்றாங்க, வட்டியும் மொதலும் சேத்தா மூணு லட்ச ரூபா வந்துரும் பால எங்களால திருப்ப முடியலீங்க”

“நீங்க ஏன் கவலப்படுறீங்க. அதுக்கு வேற வழியிருக்கு”

“என்ன சார் சொல்றீங்க”

“ஆமா, நம்ம பிரண்டு ஒருத்தர் நகைகளத் திருப்பித் தாரேன்னு சொன்னாரு”

“என்னய்யா என் வயித்தில பாலவாக்குறீங்க. சொந்த பந்தமே கைவிட்டுட்டு போயிட்டாங்க. யாருன்னே தெரியாத ஒரு புண்ணியவான் உதவி செய்றாரு நெனைச்சாலே நெஞ்சு குளிருதுய்யா” என்றார் சுந்தரம்.

“நீங்க ஒண்ணும் கவலப்படாதிங்க நாளைக்கே போறோம். நகையைத் திருப்புறோம் சரியா” என்றார் நாராயணன்.

“சரி சார்... அடகு வச்ச எல்லா நகை லிஸ்டும் எடுத்து வச்சுர்றேன்”

“ம்.. நாளைக்குப் பாக்கலாம்” சொல்லிச் சென்றார் நாராயணன்.

வீட்டிற்கு வந்த சுந்தரத்தால் சும்மாயிருக்க முடியவில்லை. பம்பரமாய் சுற்றினான்.

“ஏங்க என்னாச்சு? ஏன் என்னக்குமில்லாம இன்னைக்கு இப்படியிருக்கீங்க?”

“ஒனக்குத் தெரியாது என்னைய எப்படித் திட்டுன. வச்ச நகைய மீட்க முடியாதவன் கையாலாகதவன், இவன நம்பி ஒரு கொமரிப் பொண்ணு வேற கல்யாணம் ஆகாம இருக்கான்னு சொன்னயில்ல. இன்னைக்கு கடவுள் நம்ம கண்ணத் தொறந்திட்டார்”

“என்னங்க என்னாச்சு அம்புட்டுப் பணத்துக்கு எங்க போனிங்க? யாரும் குடுக்குறேன்னு சொன்னாங்களா?” ஆவலாய்க் கேட்டாள் சுந்தரத்தின் மனைவி ரங்கநாயகி.

“எம் பிரண்டு நாராயணன்”

“ஓ... அவரா?”

“என்ன ஓ... அவரான்னு இழுக்கிற?”

“இல்லங்க அவர் ஏது செஞ்சாலும் ஆதாயமில்லாமச் செய்யமாட்டான்னு சொல்லுவாங்க இதுலயும் ஏதும் சூழ்ச்சியிருக்குமோன்னு நெனச்சேன்”

“ஒனக்கு எதுக்கெடுத்தாலும் சந்தேகம்தான். நம்ம விஷயத்தில அப்படிச் செய்வாரா? கைவிட்டுப் போன நகையெல்லாம் நம்மகிட்ட வரப்போகுது புள்ளைக்கு சீக்கிரமே கல்யாணம் பண்ணிர்லாம்”

“என்னங்க சொல்றீங்க அவருக்கு குடுக்க வேண்டிய பணம்”

“மெல்ல குடுக்கலாம். மொதல்ல முங்கிப் போன நகைகளத் திருப்புவோம். அப்பெறம் பாப்போம்”

“என்னமோங்க நல்ல நேரம் வருது போல, தாலிச்சரடுகூட கழுத்துல இல்ல எல்லாமே அடகுக் கடையில தான் இருக்கு”

“கவலைப்படாதடி நாளைக்கு ஒங் கழுத்துல, பொன்னு மின்னும் பாரு”

“இல்லங்க, இத நம்ம பொண்ணுக்கிட்டதான் மொதல்ல சொல்லணும் அவதான் ரொம்ப சந்தோசப்படுவா அவளுக்குச் சேத்து வச்ச நகைதானே எல்லாம் முங்கிப் போச்சுன்னு தெரிஞ் சதும் எவ்வளவு வருத்தப்பட்டா தெரியுமா? மொதல்ல அவகிட்ட தான் சொல்லணும்.

“ம்... சொல்லலாம் சொல்லலாம், அந்த அடகுவச்ச ரசீத எடு. அந்தக் கடன்காரன் மூஞ்சியில வீசிட்டு பொருள மீட்டு வருவோம்” என்றார் சுந்தரம்.

சற்று நேரத்திற்கெல்லாம் அடகுக் கடை ரசீதுடன் நின்றாள் ரங்கநாயகி.

“குட்... இந்நேரம் நாராயணன் வந்திருப்பாரு. நான் போயிட்டு நகையோட வாரேன் என்று வீட்டை விட்டுச் சென்றார், சுந்தரம்.”

ஓரிடத்தில் சுந்தரத்தை எதிர்பார்த்து நின்றிருந்தார் நாராயணன்.

“வாங்க வாங்க... ஒங்களத்தான் எதிர்பாத்திட்டு இருந்தேன். ரசீது எல்லாம் எடுத்திட்டீங்களா?”

“எடுத்திட்டேங்க”

“இப்ப தாங்க நிம்மதி. எங்க பாத்துப் பாத்துச் செஞ்ச நகையெல்லாம் கைய விட்டுப் போயிருமோன்னு நெனைச்சேன். கடவுள் அனுப்புன ஆளு மாதிரி கரெக்டா வந்து சேந்தீங்க.”

“எங்க அடகுக் கட இருக்கு”

“இந்தா இங்கஇருந்து ரெண்டாவது சந்துதான். எங்கேயோ இருந்து வந்து அம்புட்டு நகைகளயும் கொள்ளையடிச்சு வச்சுருக்கான். மொத்த வெலையில காவாசி குடுத்திட்டு அம்புட்டு நகைகளையும் அமுக்கிடலாம்னு நெனைச்சான் படுபாவிப்பய, கொள்ளப்பேரு வயித்தெரிச்சல் இங்க கொதிச்சுட்டுக் கெடக்கு”

இருவரும் அடகுக் கடை சென்றார்கள்.

சேட்டு நகைளை அடுக்கி கொண்டிருந்தார்

“சேட்டு... சேட்டு...” குரல் கேட்டு நிமிர்ந்து பார்த்தார்.

“நகைகளைத் திருப்பணும், என் நகைகள் எல்லாம் எடுத்திட்டு வா?”

இதைக்கேட்ட சேட்டு சுந்தரத்தையும் நாராயணனையும் ஒருமாதிரியாகப் பார்த்தார்.

“என்னைய்யா முழிக்கிற... இவனுக எங்க திருப்பப் போறானுக. அப்படியே அமுக்கிறலாம்னு பாத்தியா? போய்யா போ எடுத்துட்டு வா”

சேட்டு நாராயணனை சந்தேகத்தோடு, பார்த்தார்.

“ரசீதக் குடுங்க”

ரசீதை நீட்டினார், சுந்தரம்.

“ம்... ஒருவருஷத்துக்கு மேல ஆகுது. வட்டியும்மொதலும் சேந்து ரெண்டரை லட்ச ரூபா ஆகுது”

“குடுப்போமில்ல போ எடுத்திட்டு வா. எங்கயிருந்து வந்து எங்க ஊருக்காரங்க சொத்த அனுவிக்க விடுவமோ... போய்ய்யா வெயில் மழ காத்துக்கருப்புப் படாம பொழப்பு நடத்துறானுக” என்று திட்டினார், நாராயணன்.

சேட்டு நகைகளை எடுத்துவந்து சுந்தரத்திடம் கையெழுத்து வாங்கினார். நாராயணன் பணத்தை எண்ணிக்கொடுத்தார்.

“என்னய்யா எல்லா நகையும் சரியா இருக்குல்ல. இப்பவெல்லாம் எவன நம்ப முடியுது” என்று பேசிக்கொண்டே நகையை வாங்கினார் நாராயணன். சுந்தரம் கண்ணில் கண்ணீரே வந்துவிட்டது.

“எவ்வளவு நாளாச்சு. காணாமப்போன நகையைப்பாத்த மாதிரி கண்ணு ரெண்டும் ஆவலாய் பாக்குது என்றார் சுந்தரம்.

“போலாமா”

“ம்..போலாங்க”

நகைகளை எடுத்துக்கொண்டு நாராயணன் முன்னால் சென்றார். அவர் பின்னாலயே சுந்தரமும் சென்றார்.

“சரி சுந்தரம்.. இந்த நகைகளை திருப்ப பணம் குடுத்த மனுசனுக்கு ஒரு நன்றி சொல்ல வேணாமா?”

“என்னங்க இப்படிச் சொல்லிபுட்டீங்க, அவருதாங்க கடவுளு”

இருவரும் அருகிலிருந்த ஆபீசுக்கு சென்றார்கள்.

கண்ணாடிக் கதவுகள் பளபளக்க கண்ணில் கண்ணாடி போட்டு கம்பீரமாக உட்கார்ந்திருந்தார், குமரேசன்.

இருவரும் உள்ளே நுழைந்தனர்.

“வா நாராயணா. எல்லாம் நல்ல படியா முடிஞ்சதா”

“முடுஞ்சதுங்க”

“இவரு நகையத்தான் திருப்பினோம்” குமரேசனைக் கும்பிட்டார் சுந்தரம்.

“ம்ம்... ஒக்காருங்க”

“எல்லாம் சொல்லீட்டீங்களா?”

“இல்லீங்களே என்றார் நாராயணன்.

“சொல்லி அனுப்பி விடுங்க”

“சரி சார்” என சுந்தரத்தை வெளியே கூப்பிட்டு வந்தார் நாராயணன்.

“சரி போய்ட்டு ஒங்களுக்கு எப்பச் சவுகரியமோ அப்ப வாங்க”

“என்ன சார் இப்படிச் சொல்றீங்க”

“என்ன சுந்தரம் அதான் நகைகளத் திருப்பியாச்சே. பத்திரமா இருக்கும். இன்னைக்கு இருந்து ரெண்டரை லட்ச ரூபாய்க்கு நாங்க

வட்டி போடுவோம். ஒங்க நகை எங்ககிட்டத்தான் இருக்கும். ஒங்களால எப்பத் திருப்ப முடியுமோ அப்பத் திருப்புங்க" இதைக் கேட்டதும்

விக்கித்து நின்றார் சுந்தரம்.

"சார் என்ன சொல்றீங்க"

"ஆமா சுந்தரம், நீ நகைகளைத் திருப்ப முடியாம இருக்கிறதக் கேள்விபட்டோம். எவனோ ஒருத்தன் திங்கவா நீங்க நகையை அடகு வச்சீங்க. எதாயிருந்தாலும் நம்மகிட்ட தான் இருக்கணும்"

சுந்தரத்தைத் தட்டிக் கொடுத்துச் சென்றார், நாராயணன்.

திகைத்துப்போய் நின்ற சுந்தரம், நாராயணன் சென்ற திசையையே திரும்பிப் பார்த்தார். அந்தக் கட்டடத்தின் சுவரில் "அடகு வைத்த நகைகளை மீட்டு, மீண்டும் அடகு வைக்க இங்கே அணுகவும் என எழுதியிருந்தது.

■ ■ ■

தன்னம்பிக்கை பயிற்சியாளர்
சுபா ஜவஹர்

'ஒட்டிக்கொள்ளும் ஸ்டிக்கர் பொட்டு' தினசரி வாழ்க்கையில் சந்திக்கும் சராசரி கதாபாத்திரங்களைக் கொண்டு, எழுதப்பட்ட அழகான காதல் கதைதான் 'ஸ்டிக்கர் பொட்டு'.

சுவாதி என்ற கதாபாத்திரத்தை கருவாக்கி உருவாக்கும்போது அவளை ஓர் உயிரோட்டமான படைப்பாக உருவாக்கியுள்ளார். கதாசிரியர் ராஜா செல்லமுத்து.

காதலன் அரவிந்திடம் வைத்திருந்த காதலில் உறுதியாகவும் தன்னையே அர்ப்பணித்த முழு ஈடுபாட்டுடனும் இருக்கிறாள் சுவாதி. இவளைப் போன்ற இனிய காதலிக்காகத்தான் ஏங்குகிறார்கள் எல்லா ஆண்களும்.

பெண்கள் வைத்துக்கொள்கிற சாதாரண ஸ்டிக்கர் பொட்டைக் கூட அசாதாரணக் காதல் குறியீட்டாக்கி ஆச்சரியப்பட வைக்கிறார். கதாசிரியர்.

எளிய வாழ்விலிருந்து கதைகளை உருவாக்கும் இவரின் கற்பனைத் திறன் கை தட்ட வைக்கிறது.

காதலில், காதலிக்குக் கொடுக்கும் சாதாரண பொருட்கள்கூட விலை மதிக்கமுடியாத பொக்கிஷங்களாகின்றன.

இந்தக் கதையில் வரும் ஸ்டிக்கர் பொட்டும் அந்த வகையைச் சார்ந்ததே. காதலுக்கு கண்ணீர் வடிக்கும் அரவிந்தின் காட்சியை வாசிக்கும்போது இந்த ஸ்டிக்கர் பொட்டு நம் நெஞ்சில் பசக்கென ஒட்டிக்கொள்கிறது.

எழுதுவது ஒருவிதம். உணர்வோடு உருகி எழுதுவது இன்னொருவிதம். இந்தக் கதையை உயிரில் உறையும் உணர்வோடு எழுதியுள்ளார், கதாசிரியர் ராஜா செல்லமுத்து இந்தக் கதையை வாசிக்கும்போது நீங்களும் இதை உணர்வீர்கள்.

உங்களிடமிருந்து இதுபோன்ற நிறையக் கதைகளை எதிர்பார்க்கிறேன். இந்த ஸ்டிக்கர்பொட்டை வாசிக்க வாய்ப்பளித்ததற்கு நன்றி.

●●●

ஸ்டிக்கர் பொட்டு

"சுவாதி... சுவாதி... என்ன பட்டிக்காட்டு பொண்ணுமாதிரி மதிலெல்லாம் ஸ்டிக்கர் பொட்ட ஒட்டி வச்சுருக்க. குளிக்கும்போது அத கீழ போடவேண்டியதுதானே. மதிலெல்லாம் ஒட்டிவச்சு... பாரு, பாத்ரூம்ல நொழஞ்சாலே எல்லாம் ஸ்டிக்கர் பொட்டா இருக்கு. இனிமே மதில்ல பொட்ட ஒட்டுனே ஓம் முதுகெல்லாம் கொப்பளம் கட்டிரும் ஜாக்கிரதை" சுவாதியைப் பயமுறுத்தினாள் அம்மா அலமேலு.

"இனிமே நான் மதில்ல ஒட்டமாட்டேன்... போதுமா?" கோபமாய்ச் சொல்லிவிட்டு குளிக்கச் சென்றாள் சுவாதி. பாத்ரூம் சுவர் முழுவதும் ஸ்டிக்கர் பொட்டாய் நிறைந்திருந்தது.

ஒவ்வொரு பொட்டும் சின்னச்சின்ன நிலவாய் கண் சிமிட்டின. ஒட்டப்பட்ட பொட்டுகளை விரல் கொண்டு தடவினாள்.

அவள் நினைவில் சட்டென்று ஒட்டிக்கொண்டது, பொட்டின் பூர்வீகம்.

"அரவிந்த், எனக்கு ஸ்டிக்கர் பொட்டு வாங்கித் தர்றியா? என்றாள் சுவாதி"

"ஏன், கேட்டதுதான் கேட்ட, வேற ஏதாவது கேக்கக்கூடாதா? சலிப்பாய்ச் சொன்னான் அரவிந்த்.

"இல்ல அரவிந்த், ஸ்டிக்கர் பொட்டு ஒட்டும்போது என் நெத்தியிலயும் புத்தியிலயும் நீ எப்பவுமே ஒட்டிட்டு இருக்கிறது மாதிரி தெரியுது."

"ஏய், பொய் சொல்றதானே... மறுநாள் வைக்கிற பொட்ட என்ன பண்ணுவ?"

“வச்ச பொட்ட அப்பிடியே மதில்ல ஒட்டிவச்சிருவேன். குளிக்கும்போது பொட்டப் பாத்திட்டேதான் குளிப்பேன்” சிணுங்கினாள் சுவாதி.

என்னது “பொட்டப் பாப்பியா?” ஆச்சரியமாகக் கேட்டான் அரவிந்த்.

“ஆமா பொட்டப் பாக்கும்போது ஒன்னையப் பாக்கிறது மாதிரியே இருக்கும். நீ என்கூடவே குளிக்கிறது மாதிரியே இருக்கும். அதுக்குதான் பொட்டு வேணும்னு கேட்டேன். ஒலகத்துக்கு வேணும்னா நிலா பெருசா இருக்கலாம். ஆனா நீ வாங்கிக் குடுக்குற பொட்டுத்தான் எனக்கு நிலா” வெட்கமாய்ச் சொன்னாள் சுவாதி.

“என்ன நெசமாவா சொல்ற சுவாதி”

“ஆமா. அதுமட்டுமில்ல; என்னோட நெனப்பெல்லாம் ஒம் மேலயே இருக்கணும்னுதான் என் நெத்தியில நீ வாங்கிக் குடுக்குற ஸ்டிக்கர் பொட்ட வச்சிட்டு இருக்கேன். ஜாக்கெட் போட்ட இடம் வெளுத்திருக்கமாதிரி, நான் பொட்டுவச்ச எடம் வெளுத்திருக்கு பாரு” என நெற்றியைக் காட்டினாள் சுவாதி.

“என்ன சுவாதி, நெசமாவா சொல்ற?

“அப்புறம், உண்மையத்தான் சொல்றேன் அரவிந்த்”

“நான் வாங்கிக்குடுக்குற ஸ்டிக்கர் பொட்டுல இவ்வளவு ரகசியம் இருக்கா?”

“இன்னொன்னு சொன்னா, நீ ரொம்ப ஆச்சர்யப்படுவ?”

“என்ன ஆச்சர்யம்?”

“ஆமா, நீ வாங்கிக் குடுக்குற பொட்ட ராத்திரியில எங்க வைக்கிறேன்னு தெரியுமா?” என வியப்பாய்ச் சொன்னாள் சுவாதி.

“எங்க?” என ஏக்கமாய்க் கேட்டான் அரவிந்த்.

“சொல்லமாட்டனே” சிணுங்கினாள்.

“ஏய், சொல்லுப்பா...”

“ம்ஹூம்... சொல்ல மாட்டேன்”

“ஐயோ, நீ சொல்லலனா எனக்கு ஒருமாதிரியா இருக்கும். ப்ளீஸ் சொல்லிரு”

“ம்ஹூம்... அடம்பிடித்தாள். பொட்டை நெற்றியில்தானே வைப்பார்கள். இவள் எந்த இடத்தில் வைக்கிறாள், புதிர் போடுகிறாளே” குழம்பினான் அரவிந்த்.

பட்டுத் தொண்டைக்குழிக்குள் அவள் விழுங்கும் எச்சில் அமுதமாய் உள்ளிறங்கியது.

“சுவாதி சொல்லேன். அத தெரிஞ்சுக்கிறணும்னு ஆசையா இருக்கு” துரத்தினான், அரவிந்த்.

“சொல்லவா... சொல்லவா” அரவிந்த்துக்கு ஆர்வம் மிகுதியானது.

“சொல்லவா?” இழுத்தாள்.

“சொல்லுடி” செல்லமாய்க் கோபப்பட்டான் அரவிந்த்.

“கோபத்தப் பாரு” கொஞ்சம் வெட்கப்பட்டபடியே பூவாய் வாய் திறந்தாள்.

எந்த இடமோ என்ற ஆர்வத்தில் கேட்கத் தயாரானான் அரவிந்த்.

“ச்சீ... ஆசையப் பாரு. என் நெஞ்சுக்குழியில் வெச்சுக்குவேண்டா” என படாரென்று சொன்னாள் சுவாதி.

“ஏய், என்ன சொல்ற?”

“ஆமா. ராத்திரியில தூங்கும்போது எங்கெங்கோ ஒட்டிருமில்ல, அதுதான் தினம் தூங்கும்போது நெஞ்சுக்குழியில வச்சுட்டுதான் தூங்குவேன்.”

கண்கலங்கினான் அரவிந்த்.

“டேய், என்ன சின்னப்புள்ள மாதிரி கண்கலங்குற?”

“இல்ல... எம்மேல இவ்வளவு பாசம் வச்சிருக்கியேன்னு நெனச்சேன், அதான் கண்கலங்கிட்டேன்”

“இல்ல அரவிந்த், ஒன்னைய என்னோட கொழந்தமாதிரி வச்சுக் காப்பாத்துவேண்டா. நீ ஏன் கண்கலங்குற”

“இல்ல சுவாதி, ஒருவேள நீயும்நானும் சேராமப் போயிட்டா”

“அப்படியெல்லாம் சொல்லாத. நிச்சயம் கடவுள் நம்மள சேத்து வப்பாரு. இதுவரைக்கும் நீ வாங்கிக் குடுத்திருக்கிற மொத்தப் பொட்டும் அதுக்கு சாட்சி” என்றாள் சுவாதி. அன்றும் வழக்கம்போல் பேசிவிட்டு இருவரும் பிரிந்தார்கள்.

“சுவாதி, ஒரு நல்ல வரன் வந்திருக்கு”

“மாப்பிள்ளைக்கு பேங்குல வேலையாம். சொந்த வீடு, பேங்கில டெபாசிட் இருக்கு. மாப்பிள்ளை அம்மா அப்பா மட்டும்தான். நாத்தனார் அதுஇதுன்னு எந்தப் பிக்கல்பிடுங்கலும் இல்ல. வயசானகாலத்துல நானும் அம்மாவும் ஒங்கூடவே இருந்துருவோம்.

அந்தப் பையன கல்யாணம் பண்ணிக்க சுவாதி” என்றார் சுவாதியின் அப்பா வேணுகோபால்.

“அப்பா” என இழுத்தாள்.

“என்னம்மா...”

“இல்லப்பா...” கொஞ்சம் தடுமாறியவள், “நான் ஒருத்தர லவ் பண்றேன்.. அதான்” என வெளிப்படையாகச் சொன்னாள்.

“யாரு...” கோபமாய் கேட்டபடியே வீட்டின் உள் அறையிலிருந்து வெளியே வந்தாள் சுவாதியின் அம்மா.

“பேரு அரவிந்த். படிச்சிட்டு வேல தேடிட்டு இருக்கார்.”

“அப்புறம்?”

“அவ்வளவுதான்”

“அவ்வளவுதானா? இனி வேல தேடி, சம்பாரிச்சு சேக்குறத்துக் குள்ள ஆயுசுபோயிரும். லட்டுமாதிரி வரன் வந்திருக்கு, கழுத்த நீட்டிட்டுப் போ. கஷ்டப்படாம சாப்பிடும்போது கொஞ்ச நாள்ல காதலெல்லாம் காணாமப் போகும். இந்த வயசுல எல்லாருக்கும் வர்றமாதிரிதான் ஒனக்கும் காதல் வந்திருக்கு. அது தப்பில்ல. காதல் வேற, வாழ்க்க வேற. ஒனக்காக இல்லாட்டியும் எங்களுக்காகவாவது பாரு” என்றார் அப்பா வேணுகோபல்.

அவளுக்குள் ஆயிரம் இடிகள் ரணமாய் இறங்கின. எப்படி அரவிந்திடம் இதைச் சொல்வது? அவனைப் பார்ப்பதை தவிர்த்தாள்.

மனதை ரணமாக்கிக்கொண்டாள். ஆனால் அவன் வாங்கிக் கொடுக்கும் ஸ்டிக்கர் பொட்டை மட்டும் மறக்காமல் வைத்துக் கொண்டாள். அரவிந்தின் நினைவுகள் பொட்டுப்பொட்டாய் விழுந்தன. குளியலறை சுவரில் ஒட்டியிருந்த பொட்டுக்கள் ஒவ்வொன்றாய் எடுத்து தண்ணீரில் போட்டுக்கொண்டிருந்தாள். அழுதகண்களோடு குளித்து முடித்து வெளியே வந்தாள்.

“நெத்தியில அழகா குங்குமம் வையி. அத விட்டுட்டு இனிமே ஸ்டிக்கர் பொட்டு வச்ச... நீ வச்சுப் பாரு” கோபமாய் திட்டிவிட்டு வெளியே சென்றாள், அம்மா.

கண்ணாடியில் முகம் பார்த்தாள். சுவாதி நெற்றி வெறுமையாய் இருந்தது. ஒப்புக்காக நெற்றியில் குங்குமம் வைத்துக்கொண்டாள். “அரவிந்த், நீ என்கூட இல்லாம இருந்தாலும் ஒன் நெனப்பு என்கூடத்தான் இருக்கும்” என நெஞ்சுக்குழிக்குள் ஒரு ஸ்டிக்கர் பொட்டை ஒட்டினாள்.

"சுவாதி... சுவாதி..." அப்பா கூப்பிட்டார்.

"இதோ வரேன்பா" ஓடினாள். அவள் பாதத்திலும் ஒரு ஸ்டிக்கர் பொட்டு ஒட்டியிருந்தது ஒரு நிமிடம் நின்று அதை கையில் எடுத்துக்கொண்டே ஓடினாள்.

ஆச்சரியம். அங்கே அரவிந்த் நின்றுகொண்டிருந்தான். அருகில் சுவாதியின் அப்பாவும் அம்மாவும்.

"சுவாதி, உனக்குப் பிடித்தவரையே உனக்கு மாப்பிள்ளையாக்க முடிவு செஞ்சுட்டோம்"

அவள் கண்களில் நீர் கசிந்தது. காலில் விழுந்து வணங்கிய சுவாதி மெதுவாக எழுந்தாள்.

"தேங்க்ஸ்ப்பா", "தேங்க்ஸ்ம்மா" என்றாள்

கையிலிருந்த ஸ்டிக்கர் பொட்டை, தன் நெற்றியில் ஒட்டிக்கொண்டு அரவிந்தை பார்த்து கண்சிமிட்டிச் சிரித்தாள்.

இருவரின் கண்களிலும் கண்ணீர் திரைகட்டியது.

■ ■ ■

பேராசிரியர் முனைவர்
பெரியமுருகன்

முத்து எழுதிய முத்துக்கதை

கற்பனைச் சிறகுகள் கட்டிப் பறக்கின்ற கதைகளைப் படித்திருக்கிறேன். யதார்த்தங்களை உள்ளடக்கி, புனைவுகளை வசப்படுத்திய கதைகளையும் படித்திருக்கிறேன். இந்த 'முத்தான முத்தல்லவோ' சிறுகதை, எனக்குள்ளே ஒரு புதிய எண்ணத்தை ஏற்படுத்தியது. உண்மைகளைச் சொல்வதற்கு கதை என்கிற இலக்கியத்தின் முழுமையான, முதன்மையான அடையாளத்தைப் பயன்படுத்தலாம் என்பதை மிக அழகாக, ஆழமாக எழுதியுள்ளார். என் இனிய மாணவர் ராஜா செல்லமுத்து.

மழைத்துளி விழுந்துதான் சிப்பிக்குள் முத்து பிறக்கிறது என்று வகுப்புகளிலும் மேடைகளிலும் பேசியிருக்கிறேன். இந்தக் கதையை வாசித்தபிறகுதான் முத்துவின் உண்மையான பிறப்பு தெரியவந்தது. அறிவியல் காலத்தில் வாழ்ந்துகொண்டிருக்கிறோம் என்பதை என் மாணவர்மூலமாக அறிய நேர்ந்ததை நினைத்துப் பெருமையடைகிறேன். வருகிற காலமும், வளர்கிற இளமையும் எங்களின் தோள்களின்மேல் நின்று உலகத்தை உற்றுப்பார்த்து உண்மைகளைச் சொல்லும்பொழுது மனதுக்குள் மழை பொழிகிறது.

கதை கேட்காமல் வளர்கிற குழந்தைகள் காட்டுமிராண்டிகளாக வளர்வார்கள் என்பது காலம் அறிந்துகொண்ட நியதி. நீதிக் கதைகளையும் போதனைக் கதைகளையும் கேட்டுக்கொண்டிருந்த நமக்கு, இன்று அறிவியலின் தேவையும் அவசியமும் இன்றைய வளரும் தலைமுறைக்கும் வளர்கிற சமுதாயத்திற்கும் அத்தியாவசியத் தேவை என்பதை உணர்ந்து எழுதியிருக்கிறார் ஆசிரியர் ராஜா செல்லமுத்து. போகிறபோக்கில் இரண்டு மீனவர்கள் பேசுவதுபோல, செய்தியைச் சொல்வதற்கு எடுத்தாண்டிருக்கும் உத்தி வித்தியாசமானது. முத்துக்கள் எங்கெல்லாம் எவ்வளவு நீளத்தில், எவ்வளவு அகலத்தில், என்னென்ன நிறத்தில் கிடைக்கின்றன என்கிற செய்திகளெல்லாம் புதுமையாக இருக்கின்றன. செயற்கையாக முத்து தயாரிக்கிறார்கள் என்ற செய்தி புதுமையிலும் புதுமை.

பேரா பெரியமுருகன்,
ஹாஜி கருத்த ராவுத்தர் ஹௌதியா கல்லூரி,
உத்தமபாளையம், தேனி மாவட்டம்.

● ● ●

முத்தான முத்தல்லவோ

"ஏண்டா கொடுக்காப்புளி, கடல்ல இவ்வளவு தூரம் வந்துட்டமே, முத்து ஏதும் கெடைக்கலேயாடா"

"அடே வண்டுருட்டான் தலையா! நமக்கு மீனு கெடைக்கிறதே பெரிய கஷ்டம். இதுல முத்துவேற வேணுமா?" நத்தக்கூட்டையும் பாசிகளையும்தான் பாக்க முடியும். இதுல முத்து வேணுமாம் முத்து" கோபமாகத் திட்டினான், கொடுக்காப்புளி.

இருவரும் அலைகடலின்மேல் மீன் பிடித்துக் கொண்டிருந்தார்கள்.

"முத்து எப்படிடா உருவாகுது?"

"என்னது, முத்து எப்படி உருவாகுதா?"

"என்னமோ களி மண்ணுல மண்பான செய்றதுமாதிரி சொல்ற, அதெல்லாம் கடவுள் குடுக்கிறதுடா..."

"என்ன? கடவுள் குடுக்கிறதா?"

"மழைத்துளிதான் சிப்பியில விழுந்து முத்தாகுதுன்னு சொல்றாங்க"

"யாரு? கவிஞர்களா? அவங்கதானய்யா வானத்த வீட்டுக்குள்ள கொண்டு வருவாங்க, வானவில்ல, துணி காயப்போடுற கொடிக்கம்பியில காயப் போடுவாங்க. நிலாவ கூட்டிட்டு வந்து டீ குடிப்பாங்க. சூரியன்ல தீ வாங்கி அடுப்பு பத்தவைப்பாங்க" யப்பா படுபயங்கரம்பா அவங்களோட அட்டகாசம்

"என்ன, நீயே கவிஞனாயிடுவ போல?"

"கவிஞன்னா கடவுளா? வார்த்தைய அழகா அடுக்கத் தெரிஞ்சா நாமளும் கவிஞனாயிர்லாம்"

“அதுக்கு இலக்கணமெல்லாம் இருக்காமே”

“அணையில தேக்கிவைக்கிற தண்ணி கஷ்டத்தில பயன்படலாம். ஆனா அது தேங்கி நிக்கும்போது நாத்தமெடுக்கும். ஆனா காட்டாற்றுக்கு கட்டுப்பாடு கெடையாது. அதுமாதிரிதான் கவிதையும். அத எந்தக் கட்டுக்குள்ளயும் வைக்கக்கூடாது. மனுசங்களோட உணர்ச்சிகள பிரதிபலிக்கிற எல்லாமே கவிதை, பாட்டுதான்.”

“ம்...”

“எங்க ஆத்தாவுக்கெல்லாம் என்ன தெரியும்? அதுக்கு காட்டுப்பாட்டும் நாட்டுப்பாட்டும் கைக் கோர்த்து வரும். அது என்ன இலக்கணமா படிச்சிருக்கு?”

“நாம எதுவோ பேச வந்திட்டு வேற என்னென்னமோ பேசிட்டு இருக்கோம். முத்து எப்படி உருவாகுதுன்னு கேட்டேன். அதுக்கு நீ கவிதை எழுதுறவனை யெல்லாம் கண்டமானிக்கு திட்டுற?”

“பொய் சொல்ல ஒரு அளவில்லையா? விஞ்ஞானம் தெரியணும். இல்ல அதனோட பின்புலம் தெரியணும். ரெண்டும் தெரியாம அடிச்சுவிடக் கூடாதில்ல. அதான் கோபத்துல திட்டுனேன்”

“ம்...”

“சரி, நீ என்ன சொல்லப் போற! சொல்லு.”

“முத்துச்சிப்பியெல்லாம் கடலோட அடி ஆழத்துல வாழ்றது. முத்துக்குளிக்கிறவன்தான் கடலோட அடி ஆழத்துக்குப் போயி முத்தெடுக்க முடியும். இதத்தான் முத்துக்குளித்தல்னு சொல்றாங்க.”

“பெறகு எப்படி சிப்பியில மழைத்துளி விழுதுன்னு சொல்றாங்க”

“அடே, மரமண்டையா? மழைத்துளி வானத்திலிருந்து கடலோட மேற்பரப்புல தான விழும். விழுந்ததும் தண்ணியோட தண்ணியா கலந்துபோகும். பெறகு எப்பிடி கடலுக்குள்ள இருக்கிற சிப்பிக்குள்ள போகும். எல்லாம் கற்பனைடா”

“ஓ... அப்படியா. பெறகு எப்பிடி முத்து உண்டாகுதாம்?”

“ம்... சொல்றேன் கேளு. கடலுக்கடியில வாழுற சிப்பிக்குள்ள சின்ன மணல்துகள் போயி சிப்பியோட உடல்ல சிறு உறுத்தல உண்டாக்கும். அந்த உறுத்தல்ல இருந்து விடுபட சிப்பியில இருந்து ஒரு திரவம் சுரக்கும். இது, அந்த மணல்மேல படும். அப்பெறம் தொடர்ந்து அந்த மணலை வெளியே தள்ள சுரக்குற நீர்தான் கடைசியில முத்தா 'மாறுது”

“அப்படிப் போடு. அப்ப முத்துங்கிறது மணல் துகள்மேல படியிற சிப்பியோட சுரப்பி நீரா?”

“ஆமா” அது தான் உண்மை.”

“பெரிய சமாச்சாரமே இருக்கே.”

“அதுமட்டுமில்லடா, கடல் சிப்பியில 100க்கு மேற்பட்டது இருக்கு. இது 2.5 செ.மீலிருந்து 1 மீட்டர் வரைக்கும் வளரும். இது, அதோட பருவ காலத்துல கோடிக்கணக்கான முட்டைய பொரிச்சுத் தள்ளும். முட்டையவிட்டு வெளிய வரும்போது சிப்பிக்கு ஓடு இருக்காது. அது ஊசிமாதிரிதான் இருக்கும். ஒருநாள் கழிச்சுத்தான் ஓடு உருவாகும்.”

“டேய், நீ பேசுறதப் பாத்தா எனக்குப் பயமா இருக்குடா”

“ஏண்டா?”

“நீயும் என்கூடதான மீன் புடிக்கிற? ஆனா நீ மட்டும் என்னென்னமோ பேசுறயே. எப்படி இப்படிப் பேச கத்துக்கிட்ட?”

“டேய்... நாம ஒரு வேலயில இருந்தம்னா அதப்பத்தி முழுசா தெளிவா தெரிஞ்சுக்கணும்டா. அப்பத்தான் நம்மள எவனும் கேள்வி கேக்காத அளவுக்கு உயரமுடியும். இல்ல, இந்தக் கடல் தண்ணியிலயே நம்மள கரச்சுப் புடுவானுக”

“ஒனக்கு இன்னொரு விஷயம் தெரியுமா?”

“சொல்லு, நீ பேசுறதக் கேக்க ஆவலா இருக்கு!”

“ஜப்பான்காரனுகதான் கடல்லயிருந்து சிப்பிய எடுத்துட்டு வந்து அதுல மணல் மாதிரி இருக்கிற உறுத்துற பொருள உள்ள வச்சு முத்து தயாரிக்கிறாங்க”

“அவனுக சும்மாவே இருக்கமாட்டாங்களா?”

“முடியாதுடா. ஏதாவது கண்டுபிடிச்சிட்டே இருக்கானே. பெருமப்படுடா.

இன்னொரு விஷயம். பிலிப்பைன்ஸ் நாட்டுல இருக்கிற வெண்மை முத்துதான் உலகத்திலேயே பெருசாம். பாரசீக வளைகுடாவிலயும் நல்ல முத்து கெடைக்குதாம். அரேபியாக்காரங்க கடல்ல மூழ்கி முத்தெடுக்கிறதத்தான் பெரிய தொழிலா செய்றாங்களாம். முத்துல சிவப்பு, மஞ்சள், நீலம் இப்படி நெறயா கலர்களும் இருக்கு.”

“நீ பேசுறதக் கேட்டா.”

“ஏண்டா”

“தெரியாத விஷயத்த நெறய சொல்லீட்டயே! அதுதான். முத்துக்குள்ள இவ்வளவு பெரிய விஷயமிருக்கா?”

“ஆமா சும்மாவா?”

“ம்...”

"அங்க பாருடா முத்த?"

"எங்க?... எங்க?..."

"அந்தா பாரு... அந்தா பாரு..."

"எங்கடா?"

அப்போது கடல்நடுவே படகில் சிலர் வந்துகொண்டிருந்தார்கள்.

"விளையாடாதடா!"

"அது, நம்ம மாரிமுத்து மகன் செல்லமுத்துடா!"

■ ■ ■

எழுத்தாளர்

தேனி கண்ணன்

அன்பு நண்பர் ராஜா செல்லமுத்து எழுதிய 'நினைவாலே சிலைசெய்து' சிறுகதை இளம்காலை பனிக் காற்று முகத்தில் மோதிப்போகும் சில்லிடும் அனுபவமாக அமைந்திருந்தது. நிலாநேசன், மீரா இருவரின் இதயச் சங்கமத்தை எடுத்துச்சொல்லும்விதத்தில் ராஜா செல்லமுத்துவின் எழுத்து கவிதைத் தமிழில் ராஜநடை போடுகிறது. 'நிலாநேசன், மீராவிடம் பலர் மத்தியில் பேசும்போது பூனைக்கால் பொருத்திப் பேசுவான்' என்று குறிப்பிடும்விதம் அழகோ அழகு!

இசைஞானி இளையராஜாவின் 'அந்திமழை பொழிகிறது. ஒவ்வொரு துளியிலும் உன் முகம் தெரிகிறது' என்ற பாடலைக் கேட்பது போன்ற உணர்வைக் கொடுத்தது. அவளின் வளையோசையும் அவன் செருமலும் காதல் தேசத்தின் பாஷையாகிப்போனது வியப்பில்லை. 'முப்பத்தி ரெண்டு பற்களை அடைகாத்து வைத்திருந்த உதட்டுச்சிப்பி' என்ற வர்ணனை மீராமீது மட்டுமல்ல; ராஜா செல்லமுத்துமீதும் காதல்கொள்ள வைக்கிறது.

இந்த இளம்காலை பனிக்காற்றை வீசிய காதலர்கள் எப்போது பேசுவார்கள் என்று எதிர்நோக்கியிருந்த நேரத்தில், சுட்டெரிக்கும் வெயிலாய் சூழ்நிலை மாறிப்போய் நம்மை துக்கத்தில் ஆழ்த்துகிறது. ஆனால் அந்தச் சூழலிலும் தன் துயர் பிறர் படா என்ற நோக்கத்தில் நிலாநேசன் செய்யும் செயல்மூலம் நம் நெஞ்சில் நிறைகிறான். நண்பர் ராஜா செல்லமுத்து, இதை வாசிப்பவர்களின் இதயங்களிலெல்லாம் நிறைந்து நிற்பார். காதல் நினைவுகள் நீர்த்துப்போய்விடாமலிருக்க அதைச் சிலையாகச் செதுக்குகிற வல்லமை ராஜா செல்லமுத்துவிடம் இருக்கிறது. திசையெங்கும் அவர் எடுக்கும் முயற்சிகள் வெல்லட்டும்! திரையுலகம் அவர் பெயரைச் சொல்லட்டும்!

நினைவாலே சிலை செய்து...

நிலாநேசனின் நெஞ்சுக்குள் மீரா நிறைந்திருந்தாள்.

கல்வெட்டுக்களைவிட கனமானது அவள் காதல்.

உணர்வு உளிகள் செதுக்கிச் செதுக்கி உருவம்கொண்ட ஓர் உன்னதக் காதல். அன்பின் அடிச்சுவட்டில் அழியாத கோலங்களாய் அழகாக இருப்பதும் காதல்தான்.

இப்படி அவனின் அடிமனது எதைஎதையோ சொன்னது.

மீரா அவன் கண்களிலேயே நின்றிருந்தாள்.

எப்படியெல்லாம் காதலித்தார்கள்...

அவன் நினைவுகளில் நீர்த்துப்போகாமலே இருந்தாள் மீரா.

மீரா... மீரா... இந்த இரண்டெழுத்து மந்திரப் பெயர். அவனை மகுடிபோல் ஆட்டிவைத்தது. அவனின் கல்லூரிக் காதல்.

அவன் இமைகளில் சிக்கிச்சிக்கி வெளிவந்தது.

'மீரா...' என்ற பெயரை வகுப்பறையில் பேராசிரியர் எப்போது உச்சரிப்பார் என்று காத்திருப்பான் நிலாநேசன்.

'மீரா'

'எஸ், சார்' என்ற இனிமையான அவளின் குரல் கேட்டதும், அவன் உயிருக்குள் ஆயிரமாயிரம் பூக்கள் பூக்கும்.

'நிலாநேசன்' என்று அவன் பெயரைச் சொல்லும்போது மீரா அவனை கடைக்கண்ணால் பார்த்து விழிகளாலே விழுங்குவாள்.

ராஜா செல்லமுத்து ● 277

‘மீரா… மீரா… மீரா…’ வார்த்தைகளுக்குப் பூனைக்கால் பொருத்திப் பேசுவான் நிலாநேசன். அமைதியாயிருக்கும் வகுப்பறையில் மயிலிறகு போன்ற மென்மையான இருவரின் குரலும் வகுப்பறைப் பாடங்களை உறுத்தாமல் அழகாய் வெளிவரும்.

“டேய், நீ பேசாம அவகூட பேசிட்டே இருக்கியே, பாடத்தப் படிடா!” உடனிருக்கும் நண்பர்கள் அன்பழைப்பு விட்டாலும் அத்தனையும் வம்பு வளர்க்காமல் விட்டுவிடுவான் நிலாநேசன்.

வகுப்பறைக்குள் மீராவின் வளையல் ஓசை பேசினால்… நிலாநேசனின் செருமல் சத்தம் அதற்குப் பதில் சொல்லும்.

இருவரின் கண்களும் வகுப்பறையில் சந்தித்து வளைகுடா நாடுகளுக்கு ஊர்வலம் போகும்.

உணர்வற்று ஓர் உருவமாயிருக்கும். உயிர்ப்போடு கண்கள் பேசும்; இப்படியாய்க் கழியும்… இருவரின் வகுப்பறை பொழுதுகள்.

“மீரா… மீரா… மீரா… நான் கூப்பிட்டுட்டே இருக்கேன் என்னன்னு கேக்குறதான்னு பாரு… ஏய்… மீரா….” வகுப்பாசிரியர் உரக்கக் கூப்பிடும்போது, “எஸ் மேடம்” என்று நிலாநேசனே எழுந்து நிற்பான்.

“நீ தான் மீராவா?”

“இல்ல மேடம்… வந்து… வந்து” அவன் வாய்க்குள் வார்த்தைகள் வந்துவந்து உதட்டை விட்டுவர மறுக்கும்.

“நான் கேக்குறேன்ல… நீ தான் மீராவா?”

அதற்குள் “ஸாரி மேடம்”

“என்ன தக்காளி ஸாரி. நீங்க ரெண்டுபேரும் என்னமோ பண்றீங்கன்னு மட்டும் தெரியுது. ஆனா, அது என்னைக்கு ஒடையுதோ அன்னைக்குத் தெரியும் ஒங்களோட தப்பு”

“இல்ல மேடம்… ஸாரி மேடம்…” நிலாநேசன் நெக்குருகிப் பேசினான்.

“நிலா”

“எஸ். மேடம்”

“நிலா நேசன்தானே?”

“ஆமா மேடம்”

“ம், மீராநேசன் இல்லையே” பேராசிரியர் பேசும் இந்தப் பேச்சில் நிலாநேசனின் ‘கண்களுக்குள் கலவரம் கொடிகட்டிப் பறக்கும்’

“நிலாநேசன்”

"மேடம்"

"ஒழுங்கா படிக்கிற வேலையப் பாரு... நீ படிச்சு முன்னுக்கு வந்தாதானே, ஒனக்கும் உன் குடும்பத்துக்கும் கவுரவம்"

"ஆமா மேடம்"

"ம்"

"மீரா பொம்பளைடா... எவன் வீட்டுக்கோ பொண்டாட்டியாப் போறவ. அவ படிச்சாலும் ஒண்ணுதான் படிக்காமவிட்டாலும் ஒண்ணுதான். அதுக்காக அவள படிக்கவேணாம்னு சொல்லமாட்டேன். பொண்ணுங்களோட நெலம வேற; ஆணுங்களோட நெலம வேற."

"நீ படிக்கணும் நிலாநேசன்." நெக்குருகி நின்ற நிலாநேசனின் கண்கள் நீரால் நிறைந்தது.

கன்னங்களில் வழிந்தோடியது கண்ணீர்.

இது ஒருவிதமான விளங்காத பருவம்டா. எதுசரி, எதுதவறுன்னு சொல்லத் தெரியாத வயசு. இந்த ரெண்டாங்கெட்ட வயச மீறிட்டா நிச்சயமா வாழ்க்கையில ஒசந்த எடத்துக்குப் போயிருவ நிலாநேசன்.

கொஞ்சம் அக்கறையும் கனிவும் பொங்கப் பேசினார் பேராசிரியர் பானு.

இந்த வார்த்தைகள் நிலாநேசனுக்குள் ஒரு நேர்த்தியைத் தந்தாலும் மீராவைப் பார்க்கும்போது எல்லாம் நீர்த்துப்போகும்.

"ஓ.கே. மேடம். சரி, இனிமே அப்பிடிச் செய்ய மாட்டேன்" என்ற வார்த்தைகள் ஒரே தடவையில் உடைந்து வேறு உருவத்தில் வந்து அவனுள் உட்காரும்.

"மீரா... மீரா... மீரா... இந்தப் பெண்பால் பெயர்தானே என்னை என்னென்னவோ செய்தது. இவளை நான் சந்தித்திருக்காவிட்டால், 'காதல்' என்ற 'சொல்' வெறும் வார்த்தையாய் மட்டுமே இருந்திருக்கும். இன்று என் கிழக்கில் சூரியன் உதிப்பதும் என் மேற்கில் சூரியன் விதைப்பதும் அவளால்தான். என் வெற்று வாழ்க்கையை அர்த்தமாக்கியவளே நீதானே மீரா... உன்னை எப்படி நான் மறப்பது? எல்லோரும் சாதாரணமாகச் சொல்கிறார்கள். உன்னை நான் மறந்துவிட வேண்டுமாம். காதல் கல்வெட்டாய் கனத்துக்கிடக்கும் உன் நினைவுகளை நுரைகளாய் நீர்த்துப்போக எனக்குச் சம்மதம் இல்லைதான்.

சில சங்கடங்கள்தான் நிறையச் சம்பவங்களை உருவாக்கும். என்னை கருவாக்கி உருவாக்கியவளே நீதானே மீரா... உன்னை நான் எப்படி மறப்பது? என் நம்பிக்கைக்கு நங்கூரமே நீதானே

மீரா... யார் யாரோ என்னென்னவோ சொன்னாலும் அவனின் ஆசை வானம் அடையும்; கூடாய் அவன் விலா எலும்புக்குள் வந்து நிறையும்.

பாதாம் மரப் பூக்கள் சிந்தும் ஒரு கனிந்த மாலைப் பொழுது.

மீராவுடன் நின்றிருந்தான் நிலாநேசன். இருவரின் விரல்களும் மெல்ல உரசி மரகத வீணையை வெட்டவெளியிலேயே மீட்டியது. தாளம்போட்டன இருவரின் செருப்பணிந்த பாதங்கள்.

"மீரா"

அவளின் முப்பத்திரெண்டு பற்களை அடைகாத்து வைத்திருந்த உதட்டுச் சிப்பி வாய் திறக்காமலே..

"ம்" என்று பதில் சொல்லியது.

"நீ என்னைய காதலிக்கிறயா?"

"நெஞ்சுல பச்சகுத்திக் காட்டவா" பசக்கென சொன்னாள் மீரா.

"இல்ல, ஒரு சின்ன சந்தேகம்."

"ஒனக்கு எப்பவும் சந்தேகம்தான" மீரா மிரட்சியாய் பதில் சொன்னாள்.

இருவரின் பொழுதுகளும் காதல் சொல்லியே புலர்ந்தன. காதல் சொல்லியே உலர்ந்தன.

காதல் பூக்கள் இருவரின் இதயத்திலும் முட்கள் இல்லாமலே பூத்தன. தடைகள் பல இருந்தாலும் இருவரின் காதலும் கொடிகட்டியே பறந்தது.

எப்பவும்போல ஒரு சோகப் பொழுது நிலாநேசனை சுற்றிக் கொண்டது.

'என்ன சொல்றீங்க, உண்மையாவா?

'ஆமா நிஜந்தான்.'

அவன் இதயத்திற்குள் மின்னலும் இடியும் மாறிமாறி இறங்கியது. மீராவின் நிலையை நினைத்து கண்ணீரோடு கலங்கினான்.

உயிரைக் கையில் பிடித்துக்கொண்டு ஓடினான். அவனின் ஒவ்வொரு அடியும் பதறித் துடித்தது.

இல்ல, இது நிஜமா இருக்காது; பொய். என்னோட மீராக்கு அப்பிடியெல்லாம் நடக்க வாய்ப்பில்லை. என்னோட மீரா என் கிட்டதான் இருப்பா.

அவ இல்லாத ஒலகம் எனக்கு எப்படி இருக்கும். நினைத்துப் பார்த்த நிலாநேசனின் நெஞ்சில் நெருப்பு வளையங்கள் சுழன்றன.

ஓடினான்... அவனின் நினைவுகள் அவனிடம் இல்லவே இல்லை. பயமும் நடுக்கமும் துரத்தத் துரத்த ஓடினான்.

"இல்லங்க, அப்படியெல்லாம் நடக்காது. நிச்சயம் மீரா உசுரோடு திரும்பி வருவா. எல்லாம் நேரம். யாருக்கும் என்ன, எப்படி நடக்குமுன்னு யாருக்கும் தெரியாது. இப்ப இது மீராவுக்கு நடந்திருக்கு.

மருத்துவமனையில் கூடிநின்ற உறவுகள் சுற்றறிக்கை வாசித்தார்கள்.

"சார், மீராவுக்கு என்னாச்சு?"

"பதட்டப்படாதீங்க"

"என்னமோ சொல்றாங்களே..."

"அப்பிடியெல்லாம் நடக்காது தம்பி. கூல்டவுன்... கூல் டவுன். இந்தா வர்றான் பாருங்க. இவன்தான் மீராகூட பழகிட்டு இருக்கிறவன்,"

"யாரு... இவனா?"

"ஆமா"

நிலாநேசனின் நெஞ்சு சட்டையைப் பிடித்து ஒருவர்,

"ஏய், அரசல்புரசலாக கேக்கும்போதே ஒன்னோட சங்க அறுத்திருக்கணும்.

"நீ ஏண்டா இங்க வந்த?"

"போடா"

"சார்"

"இப்ப நீ போகல.. நீயும் இங்க அட்மிட் ஆயிடுவே."

"சார்... என் மீராவுக்கு..."

"என்னாச்சு. நான் மீராவ பாக்கணும்..."

அழுகையின் அடர்த்தி அதிகமாகி கண்ணீர் தாரைதாரையாய் வழிந்தது.

எவ்வளவு அழுதும் அவனை யாரும் உள்ளே அனுமதிக்கவே இல்லை.

அழுதழுது அவன் கண்கள் இரண்டும் கோவைப்பழமாய் சிவந்து கனிந்தன.

நேரம் ஆக, ஆக அந்த மருத்துவமனைக்கு ஆட்களின் வருகை அதிகமானது.

"நிலாநேசன், கிட்டத்தட்ட பித்துப்பிடித்ததுபோல புலம்பினான்."

"வெட்டிப்பய, எவன்னே தெரியலீங்க. தண்ணியப் போட்டு வண்டிய ஓட்டிட்டு வந்தவன். பாவம் காலேஜ் போன பொண்ணு மேல மோதிட்டான். இப்பப் பாருங்க. யாரு செஞ்ச தப்போ இப்ப, இந்தப் பொண்ணுமேல வந்து விடிஞ்சுருக்கு"

"இப்படியொரு நெலம இந்தச் சின்ன வயசுல வரக் கூடாதுங்க. அவ்வளவுதாங்க அந்தப் பொண்ணோட ஆயுசு."

உறவுகளும் கூடியிருந்தவர்களும் சொல்லச்சொல்ல நிலா நேசனுக்கு நெஞ்சு வெடிப்பதுபோல ஆனது.

"மீரா..."

அவன் போட்ட பெரும் சத்தத்தில் ஆகாயமே இரண்டாய் உடைந்ததுபோல் அதிர்ந்தது.

அந்த மருத்துவமனை அழுகையின் பிடியில் சிக்கியது. எங்கும் மரண ஓலம். சிறிதுநேரத்தில் மீரா பொட்டலமாய் கட்டிக் கொடுக்கப்பட்டாள்.

"இது என்னோட மீராவா?" போஸ்ட்மார்ட்டம் செய்யப்பட்ட மீராவைப் பார்த்து அழுது ஆர்ப்பாட்டம் செய்தான்.

கூடிநின்ற உறவுகள், மீராவை பொட்டலமாய் வாங்கி ஆம்புலன்சில் ஏற்றிக்கொண்டு பறந்தார்கள்.

நிலா நேசனின் நெஞ்சு எதை எதையோ சொல்லிப் புலம்பியது.

"என்னோட மீரா, இனி அவ்வளவுதானா? என்கூட இனி பேசமாட்டாளா? அவளோட அழகான முகத்த இனிமே நான் பாக்க முடியாதா?"

விரக்தியின் உச்சியில் போய் உறைந்து விழுந்தான்.

அது முதல் அவன் நினைவில் மீராவைத் தவிர வேறு யாருமே இல்லை.

"நிலாநேசன் நீங்க எப்ப கல்யாணம் பண்ணப்போறீங்க. நடந்ததையே நெனச்சிட்டு இருந்தா, ஒங்களுக்குன்னு ஒரு வாழ்க்கை வேணாமா?"

நண்பர்கள், உறவுகள் நிறைய மன்றாடினார்கள் அவன் எதையும்தன் காதில் வாங்கவில்லை.

காலையில் செல்லும்போது கவனமாகச் செல்லுங்கள்.

உங்கள் கவனக்குறைவால் எத்தனையோ கனவுகள் சிதைக்கப்படும்.

'குடித்துவிட்டு வாகனம் ஓட்டாதீர்கள்' ; 'உங்கள் பயணம் பாதை மாறினால் பல வாழ்க்கை சீரழிக்கப்படும்' என்று எழுதிய எத்தனையோ போர்டுகளை தூக்கிக் கொண்டு சாலைவழியே நடந்தான் நிலா நேசன்.

நிறைய சாலைகளில் நின்று நின்று இந்தப் பதாகைகளைக் காட்டினான். காலையிலும் மாலையிலும் எந்த வேலையும் செய்யாமல் போக்குவரத்துப் பாதைகளில் தினமும் போய் நின்றான். அவனையும் அவன் வாசகங்களையும் வாசிக்காதவர்கள் மிகவும் குறைவு.

"ஒரு உசுரப் பறிகுடுத்த பாதிப்புதாங்க இந்தப் பயல ஒரு சமூகப்போராளியா மாத்தியிருக்கு... 'யாரும் ஆக்சிடண்ட் பண்ணாதீங்க'ன்னு பேசாமலே, இந்த போர்டுகளை தெனமும் தூக்கிட்டு வந்து நின்னுர்றாங்க"

நிலாவைப் பற்றி இப்படித்தான் தினமும் பேசிச் சென்றார்கள்.

பித்துப் பிடித்தது போன்ற நிலாநேசனின் நெஞ்சில் சிலையாய் நின்றிருந்தாள் மீரா.

■ ■ ■

ஆசிரியர்
நல்.வாஞ்சிநாதன்

"ரோஜாக்களில் பூக்கும் முட்கள் என்னவொரு அழுத்தமான தலைப்பு. இத்தலைப்பே சொல்கிறது கதையின் சிறப்பு காதலில் வென்றார்கள் என்பவர்களைவிட குடும்பத்திற்காக தன் காதலையே கொன்றார்கள் என்பவர்களே இங்கே பெரும்பான்மையினர். அப்படிக் கொல்லப்பட்ட காதலைப் பற்றி சொல்லப்பட்ட இதய ஆறுதலே இந்த "ரோஜாக்களில் பூக்கும் முட்கள்". காதல் புண்பட்ட இதயங்களுக்கு ஒரு மயிலிறகு வருடலாகவே இந்த சிறுகதையைப் படைத்திருக்கிறார் என் இனிய இளவலும் திரைப்பட இயக்குநருமான அன்புத் தம்பி கவிஞர் ராஜா செல்லமுத்து அவர்கள். ஒருத்தவங்க மேல அதிகப்படியான அன்பு வச்சுட்டா காமம் என்கிறது இரண்டாம் பட்சம் என்கின்ற வரிகள் காதல் என்ற பெயரில் கற்பை களவாடும் கயவர்கள்கூட மனம் மாறும் எண்ணத்தூண்டலை ஏற்படுத்துகிறது.

"ரெண்டுபேரும் பேசிப்பாத்தோம் ரெண்டு வீட்லயும் சம்மதிக்கல, காதல விட எங்க வீட்டோட சந்தோசம் தான் முக்கியமுன்னு ரெண்டு பேரும் பிரிஞ்சுட்டோம்" என்று கணவன், மனைவியிடம் தன் பழைய காதலை சொல்வதன் மூலம் பெற்றோர்களின் உணர்வுகளை வாழவைத்து தத்தம் காதலை காவு கொடுக்கும் காதல் தியாகிகள் இன்னும் இருக்கத்தான் செய்கிறார்கள் என்பதை நினைவூட்டுகிறார் சிறுகதைச் சிகரம் தம்பி ராஜா செல்லமுத்து. சிறுகதையில் சிகரம் தொட்ட என் பாசத்தம்பி சூரிய நகரத்தின் ராஜா செல்லமுத்து திரையுலகிலும் சிரமங்களைக் கடந்து வெற்றிச் சிகரங்களை அடைந்து புகழ்வானில் புளகாங்கிதம் அடைய யாதுமாகி விளங்கும் பிரபஞ்ச பிதாவை வேண்டி வாழ்த்துகிறேன். விண்ணெட்டும் மண்ணெட்டும் தொடர்ந்து வெற்றிப் புகழே பரவட்டும்

ஆசிரியர் நல்.வாஞ்சிநாதன்,
பெரியகுளம்,
தேனி மாவட்டம்.

● ● ●

ரோஜாக்களில் பூக்கும் முட்கள்

"கிருத்திகா, நான் ஒரு பொண்ண லவ் பண்ணுனேன்னு சொன்னேன்ல"

"ஆமா"

"அந்தா போறாங்க பாரு, அவங்கதான் அது" என்று சுஷ்மிதாவைக் காண்பித்தான் ரகுவரன்.

"ஓ.. அந்தா போறாங்களே.. பச்சை சேலை கட்டிக்கிட்டு அவங்களா என்று சந்தேகத்தோடு கேட்டாள் கிருத்திகா…"

"ம்… அவங்கதான்" என்றான் ரகுவரன்.

"அழகா இருக்காங்க"

"ஏன், அவங்கள கல்யாணம் பண்ணிக்கல?"

ரெண்டுபேரும் பேசிப்பாத்தோம். ஆனா ரெண்டு வீட்டுலயும் சம்மதிக்கல. காதலைவிட எங்க வீட்டோட சந்தோஷம்தான் முக்கியம்னு ரெண்டுபேரும் பிரிஞ்சுட்டோம்" என்று கொஞ்சம் பரிதாபமாய்ச் சொன்னான் ரகுவரன்.

"அதுனாலதான் என்னைக் கல்யாணம் பண்ணிட்டீங்களா" என செல்லமாய்ச் சொன்னாள் கிருத்திகா.

"இல்ல அப்படியெல்லாம் இல்ல" சமாளித்தான் ரகுவரன்.

ஒங்களமாதிரி எனக்கும் ஒரு காதல் இருந்துச்சு தெரியுமா? என்ற கிருத்திகாவின் வார்த்தைக்கு எந்தவித அதிர்வும் இல்லாமல் இருந்தான் ரகுவரன்.

“என்ன பேச்சையே காணோம்?”

“இல்ல... எனக்கு ஒரு காதல் இருந்தா ஒனக்கும் ஒரு காதல் இருக்கத்தானே செய்யும்” என்றான் ரகுவரன்.

“ஓ... அப்பிடின்னா என்னோட காதல் பத்தி ஏற்கனவே ஒங்களுக்குத் தெரியுமா?”

“ம்... தெரியுமே ஒன்ன பொண்ணுப் பாக்க வரும்போதே சொல்லிட்டாங்க”

“அப்புறம், ஏன் இதப்பத்தி என்கிட்ட கேக்கல”

“தோணல”

“அதான் ஏன்னு கேக்குறேன்”

“என்னோட வலி ஒனக்கும் இருக்குமில்ல. அதான் கேக்காம விட்டுட்டேன்”

“அப்ப நான் கெட்டுப்போயி வந்தாலும் என்னைச் சேத்துக்கிருவீங்க, அப்படித்தான!” கொஞ்சம் கோபமாய்ப் பேசினாள் கிருத்திகா.

“ச்சே... அப்பிடியெல்லாம் பேசாத கிருத்திகா. காதல்ங்கிறது வேற, தவறுங்கிறது வேற. நீ அப்படியெல்லாம் செஞ்சிருக்க மாட்டேன்னு எனக்குத் தெரியும்”

“அதெப்பிடி சொல்றீங்க?”

“ஒருத்தரோட நடவடிக்கையிலயே கண்டுபிடிச்சிரலாம் அவங்க எப்படிப்பட்டவங்கன்னு . நீ அப்படிப்பட்ட பொண்ணு இல்லைன்னு” எனக்கு தெரியும்.

“அப்ப, நீங்க எப்படி?” சற்றுப் புன்னகையோடு கேட்டாள் கிருத்திகா.

கிருத்திகாவிடமிருந்து இப்படியொரு கேள்வியை எதிர்பார்க்காத ரகுவரன் சற்றுக் குழம்பினான்.

“நீ எப்படியோ அப்படித்தான் நானும்”

“நம்பலாமா...?”

“நம்பிக்கைதான வாழ்க்கை. இங்க பாரு கிருத்திகா, ஒருத்தவங்கமேல அதிகப்படியான அன்பு வச்சுட்டம்னா காமங்கிறது இரண்டாம்பட்சம். தவறுசெய்ய நம்ம மனசு தடுக்கும். ரெண்டுபேரும் பேசிட்டே இருக்கணும்போல தோணும். உள்ளங்கையில தலைவச்சு படுக்கணும்னு மனசு சொல்லும். கண்ணுக்குள்ள உயிரவைக்கணும்னு தோணும்.

அதான் காதல். அதனால, என்னோட காதல் புனிதமானது. அதுமாதிரி ஒன்னோட காதலும் புனிதமானதுதான்”

இருவரும் இப்படிப் பேசிக்கொண்டே நடந்து வந்தார்கள்.

சுஷ்மிதாவும் கணவனுடன் நடந்து போய்க்கொண்டிருந்தாள்.

நான்குபேரும் கிட்டடத்தட்ட அருகருகே இருப்பதைப்போல் உணர்ந்தார்கள். கிருத்திகா, சுஷ்மிதாவைப் பார்த்தாள். அவள், தன் தோளில் ஒரு பையை போட்டிருந்தாள். தன் கணவருடன் சிரித்துப் பேசிக்கொண்டே சென்றுகொண்டிருந்தாள்.

‘கூப்பிடலாமா’ என தனக்குள்ளே கேட்டுக்கொண்டாள் கிருத்திகா. சரி, கூப்பிடுவோம். என்ன நடக்குமென்று பார்ப்போம் என்று முடிவெடுத்தாள்.

“எக்ஸ்கியூஸ்மி” என சுஷ்மிதாவை கூப்பிட்டாள்.

“எஸ்...!” எனத் திரும்பினாள் சுஷ்மிதா. தன் பின்னால் நின்றிருந்த ரகுவரனைப் பார்த்ததும் அவளுக்கு என்னவோ போலாகிவிட்டது.

இருவரின் கண்களும் ஒன்றையொன்று சந்தித்துக் கொண்டன. இதை கிருத்திகா கவனிக்காமல் இல்லை.

பின், எதுவும் பேசாமல் நின்றிருந்தாள் சுஷ்மிதா.

“ஹலோ...” என சுஷ்மிதாவின் நினைவைத் திருப்பினாள் கிருத்திகா.

“ஒங்க கர்ச்சிஃப் கீழே விழுந்திருச்சு இந்தாங்க” என கர்ச்சிஃபை நீட்டினாள். ரகுவரனைப் பார்த்தபடியே வாங்கினாள் சுஷ்மிதா. கண்கள் மட்டும் கூசியது.

நினைவுகள் சிறகடித்துப் பறந்தன. இதையெல்லாம் கவனித்துக் கொண்டிருந்தாள் கிருத்திகா.

“ஹலோ, ஒரு தேங்க்ஸ்கூட இல்லையா”ன்னு சுஷ்மிதாவின் நினைவைத் தட்டினாள் கிருத்திகா.

“ஸாரி தேங்க்ஸ்ங்க...” என்றாள் சுஷ்மிதா.

அவளின் கணவன் அமைதியாய் அருகில் நின்றிருந்தான். கொஞ்ச நேரத்தில் நால்வரும் எதுவும் பேசாமல் பிரிந்து சென்றார்கள்.

கிருத்திகாவும் ரகுவரனும் வீடு வந்து சேர்ந்தார்கள்.

அன்று இரவு இருவரும் படுக்கையில் இருந்தனர்.

“நேத்திலிருந்து ஏன் எதுவும் பேசாம இருக்க?” என்றான் ரகுவரன்.

“இல்ல ஒண்ணுமில்லயே...” சமாளித்தாள் கிருத்திகா.

“இல்ல, நீ எங்களோட காதல தப்பா புரிஞ்சிகிட்டபோல. அதான் பேசமாட்டீங்கிற”

“இல்ல அப்படியெல்லாம் இல்ல...”

“அப்புறம் ஏன், சுஷ்மிதாவ பாத்ததிலிருந்து பேசமாட்டீங்கிற? நான்தான் சொன்னேனே, எங்களோட காதல் புனிதமானதுன்னு ஏன் புரிஞ்சுக்கிறமாட்டீங்கிற?”

அப்போது அழுதுகொண்டிருந்தாள் கிருத்திகா.

“ஏய்... ஏன்?”

“இல்ல, நீங்க ஒங்களோட காதலிய சொல்லீட்டிங்க. ஆனா நான்தான் அதை மறச்சிட்டேன்னு நெனைக்கிறேன். அத நெனச்சுத்தான் ரொம்ப வருத்தப்பட்டேன். ஆனா இப்ப தைரியமா ஒங்ககிட்ட அத சொல்லப்போறேன். நேத்துலயிருந்து எம் மனசு கேக்கல” எனத் தேம்பினாள் கிருத்திகா.

“சொல்லு யாரு” அவசரப்படுத்தினான் ரகுவரன்.

“கொஞ்சம் நிதானமாய், ‘ஒங்க சுஷ்மிதாவோட வீட்டுக்காரர்தான்’ என்று மெதுவாய்ச் சொன்னாள்.

அதிர்ச்சியில் நின்றிருந்தான் ரகுவரன்.

அன்று இரவு சுஷ்மிதாவும் அவள் கணவனும் தங்களின் காதலையும் பகிர்ந்துகொண்டிருந்தார்கள்.

■ ■ ■

வாசகர் கடிதங்கள்

9.10.16 வாரமலரில் டி.வி.ஆர் சிறுகதைப் போட்டியில் 2ம் பரிசு வென்ற 'விவசாயம்' ராஜா செல்லமுத்துவின் சிறுகதை படித்தேன். விளைநிலங்கள் அடிமாட்டு விலைக்கு ரியல்எஸ்டேட்காரர்களுக்கு விற்கப்பட்டு வீட்டுமனைகளாவது தடுக்கப்பட்டால் விவசாயம் தழைக்கும். விவசாயிகள் தற்கொலையும் தடுக்கப்பட வேண்டியதே என்பதை ஆழமாகத் தன் 'விவசாயம்' சிறுகதை மூலம் சொல்லியிருக்கிறார் ராஜா செல்லமுத்து!."

எழுத்தாளர் எம்.ஆர்.ஜெயசந்திரன், திண்டுக்கல்

தினமலர் நிறுவனர் டி.வி.ஆர். நினைவு சிறுகதைப் போட்டியில் இரண்டாம் பரிசு பெற்ற ராஜா செல்லமுத்து எழுதிய 'விவசாயம்' என்ற சிறுகதை. விவசாயிகள் படும் கஷ்டங்கள் உயிர்ப்புடன் சொல்லியதுடன் விவசாய நிலங்களை கான்கிரீட் காடுகளாக்க அவர்கள் நிலங்களை விற்பனை செய்வதால்தானே இப்படி மாறுகிறது என்ற உண்மையை உணர்ந்து விவசாயிகள் எடுத்த முடிவு சரிதான் என்பதை தெளிவாக்கியது.

ஜி. அருணகிரி, மதுரை

டி.வி.ஆர். நினைவு சிறுகதைப் போட்டியில் இரண்டாம் பரிசு வென்றுள்ள எழுத்துச்சித்தர் ராஜா செல்லமுத்துவின் 'விவசாயம்' சிறுகதை படித்தேன்; உயிருக்கே உலைவைப்பதான உழவுத்துறையின் அவலத்தைச் சுட்டி, 'உழுவார் உலகத்தார்க் காணியென்பதனை அறிவுறுத்தியும், ஏர்ப்பின்னது உலகம்' என்ற நிஜத்தினை எழுதிய அவரது பேனா தீர்ப்பு மழை பொழிந்து பிரமிப்பூட்டியுள்ளார்.

படைப்பாளர் எஸ். ஆதிகேசவன், சாத்தூர்

விவசாயம் நாட்டின் முதுகெலும்பு. விவசாயம் இல்லையென்றால் விதி அனைவரையும் சாகவைக்கும். தொடர் போரட்டத்தினால் மட்டுமே இதனைச் சாதிக்கமுடியும். ராஜா செல்லமுத்துவின் 'விவசாயம்' சிறுகதையைப் படித்தவர்கள் கண்டிப்பாக ஒரு மாற்றத்தை விரும்புவர். இனி, விற்கமாட்டார்கள் நிலத்தை, வாங்குவார்கள் விவசாயத்தை. நன்றி வாரமலருக்கு. இந்தக் க(ருத்து)தை விரைவில் நிஜமாகட்டும்! விவசாயத்தை மட்டுமே நம்பி இருப்பவர்கள் 'மாடசாமிபோல் மாண்டுபோகாமல் கனகராஜ்போல தைரியமாக உரிமைக்காகப் போராடவேண்டும். விவசாயத்தையும் விவசாயியையும் மதிக்கவேண்டும் மற்றும் பேங்க், விலை நிர்ணயம், பென்ஷன், விவசாயச் சலுகைகள், விருதுகள், டி.வி. பேட்டி விவசாயத்தைக் காப்பாற்றும் கடவுள் விவசாயி. அற்புதமாக அனைவரது மனதிலும் பசுமரத்தாணிபோல் கருத்துகளை விதைத்துள்ளார். பாராட்டுக்கள்

மணி.சரவணன், சென்னை 78

"அத்தர் பூசுனவன மதிக்கிற இந்த உலகம், சேறும் சகதியுமா இருக்கிற விவசாயியையும் மதிக்கணும். விவசாயிய வீதியில் பாத்தா, கையெடுத்துக் கும்பிடணும். வரம் கெடைக்குமுன்னு கோயிலுக்குப்போய் கடவுளைக் கும்பிடற மனுஷங்க, வயல்ல இறங்கி நமக்கு உணவைக் கொடுக்கிற விவசாயி கடவுளைவிட ஒசந்தவன்னு உணரனும்!" பருப்பும் அரிசியும்தான்யா வாழ்க்கைக்குத் தேவை; பணம் காச சாப்பிட்டுட்டு உசுரு வாழ முடியாதுன்னு என்னைக்கு உரைக்குதோ, அப்பத்தான் விவசாயி யாருன்னு இந்த உலகத்துக்குத் தெரியும் என்ற உன்னதமான கருத்தை 15000 ரூபாய் பரிசுக்கதையான 'விவசாயம்'மூலம் தெளிவுபடுத்திய கதாசிரியரைப் பாராட்ட வார்த்தைகளில்லை! இதையேதான் வள்ளுவரும், உழவுத் தொழில் செய்பவர் உலகத்தார்க்கு அச்சாணி போன்றவர் என்ற பொருளில், 'உழுவார் உலகத்தார்க்கு ஆணி அஃதாற்றாது எழுவாரை எல்லாம் பொறுத்து' என்ற குறளில் விளக்கியுள்ளார்.

கே.பி.தங்கவேலு, சென்னை209

விவசாயம்

(தினமலர் வாரமலர் டி.வி.ஆர். நினைவுச் சிறுகதைப் போட்டியில் ரூ.15,000/= வென்ற சிறுகதை)

வெறிச்சோடிக் கிடந்தது ஊர். பெருசுகள் முதல் சிறுசுகள்வரை எல்லாரும் மாடசாமி வீட்டில் உட்கார்ந்திருந்தனர். அழுகைச் சத்தம் மட்டும் விடாமல் கேட்டது.

“விவசாயத்த நம்பியிருக்கிற எல்லாருக்கும் கடைசியில, இதுதான் கதின்னு சொல்லாம சொல்லிட்டுப் போயிட்டான், மாடசாமி. போங்கப்பா… விவசாயமும் வேணாம்; ஒரு மண்ணும் வேணாம். காலம்பூரா காடு, தோட்டந்தொரவுல கெடந்து, நாம என்னத்தக் கண்டோம்… வாங்குன கடனுக்கு வட்டி ஏறிப் போயி, வீட்டுல இருக்கிற பண்ட, பாத்திரங்கள் இழந்து கண்ணீரும் கம்பலையுமா வாழ்ந்துட்டு இருக்கோம். போதும்டா சாமி… நஞ்சையும்புஞ்சையும் நம்மள நஞ்சு தின்ன வச்சுப்புடுச்சே…”

“எந்தவித பாதுகாப்புமில்லாத இந்த விவசாயத்த நம்பி இனி பொழப்பு நடத்தமுடியாது. எல்லாப் பயலுகளும் இந்தச் சனியன விட்டுட்டு திருப்பூர், கோயமுத்தூர்னு போயி செங்கச்சூளை, பனியன் கம்பெனின்னு ஏதாவது ஒண்ணுல வேல செஞ்சு வயித்தக் கழுவுவோம், மாடசாமி நெலம இனி யாருக்கும் வரக்கூடாது,” புலம்பித்தீர்த்தார் ரங்கசாமி கிழவன்.

“ஐயய்யோ… எங்கள இப்படி அனாதையா விட்டுட்டுப் போயிட்டீங்களே… வெவசாயத்தில நட்டமுன்னா, அத அடுத்த வெள்ளாமையில எடுத்திரலாம்; உசுரு நட்டப்பட்டா, அத எங்க போயி எடுக்கிறது, எஞ்சாமி… ராத்திரி பகல்னு பாக்காம எப்பவும் காடு கரைன்னுதானே கெடப்பே. புள்ளகுட்டிகளுக்கு சோறில்லன்னாலும், வெள்ளாமைக்கு எப்படியாவது தண்ணி

பாய்ச்சுவயே... உனக்கா இந்த நெலம" என, ஒப்பாரிவைத்தாள் மாடசாமியின் மனைவி.

"மாடசாமிதான் என்ன செய்வான்? பாவம்.. காலம்பூரா விவசாயம் செஞ்சு கடனுக்குமேல கடன் ஆனதுதான் மிச்சம். வட்டிக்குக் குடுத்தவன் தெனமும் வாசலுக்கு வந்தா நல்லாவாயிருக்கும். யார்கிட்டப் போயி இதச் சொல்றதுன்னுதான் பய கண்ண மூடிட்டான்' என்றார் கூட்டத்தில் ஒருவர்.

"அப்படிச் சொல்லாதீங்க. நாமளும்தான் தெனம் தெனம் உசுரோட செத்துக்கிட்டு இருக்கோம். பக்கத்துல இருக்கிற நெலமெல்லாம் பிளாட் போடுறாங்களாம். வீடு கட்டி, அதுல ரெண்டு வீடும் தாரேன்னு சொல்றாங்க. நம்மளும் கைக்கு வந்த காசுக்கு அத வித்துட்டு வீட்டை வாடகைக்கு விட்டுட்டு, பொழப்புத் தேடி வேற எங்கயாவது போகவேண்டியதுதான்" என்றார் மற்றொருவர்.

"வானம் பாத்த பூமி, வானம் பாத்துக்கிட்டேதானிருக்கும்... ஒரு பொட்டு மழையில்ல; தண்ணீர் பாய்ச்சணும்னா கரண்ட் இல்ல, ஆறு வாய்க்கால்ல போதுமான தண்ணி வரல. இப்படி இருந்தா எப்படி விவசாயம் செய்றது... வாத்தியார் புள்ள வாத்தியார் ஆகிறான்; போலீஸ்காரன் மகன் போலீசாகிறான்; டாக்டர் மகன் டாக்டராகுறான்... இப்படியே அவனவன் புள்ளைகள நல்லமுறையில் பொழைக்க வைக்கணும்னுதான் முறுக்கிட்டு திரியுறானுகளேயொழிய, எவனாவது தன்னோட மகன விவசாயி ஆக்கணும்னு நினைக்கிறானா? மாட்டான். ஏன்னா, இதுல என்ன பெருசா சம்பாதிச்சுர முடியும்னு நெனைக்கிறதோட, விவசாயின்னு சொல்றதுக்கே இங்க வெட்கப்படுறானுங்க" என்றார் ரங்கசாமி கிழவன்.

ஊர், உறவுகள் எல்லாம் மாடசாமிக்கு மலர் மரியாதை செய்தது.

"மாடசாமி கொஞ்சம் அவசரப்பட்டுட்டான். லாப, நஷ்டமெல்லாம் விவசாயத்தில் சகஜம்தான். அதுக்குப்போயி பொசுக்குன்னு சாகுறது எந்தவிதத்தில நியாயம். இவன் செத்துப் போனா மட்டும் பூமியில கொத்துக்கொத்தா காச்சிருமா... இல்ல, வெளஞ்ச வெள்ளாமைக்குத்தான், நியாயமான வெல கெடச்சுருமா... வெளைய வைக்கிறது. நாமளா இருந்தாலும் விலைய நிர்ணயிக்கிறது வேறொருத்தனாத்தான் இருக்கான். நம்மகிட்ட அடிமாட்டு விலைக்கு வாங்கிட்டுப்போயி கண்ணாடிக் கடையில் பாக்கெட் போட்டு, பவுசா வித்து பணம் சம்பாதிக்கிறான். லாபம் அவனுக்கு; நட்டம் நமக்கு !"

"என்னைக்கு இந்த நெலம மாறுதோ அன்னைக்குத்தான், விவசாயி சந்தோஷமா இருப்பான். இல்ல, மாடசாமி மாதிரி

இன்னும் எத்தன ஆளுக சாகப் போறாங்களோ..." மாலையை மாடசாமியின் காலில் வைத்துப் புலம்பினார் ஒரு விவசாயி.

"இவன் கூட்டுக்காரன்கூட, நெலத்த வித்திட்டு டவுன்ல ரெண்டு, மூணு காரு வாங்கி, வாடகைக்கு விட்டு பொழப்பு நடத்துறானாம். ஆனா இவன் மட்டும்தான் நெலத்த விக்க முடியாது கடைசிவரைக்கும் நான் விவசாயம்தான் செய்வேன்; செத்தாக்கூட என்னோட நிலத்துலதான் என்னைய புதைக்கணும்'னு பிடிவாதமா இருந்திருக்கான். பாவிப்பய! அவன் சொன்னது அப்படியே பலிச்சிருச்சே..." பலவாறாக புலம்பியபடி உட்கார்ந்திருந்தனர் ஆட்கள்.

தென்னங்கீற்றில், வேயப்பட்ட பந்தலில் சூரியஒளி பட்டுத் தரையில் வட்டவட்டமாய் மினுங்கியது. ஊரிலுள்ள எல்லா கடைகளும் அடைத்து, ஊரே துக்கத்தை அனுஷ்டித்தது. கூடியிருந்த சொந்தபந்தங்கள் மாடசாமியின் குணநலன்களைச் செல்லியவாறு அமர்ந்திருந்தனர்.

வெயில் கொஞ்சங்கொஞ்சமாய் குறைந்து மங்கத் துவங்கியது வானம். அன்றைக்கு யாரும் வேலைவெட்டிக்கு போகவில்லை என்பதால் விவசாயத்தையும் விவசாய நிலங்களைப் பற்றியும் விலாவாரியாக பேசினார்.

ஊரிலுள்ள எல்லா விவசாய நிலங்களையும் விற்று, ஊரை காலிசெய்து திருப்பூர், கோயமுத்தூர் போகத் தீர்மானித்தனர். எல்லாருடைய கண்களிலும் பயத்தின் பீதி பிதுங்கி வழிந்தது. ஒருவருக்கொருவர் ஆறுதல் சொல்லிக்கொண்டனர். இருந்தாலும் விவசாயத்தில் ஏற்பட்ட நஷ்டத்தை ஈடுகட்ட இங்கு யார் இருக்கின்றனர்? தங்கத்தின் விலையை நிர்ணயிக்கும் இந்த சமூகம் விவசாயப் பொருட்களின் விலையை தீர்மானிக்காது, ஆபரணங்களைவிட அத்தியாவசியம் இங்கு முக்கியமென்று எவரும் நினைப்பதில்லை.

இதையெல்லாம் கேட்டவாறு அமர்ந்திருந்த கனகராஜ் 'பொசுக்கென எழுந்து "நானும், காலையில் இருந்து பாத்துட்டுத்தான் இருக்கேன்; ஏன் இப்பிடி புலம்பிச் சாகுறீங்க. இந்தியாவின் முதுகெலும்பு கிராமங்கள்ல இருக்குதுன்னு சொன்னங்க. ஆனா, அது அரசியல்வாதிகளால திரும்பி பாக்க முடியாத நிலையில இருக்கு. விவசாயம் இல்லன்னா இங்க ஒரு பயலும் உசுரோட இருக்க முடியாது. பருப்பும், அரிசியும் தான்யா வாழ்க்கைக்குத் தேவை. பணங்காச சாப்பிட்டுட்டு உசுரு வாழ முடியாதுன்னு என்னைக்கு உரைக்குதோ அப்பத்தான்யா நாம யாருன்னு இந்த உலத்துக்குத் தெரியும்.

ராஜா செல்லமுத்து

“அத்தர் பூசுனவன மதிக்கிற இந்த உலகம் சேறும், சகதியுமா இருக்கிற விவசாயியையும் மதிக்கணும். வரம் கெடைக்குமுன்னு கோவிலுக்குப் போயி கடவுளக் கும்பிடுற மனுசங்க. விவசாயிய வீதியில பாத்தா கையெடுத்துக் கும்பிடணும். வயல்ல எறங்கி, நமக்கு உணவக் குடுக்குற விவசாயி கடவுளவிட ஒசந்தவன்னு உணரணும்.”

“ஏய்யா, எல்லாரும் விவசாயம் செய்யாம வேற வேலைக்கு ஓடுறான். இந்தத் தொழில்ல பாதுகாப்பு இல்ல; படிச்சவன் எல்லாம், நான் டாக்டர் ஆவேன், இன்ஜினியர் ஆவேன், வக்கீல் ஆவேன், கலெக்டர் ஆவேன்னுதான் இண்டர்வியூ குடுக்கிறானே தவிர, எவனாவது விவசாயி ஆவேன்; விவசாயத்தில் புதுசு புதுசா கண்டுபிடிச்சு, பெரிய அளவுல விருத்தி செய்வேன்னு சொல்லியிருக்கானா? சொல்ல மாட்டான். காரணம் விவசாயம் செய்தா பணம் காசு சம்பாதிக்க முடியாது. இதுல வாழ்க்கைக்கான பாதுகாப்பு இல்ல, வர்ற வருமானத்தை வச்சு, காரு வண்டி வாங்கவோ, சொகுசு வாழ்க்கை வாழவோ முடியாதுன்னுதான ஓடுறான், அதவிட விவசாயின்னு சொல்லவே வைக்கப்படுறானுக இத மாத்தணும்” என தொண்டை நரம்புகள் புடைக்க பேசினார் கனகராஜ்.

எல்லாரும் மாடசாமியை மறந்து கனகராஜின் பேச்சில் கவனம் செலுத்தினர்.

“மாடசாமி எதுக்கு செத்துப்போனான்... விவசாயத்தில நஷ்டம்; வாங்குன கடன திருப்பிக் கட்ட முடியல, கடன் கொடுத்தவன் குடும்பத்த கேவலமா பேசுவானே... அவமானமாச்சேன்னு செத்துப் போயிட்டான். இந்தப் பிரச்சனைக்கு ஒரு முற்றுப்புள்ளி வைக்கப் பாக்கணுமே தவிர, விவசாய நிலங்கள வித்திட்டுப் போகணும்னு சொல்றீங்களே, எங்க போனாலும் சோறு சாப்பிடணுமில்ல”

“அரசாங்க ஊழியர்க, 58 வயசுக்குப்பின்னால ரிடையர் ஆனா அரசு பென்ஷன் தருதுல்ல... அதுமாதிரி தலைமுறை தலைமுறையா விவசாயம் பாக்குற நமக்கு, அரசு பென்ஷன் கொடுக்கணும், தொழில் துவங்குறதுக்கு மட்டுமே பேங்குல கடன் தர்றதுமாதிரி, விவசாயி களுக்கு மட்டுமே தனியா ஒரு பேங்க் உருவாக்கணும். விவசாயப் பொருட்கள் விவசாயிகளே நேரடியா விற்பனை செய்யணும், இடைத்தரகர் எவனும் இருக்கக்கூடாது. அரசாங்கம் இன்னும் அதிகமா விவசாயக் கல்லூரிகள் உருவாக்கணும்; விவசாயத்த படிக்க மாணவர்கள் உற்சாகப்படுத்தணும் அரசியல், சினிமா, தொழில்ன்னு அதுல சாதிச்சவங்களுக்கு விருது குடுக்குறமாதிரி, விவசாயத்தில சாதிச்சவங்களுக்கும் மத்திய, மாநில அரசுகள் விருது, பரிசுகள் வழங்கி கவுரவிக்கணும், பேப்பர்காரங்க, டி.வி.க்காரங்க, சினிமாபக்கமே சாயாம விவசாயிகளையும் பேட்டி எடுத்து

அவங்கள விளம்பரப்படுத்தணும். அப்புறம் பாருங்க. ரியல் எஸ்டேட்காரன் அட்ரஸ் இல்லாம போவான். நிலத்த விக்கிறவன் யோசிப்பான். இங்க மனுசன எல்லாருமே பணமும் பொருளும் புகழும் வேணும்னுதான் அலையுறாங்க. அத, நம்ம விவசாயம் குடுத்துச்சுன்னா, நம்ம நாட்டுல விவசாயம் கொடிகட்டிப் பறக்கும். இங்க பெரிய தொழிலா, விவசாயம் மட்டும்தான் இருக்கும்" என்று கனகராஜ் சொன்னபோது, இழவு வீடென்ற சம்பிரதாயத்தை மறந்து, எல்லாரும் கை தட்டினர்.

ரங்கசாமிக் கிழவன் கண்களிலிருந்து கண்ணீர் மளமளவென வழிந்தது.

"தம்பி... நீ சொல்றது நெசம்தான்பா. விவசாய நிலங்கள நாங்க விக்கமாட்டோம். இனிமே, இன்னொரு மாடசாமிய, நாம இழக்கக்கூடாது" என்றார், ரங்கசாமிக் கிழவன்.

அன்று மாலை, மாடசாமியை அவர் நிலத்திலேயே அடக்கம் செய்தனர்.

மறுநாள், கனகராஜ் சொன்ன அத்தனை அம்சங்களையும் ஒரு மனுவாக எழுதிக் கொண்டு, கலெக்டர் அலுவலகம் நோக்கி நடந்தனர் ஊர் மக்கள்.

■ ■ ■